AF764842

എന്റെ മണ്ണ്

Ente Mannu

V T Bhattathirippadu

CHINTHA PUBLISHERS
Thiruvananthapuram

First Chintha Edition
June 2014

Second Edition
February 2016

Third Edition
April 2018

Fourth Edition
April 2021

Published & Typesetting
Chintha Publishers, Thiruvananthapuram

Cover Design
Ambish

ISBN - 978-93-85045-60-8

CR - 2298 / 5449

Email: chinthapublishers@gmail.com
Website: www.chinthapublishers.com

Distribution
DESHABHIMANI BOOKHOUSE
H O Thiruvananthapuram 695035

Branch
Head Office Kunnukuzhi • Statue Thiruvananthapuram •
KSRTC Bus Station Thiruvananthapuram
KSRTC Bus Station Alappuzha • KSRTC Bus Station Ernakulam •
Machingal Lane Thrissur • IG Road Kozhikode •
Mavoor Road Kozhikode • NGO Union Building Kannur •
Central Bus Terminal Complex Thavakkara Kannur

എന്റെ മണ്ണ്

വി ടി ഭട്ടതിരിപ്പാട്

ചിന്ത പബ്ലിഷേഴ്സ്
തിരുവനന്തപുരം-695 035

വി ടി ഭട്ടതിരിപ്പാട് (1896 - 1982)

കേരള നവോത്ഥാന ചരിത്രത്തിൽ ജ്വലിക്കുന്ന അധ്യായം രചിച്ച സാമൂഹ്യ പരിഷ്കർത്താവാണ് വി ടി ഭട്ടതിരിപ്പാട്. കുടുമയും പൂണൂലും മനുഷ്യമനസുകളിൽ അന്ധകാരം നിറച്ചപ്പോൾ, സ്ത്രീകളെ അകത്തളങ്ങളിലും അടുക്കളയിലും തളച്ചിട്ടപ്പോൾ അതിനെതിരെ ഉയർന്ന ധീരശബ്ദമായിരുന്നു വി ടി. അടുക്കളയിൽ നിന്ന് അരങ്ങത്തേക്ക് കുതിക്കാൻ ആഹ്വാനം ചെയ്യുക മാത്രമല്ല സമുദായത്തിന്റെ അടിമുടിയുള്ള പരിഷ്കരണങ്ങൾക്കാവശ്യമായ നിരവധി പ്രയോഗ മാതൃകകൾ വി ടി തുറന്നിട്ടു.

പഴയ തെക്കെ മലബാറിലെ പൊന്നാനി താലൂക്കിൽ തൃത്താല ഗ്രാമത്തിലെ വെള്ളിത്തിരുത്തി താഴത്തു മനയിൽ, 1896 മാർച്ച് 26 നാണ് വി ടി ഭട്ടതിരിപ്പാട് ജനിച്ചത്. വി ടി രാമൻ എന്നാണ് യഥാർഥ പേര്. പിതാവ്: വി ടി എം തുപ്പൻ ഭട്ടതിരിപ്പാട്, മാതാവ്: കിടങ്ങൂർ കൈപ്പള്ളി ഇല്ലത്ത് ശ്രീദേവി അന്തർജനം. വി ടിയുടെ പിതാവിന് നാല് വേളികളിലായി ഏഴ് മക്കൾ ഉണ്ടായിരുന്നു. കേസിലും സ്വത്തുതർക്കങ്ങളിലുംപെട്ട് ഇല്ലം സാമ്പത്തികമായി ക്ഷയിച്ചു. കർക്കശക്കാരനായിരുന്ന പിതാവിന്റെ കടുത്ത ശിക്ഷണത്തിലാണ് വി ടി വളർന്നുവന്നത്. മുത്തച്ഛന്റെ മൂന്നാം വേളിയായ കുട്ടി മുത്തശ്ശിയമ്മയായിരുന്നു കൊച്ചു വി ടിയുടെ ഏക ആശ്വാസം. അവർ ധാരാളം കഥകൾ ആ ബാലന് പറഞ്ഞുകൊടുക്കുമായിരുന്നു. അങ്ങനെ കഥകളും വേദപഠനവും മറ്റ് ആചാരാനുഷ്ഠാനങ്ങളുമൊക്കെയായി വി ടിയുടെ ബാല്യകാലം സംഭവബഹുലമായിരുന്നു. ആറാം വയസിൽ ഉപനയനം, ഒമ്പതാം വയസിൽ സമാവർത്തനം. മകൻ ഒരു വൈദികനാകണമെന്നായിരുന്നു വി ടി യുടെ പിതാവിന്റെ ആഗ്രഹം. അതിനായി വി ടിയെ മേലേടത്ത് നമ്പൂതിരിയുടെ കീഴിൽ വേദപഠനത്തിനയച്ചു. സാമൂഹിക പരിഷ്കരണ ബോധം വി ടി യുടെ മനസിൽ വേരോടുന്നത് ഇക്കാലത്താണ്. മേലേടത്ത് നമ്പൂതിരിയെത്തുടർന്ന് മുതുകുറുശ്ശി കുഞ്ചുണ്ണി നമ്പൂതിരിപ്പാടായിരുന്നു വി ടി യുടെ ഗുരുനാഥൻ.

തന്റെ പതിനേഴാം വയസിൽ വി ടി ഷൊർണൂരിനടുത്തുള്ള മുണ്ടമുക ശാസ്താം കോവിലിൽ ശാന്തിക്കാരനായി ചേർന്നു. ഈ കാലത്താണ് ഒരു തിയ്യാടി പെൺകുട്ടി തന്റെ പാഠപുസ്തകത്തിലെ ഒരു സംശയം ചോദിച്ച് വി ടിയെ സമീപിക്കുന്നത്. തനിക്ക് അക്ഷരാഭ്യാസമില്ലെന്ന ഞെട്ടിക്കുന്ന സത്യം അദ്ദേഹം സ്വയം തിരിച്ചറിഞ്ഞ സംഭവമായിരുന്നു അത്. ആ കുട്ടിയുടെ ശിഷ്യത്വം സ്വീകരിച്ച് അക്ഷരം പഠിക്കാൻ തന്നെ വി ടി തീരുമാനിച്ചു.

'മാൻമാർക്ക് കുട' എന്ന് കൂട്ടി വായിച്ചപ്പോൾ ഉണ്ടായ സന്തോഷത്തെപ്പറ്റി വി ടി എഴുതിയിട്ടുണ്ട്. ഷൊർണൂർ റെയിൽവേ സ്റ്റേഷനിലെ ഒരു ഉദ്യോഗസ്ഥന്റെ

സഹായത്തോടെ ഇംഗ്ലീഷും അഭ്യസിച്ചു. 1918 ൽ വി ടി ഭട്ടതിരിപ്പാട് പെരിന്തൽമണ്ണ ഹൈസ്കൂളിൽ ഫസ്റ്റ് ഫോറത്തിന് ചേർന്നു. പഠനത്തിൽ മിടുക്കനായിരുന്ന അദ്ദേഹത്തിന് ഇരട്ട പ്രമോഷൻ നേടാനായി. തേഡ് ഫോറത്തിൽ പഠിക്കുമ്പോൾ പനി ബാധിച്ചതിനെത്തുടർന്ന് പരീക്ഷ എഴുതാനായില്ല. അങ്ങനെ മെട്രിക്കുലേഷൻ പാസാകുക എന്ന മോഹം അദ്ദേഹത്തിന് സാക്ഷാൽക്കരിക്കാനായില്ല. 1921 ൽ ഇന്ത്യൻ നാഷണൽ കോൺഗ്രസിന്റെ അലഹബാദ് സമ്മേളനത്തിൽ പങ്കെടുക്കാൻ പോയതിനാൽ വി ടി ക്ക് സമുദായ ഭ്രഷ്ട് കൽപ്പിക്കപ്പെട്ടു.

പിന്നീട് തൃത്താലയിൽ ആരംഭിച്ച 'വിദ്യാവിലാസിനി' സംസ്കൃത പാഠശാലയിൽ ചേർന്ന് കണക്കും മലയാളവും പഠിച്ചു. അവിടെ വെച്ച് പരിചയപ്പെട്ട ശിഷ്യ മാധവിക്കുട്ടി വാരസ്യാരെ വി ടി വിവാഹം കഴിച്ചു.

1919 ൽ കപ്ലിങ്ങാട് നാരായണൻ നമ്പൂതിരി മാനേജിങ് ഡയറക്ടറായി ആരംഭിച്ച യോഗക്ഷേമം കമ്പനിയിൽ ക്ലാർക്കായി വി ടി ക്ക് ജോലി ലഭിച്ചു. പന്ത്രണ്ടു രൂപയായിരുന്നു ശമ്പളം. ആ ജോലിക്കുശേഷം, *മംഗളോദയ*ത്തിൽ പ്രൂഫ് റീഡറായി ചേർന്നു. അക്കാലത്ത് വി ടി *മംഗളോദയ*ത്തിൽ ചെറുകഥകളും ലേഖനങ്ങളുമൊക്കെ എഴുതുമായിരുന്നു.

1919 ൽ നമ്പൂതിരി യുവജനസംഘം രൂപീകരിക്കപ്പെട്ടു. *ഉണ്ണിനമ്പൂതിരി, പാശുപതം* തുടങ്ങിയ പത്രങ്ങൾ വി ടി യുടെ നേതൃത്വത്തിൽ ആരംഭിച്ചു.

1929 ഡിസംബർ 24 ന് ഇടക്കുന്നിയിൽ നടന്ന യുവജനസംഘം പതിനൊന്നാം വാർഷികത്തിലാണ് കേരളത്തിന്റെ നവോത്ഥാന ചരിത്രത്തിൽ ഇടം പിടിച്ച വി ടി യുടെ വിഖ്യാത നാടകം *അടുക്കളയിൽ നിന്ന് അരങ്ങത്തേക്ക്* അവതരിപ്പിക്കുന്നത്. സമുദായത്തെ ഇളക്കിമറിച്ച നാടകം. ഒരു മാസത്തിനകം നാടകം പുസ്തകരൂപത്തിൽ പുറത്തുവന്നു. നല്ല സ്വീകരണമാണ് പുസ്തകത്തിന് ലഭിച്ചത്.

1930 ൽ യുജവനസംഘത്തിന്റെ കാര്യദർശിയായി വി ടി തെരഞ്ഞെടുക്കപ്പെട്ടു. സമുദായ പരിഷ്കരണ പ്രവർത്തനങ്ങളോടൊപ്പം അയിത്തോച്ചാടനം, ദേശീയ പ്രസ്ഥാനം എന്നിവയിലും വി ടി പങ്കെടുത്തു. ഐ സി പി നമ്പൂതിരിയുടെ സഹോദരി ശ്രീദേവി അന്തർജനത്തെ വിവാഹം കഴിച്ചുകൊണ്ട് വി ടി ഭട്ടതിരിപ്പാട് 'സംബന്ധം' എന്ന അനാചാരത്തിനെതിരെ പ്രതികരിച്ചു.

ക്ഷേത്രങ്ങളിൽ അവർണർക്ക് പ്രവേശനം നൽകാനുള്ള പോരാട്ടത്തിൽ വി ടി സജീവമായി പങ്കെടുത്തു. ഗുരുവായൂർ ക്ഷേത്രപ്രവേശനത്തിനായി നടന്ന സമര പ്രക്ഷോഭങ്ങളിൽ വി ടി യുടെ സാന്നിധ്യമുണ്ടായിരുന്നു.

വി ടി യുടെ ആത്മകഥയായ *കണ്ണീരും കിനാവും* മലയാള സാഹിത്യത്തിലെ എക്കാലത്തെയും മികച്ച രചനയാണ്. 1972 ൽ *കണ്ണീരും കിനാവും* എന്ന ഗ്രന്ഥത്തിന് കേരള സാഹിത്യ അക്കാദമി അവാർഡ് ലഭിച്ചു. 1978 ൽ വി ടി ഭട്ടതിരിപ്പാടിന് കേരള സാഹിത്യ അക്കാദമിയുടെ ഫെലോഷിപ്പ് ലഭിച്ചു. 1982 ഫെബ്രുവരി 12 ന് വി ടി ഭട്ടതിരിപ്പാട് എന്ന സാമൂഹ്യ വിപ്ലവകാരി അന്തരിച്ചു. വി ടി ഭട്ടതിരിപ്പാടിന്റെ കൃതികൾ: *അടുക്കളയിൽ നിന്ന് അരങ്ങത്തേക്ക്, കരിഞ്ചന്ത, കണ്ണീരും കിനാവും, രജനീരംഗം, പോംവഴി, സത്യമെന്നത് ഇവിടെ മനുഷ്യനാകുന്നു, വെടിവട്ടം, കാലത്തിന്റെ സാക്ഷി, വിശക്കാത്ത ദൈവവും വിശക്കുന്ന മനുഷ്യനും, വി ടിയുടെ ഉപന്യാസങ്ങൾ, എന്റെ മണ്ണ്, വി ടിയുടെ കഥകൾ, വി ടിയുടെ ജീവിതസ്മരണകൾ, കർമവിപാകം, വി ടി യുടെ സമ്പൂർണകൃതികൾ.*

ഉള്ളടക്കം

ഭാഗം 3
ഭാഷയും സംസ്കാരവും

ഭാഗം 4
നമ്മുടെ ആചാരാനുഷ്ഠാനങ്ങൾ

പ്രസാധകക്കുറിപ്പ്

കേരളത്തിലെ നവോത്ഥാന നായകരിൽ പ്രമുഖനാണ് വി ടി ഭട്ടതിരിപ്പാട്. നമ്പൂതിരിയായി ജനിച്ചുവളർന്ന് മനുഷ്യനായ കഥ അദ്ദേഹം തന്റെ ആത്മകഥയിൽ പറഞ്ഞിട്ടുണ്ട്. താൻ ജീവിച്ച കാലത്തിന്റെ സ്പന്ദനങ്ങൾക്ക് കാതോർക്കാൻ വി ടി ക്കു കഴിഞ്ഞു. ജീർണതയിലാണ്ട നമ്പൂതിരി സമൂഹത്തെപ്പറ്റി വി ടി ഇങ്ങനെ പറഞ്ഞു:

> ഞാനാകുന്ന പടുമരം മുളച്ചുപൊങ്ങിയതു മനവളപ്പിലാണ്. അതിനാൽ നമ്പൂതിരി എന്ന പേരിൽ അറിയപ്പെടേണ്ടിവന്നു. എന്നല്ല, 'ചാതുർവർണ്യം മയാസൃഷ്ട'ത്തിന്റെ ഭർത്താവും പ്രഭുവും സാക്ഷിയും എന്റെ ഏതോ തലതൊട്ടപ്പനാണെന്ന ധാരണയാൽ ഒരെച്ചിൽക്കൊട്ട എനിക്കു ചുമക്കേണ്ടതായും വന്നു.

നമ്പൂതിരിമാരെ മനുഷ്യരാക്കാൻ ഇറങ്ങിപ്പുറപ്പെട്ട യുവാക്കളിൽ ഇ എം എസിനോടൊപ്പം വി ടി യുമുണ്ടായിരുന്നു. അടുക്കളയിൽ ഒതുങ്ങിയവരെ അരങ്ങത്തെത്തിച്ചു. ഘോഷാ ബഹിഷ്കരണം, വിധവാവിവാഹം, മിശ്രവിവാഹം തുടങ്ങി അക്ഷീണമായ പ്രവർത്തനങ്ങൾക്ക് വി ടി നേതൃത്വം നൽകി. വി ടിയുടെ തെരഞ്ഞെടുത്ത ലേഖനങ്ങളാണ് ഈ പുസ്തകത്തിൽ. നാലുഭാഗങ്ങളായി നാൽപ്പത്തൊന്നു ലേഖനങ്ങൾ. സ്വാതന്ത്ര്യത്തിന് തൊട്ടുമുമ്പും പിമ്പുമായി എഴുതിയവ. കാലമേറെ കഴിഞ്ഞിട്ടും തിളങ്ങി നിൽക്കുന്ന ആശയങ്ങൾക്കൊപ്പം മങ്ങിപ്പോയവയും കാണാം. പക്ഷേ, കേരളം വി ടിയെ അദ്ദേഹത്തിന്റെ സമ്പൂർണതയിൽ തന്നെ സ്വീകരിച്ചു; തുടർന്നും അങ്ങനെ തന്നെ.

വി ടിയുടെ ചിന്തകളുടെ ലോകത്തേക്ക് മുൻവിധികളില്ലാതെ പ്രവേശിക്കുക. ഈ കൃതിയുടെ മൂന്നാം പതിപ്പിനും വായനക്കാരുടെ നല്ല സ്വീകരണം പ്രതീക്ഷിക്കുന്നു.

ചിന്ത പബ്ലിഷേഴ്സ്

ആമുഖം

വി ടി - സാഹിത്യകാരനും സാമൂഹ്യപരിഷ്കർത്താവും

ഡോ. എം എസ് മേനോൻ

കാളിദാസന്റെ *ശാകുന്തള*ത്തിൽ ശമപ്രധാനരായ തപോധനന്മാരുടെ സ്വഭാവം വെളിപ്പെടുത്തുന്ന ഒരു പദ്യമുണ്ട്. അതിന്റെ സാരാർഥമിതാണ്:

> സ്വതവേ തപോധനന്മാർ ശമപ്രധാനരാണ്; സൗമ്യസ്വഭാവമാണ് കാഴ്ചയിലും പെരുമാറ്റത്തിലും. പക്ഷേ, അവരുടെയുള്ളിൽ സർവവും ഭസ്മീകരിക്കുന്ന ഒരു തേജസ്സ് ഒളിഞ്ഞിരിപ്പുണ്ട്. മറ്റേതെങ്കിലും തേജസ്സ് തന്നെ ആക്രമിക്കുവാൻ മുതിർന്നാൽ നിഗൂഢമായ ബ്രഹ്മതേജസ്സ് തന്റെ സംഹാരശക്തി പ്രകടമാക്കുകതന്നെ ചെയ്യും.

ചിരസഞ്ചിതമായ തപശ്ശക്തിയും നിഗ്രഹാനുഗ്രഹസാമർഥ്യവും സൗമ്യാകൃതിയുമുള്ള തേജസ്വികളുടെ ആ യുഗം എന്നോ അസ്തമിച്ചു കഴിഞ്ഞു. ആ തേജസിന്റെ ചില സ്ഫുലിംഗങ്ങൾ ഇരുപതാംനൂറ്റാണ്ടിലെ ഗാന്ധിജിയിലും അരവിന്ദഘോഷിലും ബാലഗംഗാധരതിലകനിലും രബീന്ദ്രനാഥ ടാഗോറിലും മറ്റും സൂക്ഷ്മദൃഷ്ടികൾക്കു കാണാൻ കഴിഞ്ഞേക്കും. ഈ കൊച്ചുകേരളത്തിലെ വി ടി ഭട്ടതിരിപ്പാടിൽ കേളപ്പൻ ആ ജ്യോതിസ്സിന്റെ ചില കണികകൾ കണ്ടെത്തുകയുണ്ടായി. അമ്പത്തിമൂന്നുകൊല്ലം മുമ്പ് പ്രസിദ്ധപ്പെടുത്തിയ *അടുക്കളയിൽ നിന്ന് അരങ്ങത്തേക്ക്* എന്ന നാടകത്തെ അവതരിപ്പിച്ചുകൊണ്ട് കേളപ്പനെഴുതി:

> വി ടി ഭട്ടതിരിപ്പാട് കാണികളെ അമ്പരപ്പിക്കുന്ന പ്രഭാവമോ ഗാംഭീര്യമോ അസാധാരണത്വമോ ഉള്ള ഒരു വ്യക്തിയായി കാഴ്ചയിൽ അനുഭവപ്പെടുകയില്ല. എന്നാൽ, അദ്ദേഹം അസാധാരണ വ്യക്തിയാണ്. ഏറ്റവും ചെറിയ അണു (ആറ്റം) അതിന്റെ ശക്തി ജ്വലി

> പ്പിക്കാൻ തുടങ്ങിയാൽ ലോകത്തെ മുഴുവൻ അമ്പരപ്പിക്കും. വി ടി യുടെ ചിന്താശക്തിയുടെ ബഹിഃപ്രസരം സമുദായത്തെ ഒന്നു പിടിച്ചിളക്കി അമ്പരപ്പിച്ചു.

ജന്മിത്തവും വൈദികത്വവും തോളുരുമ്മി നിന്നിരുന്ന ഒരു നമ്പൂതിരികുടുംബത്തിൽപ്പിറന്ന വി ടിയെ ബ്രാഹ്മണ്യത്തിന്റെ കരിമ്പടപ്പുതപ്പ് തട്ടിക്കളഞ്ഞ് പുറത്തുവരാൻ പ്രേരിപ്പിച്ചതു തന്റെ ഉള്ളിൽ സൂക്ഷിച്ചുവച്ചിരുന്ന വിപ്ലവാഗ്നിയുടെ കണങ്ങളും സമൂഹപരിതഃസ്ഥിതിയുമായിരുന്നു. പരിവർത്തനത്തിന്റെ പുലരിക്കാറ്റും തന്നെ ഉന്മിഷിതചിത്തനാക്കിയതിനെ *ജീവിതസ്മരണ*കളിൽ അദ്ദേഹം രേഖപ്പെടുത്തിയിട്ടുണ്ട്. പൊതുസേവനത്തിനുള്ള കർത്തവ്യം മാടിവിളിച്ചപ്പോഴാണ് അക്ഷരജ്ഞാനത്തിന്റെ കുറവ് ബോധ്യപ്പെട്ടത്. വിജ്ഞാനത്തിന്റെ പുഞ്ചിരിയേറ്റപ്പോൾ ഗ്രന്ഥകർത്താവായി ഉയരണമെന്നതായി ജീവിതലക്ഷ്യം. തുടർന്ന് വിദ്യാവിപ്ലവത്തിലും സാമൂഹ്യ വിപ്ലവത്തിലും വി ടി പ്രവേശിച്ചത് തികഞ്ഞ ലക്ഷ്യബോധത്തോടെതന്നെയായിരുന്നു. അതിന്റെ നാന്ദിയാണ് *അടുക്കളയിൽനിന്ന് അരങ്ങത്തേക്ക്*. ഈ നാടകത്തെത്തുടർന്നുണ്ടായ വിപ്ലവാത്മകമായ പരിവർത്തനങ്ങൾ നമ്പൂതിരി സമുദായത്തിന്റെ ഉള്ളിലും പുറത്തും മാത്രമായി ഒതുങ്ങിനിന്നില്ല. ഒരു സാഹിത്യകൃതിക്ക്, അതിന്റെ പ്രമേയം എത്രമേൽ പരിമിതമായാലും വിശാലമായ സമൂഹത്തെ ചലിപ്പിക്കാനും കർത്തവ്യോന്മുഖമാക്കാനും കഴിയുമെന്ന് വി ടിയുടെ ഈ നാടകം തെളിയിച്ചു. എഴുത്തും വായനയുമറിയുന്ന മലയാളിയോട് അതിനെക്കുറിച്ച് കൂടുതലൊന്നും പറയേണ്ടതില്ലെന്നു കരുതുന്നു.

സാഹിത്യകാരനു വിധിക്കപ്പെട്ടിട്ടുള്ള നിഷ്കാമമായ കർമം സാഹിത്യരചന മാത്രമാണെന്നും അതുമാത്രമാണ് അയാൾക്ക് സ്വധർമമെന്നും, സമൂഹപരിഷ്കരണവും ധർമോദ്ബോധനവുമെല്ലാം പരധർമങ്ങളാണെന്നും ആധുനിക സാഹിത്യധർമശാസ്ത്രകാരന്മാർ വിധിച്ചിരിക്കുന്ന സന്ദർഭത്തിൽ വി ടിയെക്കുറിച്ച് എഴുതുക എന്നതുതന്നെ സമാധാനമാണ്. വി ടി സമൂഹത്തിൽ വിശ്വസിച്ചിരുന്ന എഴുത്തുകാരനായിരുന്നു. സ്വാതന്ത്ര്യത്തിനും പുരോഗതിക്കും വേണ്ടിയുള്ള തീവ്രസമരം നടന്നിരുന്ന കാലത്താണ് വി ടി എഴുതിക്കൊണ്ടിരുന്നത്. അന്നും ഏകാകികളായ ബുദ്ധിജീവികളുടെ സംഘടിതസ്വരം അതിനെതിരെ ഉയർന്നിരുന്നു. പക്ഷേ, അദ്ദേഹം അതൊന്നും ഗൗനിക്കുകയുണ്ടായില്ല. ദന്തഗോപുരസങ്കൽപ്പത്തിലായിരുന്നില്ല അദ്ദേഹം.

> ജീവിതത്തിന്റെ പ്രതിഭാസങ്ങൾ പ്രതിഫലിപ്പിക്കുന്ന കണ്ണാടിയാണ് കല എന്നാണെന്റെ ബോധം. ശ്രവ്യകലയിലൂടെ നമുക്കതിന്റെ നാദം മുഴങ്ങിക്കേൾക്കാം. ദൃശ്യകലയിലൂടെ അതിന്റെ ചലനം നോക്കിക്കാണാം. അങ്ങനെ ഒരാത്മാവിന്റെ വൈരൂപ്യവും സൗന്ദര്യവും ആകർഷണീയമായി ആവിഷ്കരിക്കപ്പെടുമ്പോൾ അവാച്യമായ ഒരാനന്ദാനുഭൂതിയിലൂടെ പ്രേക്ഷകൻ തന്നിലേക്കു

> ചുഴിഞ്ഞുനോക്കുവാൻ പ്രേരിതനായിത്തീരുന്നു. അവിടെ അമാനുഷികമായ സംസ്കാരത്തിന്റെ നാമ്പുകിളിർത്തുവരുന്നു. നിറഞ്ഞ ജീവിതത്തിൽനിന്നു ചീന്തിയെടുത്ത ഇതിവൃത്തത്തിലൂടെ, വൈകാരികസംഘട്ടനങ്ങളുടെ ഊഷ്മളത പ്രേക്ഷകഹൃദയത്തെ തരളിതമാക്കാൻ പര്യാപ്തമാവുമെങ്കിൽ ആ കലാസൃഷ്ടി വിജയിച്ചതായി പ്രഖ്യാപിക്കപ്പെടും; നാടകകർത്താവ് അഭിനന്ദിക്കപ്പെടുകയും ചെയ്യും."

എന്നതായിരുന്നു വി ടിയുടെ പ്രഖ്യാപനം. (*നാട്ടിൻപുറത്തെ നാടകവേദി* എന്ന ലേഖനം)

തുടർന്നുള്ളതുംകൂടി ശ്രദ്ധിക്കുക:

> ഒരു നാട്ടിൻപുറത്ത് വിപ്ലവാത്മകമായ ഒരു സാമൂഹ്യനാടകം അരങ്ങേറിയപ്പോൾ പ്രേക്ഷകഹൃദയത്തിലുണ്ടായ വികാരവിക്ഷോഭം ഇന്നും എന്നിൽ അനുരണനം ചെയ്യുന്നു. അഞ്ചു പഞ്ചവത്സരപദ്ധതികളെക്കൂടി അതിശയിപ്പിക്കുന്ന ജീവിതവികാസം ഒരൊറ്റ ദിവസത്തെ നാടകാവതരണംകൊണ്ട് ആ നാട്ടിൻപുറത്തു നാമ്പെടുത്തു.
>
> (*അതേ ലേഖനത്തിൽ നിന്ന്*)

ആസ്വാദകലോകത്തിന്റെ മാനസികനിലവാരം ഉയർത്താനുപകരിക്കുന്ന ഉൽക്കൃഷ്ടകലാസൃഷ്ടികൾ തെരഞ്ഞെടുത്ത് അഭിനയിക്കണമെന്നാണ് വി ടിയുടെ പക്ഷം. അതിനർഥം സാഹിത്യകാരൻ സാമൂഹ്യപരിഷ്കാരേച്ഛുവാകണമെന്നു തന്നെയാണല്ലോ. നാട്ടിൻപുറത്തെ ജീവിതം വികസിക്കുന്നതിനുതകിയ കലാസൃഷ്ടികൾ നമുക്കുണ്ടാകണമെന്ന് വി ടി ആഗ്രഹിച്ചിരുന്നു.

അദ്ദേഹത്തിന്റെ മറ്റൊരാഗ്രഹം:

> ജനാധിപത്യവ്യവസ്ഥിതിയിൽ കാവ്യാത്മകമായ ഒരു ജീവിതം ആസ്വദിക്കുന്നതിന് അതിന്റെ ഗോപുരദ്വാരത്തിൽ കാത്തുനിൽക്കുന്ന നാം ജനാധിപത്യാശയങ്ങൾ വളർത്താനും പ്രചരിപ്പിക്കാനുമുള്ള ധാരാളം ആനുകാലികപ്രസിദ്ധീകരണങ്ങൾ ഇറക്കിക്കൊണ്ടിരിക്കണം.
>
> (*ആനുകാലിക പ്രസിദ്ധീകരണങ്ങൾ*)

ഈ അഭിലാഷം അദ്ദേഹത്തെക്കൊണ്ട് പല ലേഖനങ്ങളുമെഴുതിച്ചിട്ടുണ്ട്. സമൂഹം പരിവർത്തനത്തിനു ദാഹിക്കുന്നുവെന്നും അതിനാവശ്യം സ്വന്തം പ്രവൃത്തികൊണ്ട് മാതൃകസൃഷ്ടിക്കാൻ വെമ്പുന്ന ധീരാത്മാക്കളെയാണെന്നും ഒന്നും ചെയ്യാതെ ആദർശം പ്രസംഗിച്ചു നടക്കുന്നവരെയല്ലെന്നും വി ടി എഴുതി. സാമൂഹ്യസേവനം നിർവ്വഹിക്കാനാഗ്രഹിക്കുന്നവർ എഴുത്തുകാരായാലും രാഷ്ട്രീയ പ്രവർത്തകരായാലും

ചെയ്യേണ്ടതു ശാസ്ത്രതത്വാന്വേഷണ പ്രക്രിയക്കു ജനതയെ പാകപ്പെടുത്തുകയാണ് എന്നും വി ടി ഓർമിപ്പിച്ചു.

സാഹിത്യരചനയുടെയും സാംസ്കാരിക സാമൂഹ്യരാഷ്ട്രീയ പ്രവർത്തനങ്ങളുടെയും ലക്ഷ്യം മനുഷ്യവർഗത്തിന്റെ ശരീരങ്ങളെ ബന്ധിപ്പിക്കുന്ന ചങ്ങലകളെപ്പോലെതന്നെ ആത്മാവിനെ തളച്ചിടുന്ന അന്ധതകളെയും അനാചാരങ്ങളെയും അറുത്തുമുറിക്കുക എന്നതാകണം. ഈയൊരു ബോധമാണ് സാംസ്കാരികവും സാമൂഹ്യവുമായ പ്രവർത്തനങ്ങളിലേക്കു വി ടിയുടെ ശ്രദ്ധയാകർഷിച്ചത്.

ഭാഷ, സംസ്കാരം, ദേശീയബോധം, ജനാധിപത്യം, വ്യക്തി, സമൂഹം, സ്വാതന്ത്ര്യം-ഇവയെപ്പറ്റിയെല്ലാം തനിക്കുള്ള സങ്കൽപ്പവും വീക്ഷണവും പലപ്പോഴായി എഴുതിയിട്ടുള്ള ലേഖനങ്ങളിൽ അദ്ദേഹം വ്യക്തമാക്കിയിട്ടുണ്ട്. മനുഷ്യന്റെ ചരിത്രം സ്വാതന്ത്ര്യസമരങ്ങളുടെ ചരിത്രമാണെന്ന ബോധമാണ് ജന്മിത്തത്തിനും വൈദികത്വത്തിനും സനാതനികൾക്കുമെതിരെ പോരാടാൻ വി ടിയെ സന്നദ്ധനാക്കിയത്. "സംസ്കാരത്തിന്റെ വിശാലവീഥിയിലൂടെ മഹത്വത്തിന്റെ സനാതന മേഖലയിലേക്കു 'മാർച്ചു'ചെയ്യുന്ന മനുഷ്യസമൂഹത്തെ കിനിഞ്ഞിറങ്ങുന്ന കണ്ണീരോടുകൂടി കണ്ടറിയാൻതക്ക തെളിച്ചമുള്ളതാണ് ഇന്നെന്റെ കണ്ണുകൾ. ഞാനതിൽ അഭിമാനം കൊള്ളുന്നു" എന്നു പറഞ്ഞുകൊണ്ടാണ് തന്റെ ഭൂതകാല പ്രവർത്തനങ്ങളിലേക്ക് അദ്ദേഹം തിരിഞ്ഞുനോക്കിയത്. പുരുഷപ്രയത്നംകൊണ്ട് നേടാനാകാത്തതായി ഒന്നുമില്ലെന്നു വി ടിയെപ്പോലെ ഉറക്കെ പറയാനും ദൃഢവിശ്വാസത്തോടെ പ്രവർത്തിക്കാനും കഴിവുള്ളവരെ സമൂഹത്തിന് ഇന്നു കൂടുതൽ ആവശ്യമായിട്ടുണ്ട്. വിധിയിലും പ്രപഞ്ചമിഥ്യാബോധത്തിലും ശൂന്യതാബോധത്തിലും ജീവിതനിഷേധത്തിലും ജന്മസാഫല്യത്തെ കണ്ടെത്തുന്ന ഒരു തലമുറയിൽനിന്ന് മനുഷ്യരാശിക്ക് ഒരു പുരോഗതിയും പ്രതീക്ഷിക്കാനില്ല. എല്ലാ അസംതൃപ്തികൾക്കിടയിലും തനിക്കു ജീവിക്കണമെന്നും ജീവിതം കൊള്ളാവുന്നതാണെന്നുമുള്ള ആശയും വിശ്വാസവും മരണംവരെയും പുലർത്തിപ്പോന്ന ധീരനായിരുന്നു വി ടി. കണ്ണീരിലും കിനാവിലും കുതിർന്ന തന്റെ ജീവിതസ്മരണകൾ അനുകരണീയമായ ശൈലിയിൽ അദ്ദേഹം ആവിഷ്കരിച്ചപ്പോൾ അതു നൂറ്റാണ്ടുകളായി നിലനിന്നുവന്ന ദുഷിച്ച സാമൂഹ്യനീതികൾക്കെതിരെയുള്ള കനത്ത വജ്രാഘാതമായിത്തീർന്നു. ഒരെഴുത്തുകാരനിൽനിന്നു പ്രതീക്ഷിക്കുന്ന സാമൂഹ്യസേവനവും സാമൂഹ്യപരിഷ്കാരവും ഇതുതന്നെയല്ലേ? തന്റെ സുഖത്തിനുവേണ്ടിയും ആനന്ദത്തിനുവേണ്ടിയുമാണ് മറ്റാർക്കുവേണ്ടിയുമല്ല താനെഴുതുന്നതെന്ന് ഊറ്റം കൊള്ളുന്ന ആത്മാരാമന്മാരെ അവർതന്നെ സൃഷ്ടിക്കുന്ന വൈതാളികന്മാരല്ലാതെ മറ്റാരും അംഗീകരിക്കുകയോ ആദരിക്കുകയോ ചെയ്തിട്ടില്ല.

ഒരെഴുത്തുകാരന് ആദ്യമായുണ്ടാകേണ്ടത് താനാരാണെന്നും തന്റെ കടമയെന്താണെന്നുമുള്ള ബോധമത്രേ. താനാർക്കുവേണ്ടി സാഹിത്യം രചിക്കുന്നുവെന്നുകൂടി അയാൾ ഓർക്കേണ്ടതുണ്ട്. *രഘുവംശ*മെഴുതാൻ പ്രേരിതനായ കാളിദാസൻ ഇതൊക്കെ നമ്മെ അനുസ്മരിപ്പിക്കുന്നുണ്ട്.

*ശാകുന്തള*ത്തിന്റ ആമുഖത്തിൽ നാടകരചനയുടെ വിജയം വിദ്വൽപ്പരിതോഷത്തെ ആശ്രയിച്ചാണിരിക്കുന്നതെന്നും അദ്ദേഹം വ്യക്തമാക്കി. സദസ്യരുടെ പ്രതികരണം തനിക്ക് അനുകൂലമല്ലാതിരുന്നപ്പോൾ അവരോടു പരിഭവിച്ച് അവരെ വെല്ലുവിളിക്കാൻ മുതിർന്ന നാടകകൃത്താണ് ഭവഭൂതി. ഒടുവിലദ്ദേഹം സദസ്യരെ തൃപ്തിപ്പെടുത്തുകതന്നെ ചെയ്തു. സമൂഹത്തെ അവഗണിക്കുന്നതിലും അനാദരിക്കുന്നതിലുമാണ് പ്രതിഭയുടെ മഹത്വം കുടികൊള്ളുന്നതെന്ന് ഭാരതീയകവികളും ഭാരതീയമീമാംസയും ഒരിക്കലും ഊറ്റംകൊണ്ടിട്ടില്ല. കവിയിലും സഹൃദയനിലും ഒരുപോലെ അവിഭാജ്യമായി വർത്തിക്കുന്നു സരസ്വതിയുടെ തത്വമെന്നതായിരുന്നു ഭാരതീയസങ്കൽപ്പം. ആ സങ്കൽപ്പമാണ് വി ടി ഉൾക്കൊണ്ടത്. 'പൊഴിഞ്ഞ പൂക്കൾ' എന്ന ലേഖനത്തിൽ താനാരായിരുന്നുവെന്നും എന്തു ചെയ്യാനുദ്ദേശിച്ചു എന്നും എന്തു ചെയ്തുവെന്നും ആർക്കുവേണ്ടിയെഴുതി എന്നും അദ്ദേഹം വ്യക്തമായി പറഞ്ഞുവെച്ചിട്ടുണ്ട്. ഏതു സാമൂഹ്യ സാംസ്കാരിക സാഹചര്യങ്ങളിലാണ് താൻ വളർന്നതെന്നു ചൂണ്ടിക്കാണിച്ചുകൊണ്ടാണ് ആ ലേഖനം തുടങ്ങുന്നത്.

> ഞാനാകുന്ന പടുമരം മുളച്ചുപൊങ്ങിയതു മനവളപ്പിലാണ്. അതിനാൽ നമ്പൂതിരി എന്ന പേരിൽ അറിയപ്പെടേണ്ടിവന്നു. എന്നല്ല, 'ചാതുർവർണ്യം മയാസൃഷ്ട'ത്തിന്റെ ഭർത്താവും പ്രഭുവും സാക്ഷിയും എന്റെ ഏതോ തലതൊട്ടപ്പനാണെന്ന ധാരണയാൽ ഒരെച്ചിൽക്കൊട്ട എനിക്കു ചുമക്കേണ്ടതായും വന്നു. അതുകൊണ്ട് സ്വാഭാവികമായി എന്റെ അഭിമതം സാമൂഹ്യ സാംസ്കാരിക മേഖലകളിൽ ചുറ്റിത്തിരിഞ്ഞു. നമ്പൂതിരിയെ മനുഷ്യനാക്കാൻ ആഹ്വാനം ചെയ്ത മഹാൻ ഞാനല്ല. എന്നാൽ, അവനെ മനുഷ്യലോകത്തിലേക്കു ക്ഷണിച്ചുവരുത്തി മറ്റുള്ളവരെപ്പോലെ ജീവിക്കുവാൻ വിഭവമൊരുക്കിക്കൊടുത്തതും തടസങ്ങൾ തട്ടിനീക്കിയതും ഞാനുൾപ്പെട്ട എന്റെ കൂട്ടാളികളാണ്. മറക്കുട തല്ലിപ്പൊളിച്ചത്, ചേലപ്പുതപ്പ് ചീന്തിയെറിഞ്ഞത്, കാമിക്കുന്നവരെ കല്യാണം കഴിക്കാനാവശ്യമായ സാഹചര്യം സൃഷ്ടിച്ചത്-എല്ലാം സാമൂഹ്യപരിവർത്തനപ്രക്രിയയിലൂടെയാണ്. ഇതെല്ലാം എളുപ്പത്തിൽ സാധിച്ചതല്ല. വിശ്രമമെന്ന ഒന്നില്ലാതെ, സുഖമെന്ന ഒന്നാസ്വദിക്കാതെ, വീടുതോറും കയറിയിറങ്ങി തൊണ്ടകാറി പ്രസംഗിച്ചതിന്റെയും ഉറക്കമിളച്ചിരുന്നു സാഹിത്യം സൃഷ്ടിച്ചതിന്റെയും പരിണതഫലമാണ്.

ചുറ്റുമുള്ള ലോകം എങ്ങനെ മാറുന്നുവെന്നു മനസിലാക്കാതെ അലസരായി, വിഷയലോലുപരായിക്കഴിഞ്ഞുകൂടിയ തന്റെ കൂട്ടുകാരിൽനിന്ന് വേർപിരിഞ്ഞ ഒരു മനുഷ്യസ്നേഹി ഉൽപ്പതിഷ്ണുവായ ഒരു ചിന്തകനും സാമൂഹ്യസാംസ്കാരിക പ്രവർത്തകനുമായിത്തീർന്നതിന്റെ ആഖ്യാനങ്ങളാണ് വി ടിയുടെ ലേഖനങ്ങൾ. അദ്ദേഹത്തിന്റെ വികാരോഷ്മളമായ

ഹൃദയം *രജനീരംഗം* എന്ന കഥാസമാഹാരത്തിലും നമുക്കു കാണാം. തന്നെ വശീകരിച്ച സാമൂഹ്യപ്രവർത്തകരെയും സാഹിത്യകാരന്മാരെയും രാഷ്ട്രീയാചാര്യന്മാരെയും ദാർശനികന്മാരെയും മഹദ്ഗ്രന്ഥങ്ങളെയും പ്രസ്ഥാനങ്ങളെയും കുറിച്ച് വി ടി എഴുതിയിട്ടുള്ള ലേഖനങ്ങളിലൂടെ കടന്നുപോകുന്ന വായനക്കാരന്റെ മനസ്സ് അവാച്യമായൊരു നിർവൃതി യനുഭവിക്കുന്നു.

ഊഷ്മളമാണു വി ടിയുടെ മനസും ഭാഷയും. തന്റെ ആദ്യത്തെ ആരാധനാപാത്രങ്ങളിലൊരാളായ കുറൂർ ഉണ്ണിനമ്പൂതിരിപ്പാടിന്റെയും അദ്ദേഹം നയിച്ച യോഗക്ഷേമപ്രസ്ഥാനത്തെയും അതിന്റെ തണലിൽ കിളിർത്തുണ്ടായ മംഗളോദയം, നമ്പൂതിരിവിദ്യാലയം തുടങ്ങിയ സ്ഥാപ നങ്ങളെയും അനുസ്മരിക്കുമ്പോൾ ശൈശവദശയിൽ തന്നിലങ്കുരിച്ച സാഹിത്യാഭിരുചി പ്രതികൂലസാഹചര്യം നിമിത്തം ഇലകൊഴിഞ്ഞു വാടി പ്പോയ കഥ വേദനയോടെ അദ്ദേഹം ഓർത്തുപോകുന്നു:

> പകൽവെളിച്ചമാണെന്ന വ്യാമോഹത്താൽ പൗരോഹിത്യത്തിന്റെ പിൻനിലാവത്ത് ഒരു ശുഭകാലപ്രതീക്ഷയോടെ ഞാൻ പിന്നോക്കം നടക്കുകയായിരുന്നു. ഒഴുക്കിനെതിരെയുള്ള ഒരു നീന്തൽ. പ്രത്യൂ ഷഃകാലത്തെ സൂചിപ്പിക്കുന്ന ശംഖധ്വനിപോലെ അക്കാലത്ത് അടാട്ടുകുറൂർമനയ്ക്കൽ നിന്നൊരു മുദ്രാവാക്യം മുഴങ്ങിക്കേട്ടു: "പെരുഷേണ പ്രയത്നേന ദുർല്ലഭം കിം നു വിദ്യതേ".

സത്യത്തിന്റെ തൂവെളിച്ചത്തിൽ ജീവിതത്തെപ്പറ്റി ആത്മനിഷ്ഠമായി ചിന്തിക്കാനും സമാധാനത്തോടുകൂടി സ്വധർമ്മം പാലിക്കാനും പ്രചോദനം നൽകിയ മഹാത്മജിയുടെ മഹത്വം തനിക്കു വിസ്മരിക്കാ നാവില്ലെന്ന് ഈ സന്ദർഭത്തിൽ വി ടി ഓർക്കുന്നു. പൊതുജീവിതത്തിൽ ധാർമികമൂല്യങ്ങൾക്കും മനുഷ്യന്റെ അന്തസ്സിന് പ്രാമാണ്യം കൽപ്പിച്ച തിലുമാണ് അദ്ദേഹം മഹാത്മജിയുടെ മഹത്വത്തെ കണ്ടെത്തുന്നത്. വിപ്ലവാത്മകമായ ദേശീയപ്രസ്ഥാനത്തിനാവശ്യമായ ചൂടും ചൈത ന്യവും നൽകിപ്പോന്ന കവികളിൽ കേരളത്തിലെ ടാഗോറായി ഉയർന്നു വന്നത് മഹാകവി വള്ളത്തോൾ മാത്രമാണെന്ന് വി ടി വിശ്വസിക്കുന്നു. വള്ളത്തോൾക്കവിത തന്നെ ഏതേതെല്ലാം നിലയിൽ സ്വാധീനിച്ചുവെന്നും അദ്ദേഹം ഓർക്കുന്നുണ്ട്.

> വേദം ശൂദ്രച്ചെവിയിൽച്ചെന്നലച്ചാൽ വിശ്വം പൊട്ടിത്തകരുമെന്നു വിശ്വസിക്കുന്ന ഒരു സമുദായത്തിലാണ് എന്റെ ജനനം. ഒരു പന്തീ രാണ്ടു കാലത്തോളം അതോതിത്തന്ന ഓതിക്കനും അതിരുന്നു പഠിച്ച എനിക്കും അതിന്റെ ഉള്ളടക്കമെന്തെന്ന് അന്നുമിന്നു മറിഞ്ഞുകൂടാ. ആ ഓതിക്കനും ഞാനും ഇന്നും'തിരുമേനി'മാരാണ്. അതു മലയാളഭാഷയിലേക്കു വിവർത്തനം ചെയ്ത ആ വള്ളത്തോ ളോ? വെട്ടത്തുനാട്ടിലെ ഒരു നായർത്തറവാട്ടിൽ ജനിച്ച വെറുമൊരു

> നാരായണമേനോൻ! ബ്രാഹ്മണ്യമോ, നിന്റെ കൈയിലിരിക്കുന്ന വേദം ആരോഗ്യകരമായ ഒരു മധുരഫലമാണെങ്കിൽ ഓതിക്കനും ഞാനും കടിച്ചുതിന്നത് അതിന്റെ തൊണ്ടാണ്. ശ്രീ നാരായണ മേനോനാകട്ടെ, അതിന്റെ കഴമ്പും! ലോകമേ, ഇതോർത്തു ചിരിക്കുന്നുവോ?
>
> (വള്ളത്തോൾക്കമ്പം)

ശൂദ്രൻ വേദം തർജമ ചെയ്തതിലുള്ള അമർഷം മനസിലടക്കി കഴിഞ്ഞുകൂടിയ സമകാലികരെ വി ടിക്ക് നേരിട്ടറിയാമായിരുന്നു. അവരെ മനസിൽ കണ്ടുകൊണ്ടാണ് അദ്ദേഹം ഇങ്ങനെയെഴുതിയതും. കവിയുടെ വാക്കുകളിൽ പറയട്ടെ, "കുറ്റിയറ്റിട്ടില്ലീ വംശം."

നാലപ്പാട്ടിന്റെ കവിതകളിൽ അലിഞ്ഞുചേർന്നിരുന്നതിന്റെ ഒരു ലഘുതൂലികാചിത്രം ഒരു പോസ്റ്റുകാർഡിൽ *ഉണ്ണി നമ്പൂതിരി*യുടെ പത്രാധിപർ വച്ചിരുന്നതു വി ടി, നാലപ്പാട്ടിനെക്കുറിച്ചെഴുതിയ ഒരു പ്രബന്ധത്തിൽ സ്മരിച്ചിട്ടുണ്ട്- "ആറുചാൺ നീളം, കറുത്തു കുറുതായ ദേഹം, ചെവിക്കുറ്റിയിൽ ഒരു തേഞ്ഞ പെൻസിൽകഷണം, ആരെക്കണ്ടാലും സാഹിത്യകാര്യവും അതിലധികം സാമുദായികകാര്യവും സംസാരിക്കുന്ന സ്വഭാവം, നാവിൽ എപ്പോഴും നാലപ്പാട്ടിന്റെ കവിത-ഇങ്ങനെ എപ്പോഴും ഓടിനടക്കുന്ന വി ടിയെ കണ്ടവരുണ്ടോ?" എന്നതായിരുന്നു കാർഡിലെ വരികൾ. ഉൽപ്പതിഷ്ണുവായ ഒരു ചിന്തകനും മേലേക്കിടയിലുള്ള ഒരു കവിയുമായി ഉയരാൻ കഴിഞ്ഞ നാലപ്പാട്ടിന്റെ വിപ്ലവബോധത്തെയും സാമൂഹ്യപരിഷ്കാരവ്യഗ്രതയെയും ഭാഷാസ്നേഹത്തെയും മനുഷ്യസ്നേഹത്തെയും പരിചയപ്പെടുത്തിത്തരുന്ന ആ ലേഖനത്തിൽ നാലപ്പാട്ടിന്റേതുപോലെ ലേഖകന്റെ വ്യക്തിത്വവും നാം കണ്ടെത്തുന്നു. വിക്ടർ ഹ്യൂഗോവിന്റെ *പാവങ്ങൾ* വി ടിയെ അങ്ങേയറ്റം ആകർഷിച്ച ഒരു ഗ്രന്ഥമത്രേ. നാലപ്പാട്ടിന്റെ പരിഭാഷയിലൂടെ ലഭിച്ച അസുലഭമായ ഭാഗ്യം കൃതജ്ഞതയോടും സന്തോഷത്തോടുംകൂടി വി ടി ഓർക്കുന്നതിങ്ങനെയാണ്:

> ഇരുളും വെളിച്ചവും തമ്മിൽ കിഴുതലമറിയുന്ന മനുഷ്യമനസിൽ അഗാധതയിലേക്ക് ചൂഴ്ന്നിറങ്ങി അവിടെ നടക്കുന്ന രാസപരിണാമങ്ങളെ നോക്കിക്കാണാനും വിലയിരുത്താനും ഈ ഗ്രന്ഥം നമുക്കു പ്രചോദനം തരുന്നു. ഭരണ പരിവർത്തനങ്ങളുടെയും യുദ്ധങ്ങളുടെയും രക്തപങ്കിലമായ അന്ധകാരത്തിനിടയിൽ മനുഷ്യാത്മാവിന്റെ പകൽ വെളിച്ചം, സത്യത്തിന്റെ തൂമിന്നൽപ്രഭ-നമുക്കിവിടെ നോക്കിക്കാണാം. (എന്നെ ഏറ്റവും *ആകർഷിച്ച പുസ്തകം*)

നാടുവാഴിത്തത്തോടും പൗരോഹിത്യത്തോടും യാഥാസ്ഥിതിക വിശ്വാസങ്ങളോടും നിർഭയം പൊരുതിയ പത്രപ്രവർത്തകനും ക്രാന്തദർശിയായൊരു സാഹിത്യാചാര്യനുമായ എ ബാലകൃഷ്ണപിള്ളയെ 'ഇരുപതാംനൂറ്റാണ്ടിലെ സോക്രട്ടീസാ'യിട്ടാണ് വി ടി ആദരിച്ചത്. അദ്ദേഹ

വുമായുള്ള അഞ്ചുമണിക്കൂർ നീണ്ടുനിന്ന സംഭാഷണം ആയിരമായിരം സംവത്സരങ്ങളിലൂടെ വികസിച്ചുവന്ന ഈ ബ്രഹ്മാണ്ഡത്തിന്റെ നാനാ മുഖങ്ങളെയും തനിക്കു കാണിച്ചുതന്നുവെന്നും "ചരിത്രം ഒരു സയൻസാണ്" എന്നു വിശ്വസിച്ച കേസരി അതിന്റെ മാർഗത്തിൽ അഭൂതപൂർവമായ ഒരു വിപ്ലവത്തിന്റെ കൊടുങ്കാറ്റ് അഴിച്ചുവിട്ടുവെന്നും വി ടി എഴുതിയിട്ടുണ്ട്.

നമ്മുടെ സാംസ്കാരികമണ്ഡലത്തെപ്പോലെ അശുദ്ധമായിത്തീർന്ന രാഷ്ട്രീയമണ്ഡലത്തിലെ അഴിമതികളെയും പേക്കൂത്തുകളെയും കുറിച്ചോർക്കുമ്പോൾ ആദർശവാദിയായ വി ടിയുടെ രോഷാഗ്നി കത്തിപ്പടരുന്നു. അതിന്റെ ജ്വാലകൾക്ക് എന്തൊരു ചൂടും വെളിച്ചവുമാണെന്ന് അദ്ദേഹത്തിന്റെ ഉപന്യാസങ്ങൾ വായിക്കുമ്പോൾ നമുക്കനുഭവപ്പെടുന്നു. സത്യം, സ്വാതന്ത്ര്യം, സമത്വം, മതേതരത്വം എന്നീ ശ്രവണസുഭഗമായ പദങ്ങളെയും അവയുടെ അർഥത്തെയും ദുരുപയോഗപ്പെടുത്തി പണ്ടത്തെ നാടുവാഴികളേക്കാൾ 'ചെറ്റ'കളായി ജീവിക്കുന്ന കക്ഷിരാഷ്ട്രീയക്കാരെ അദ്ദേഹം അതിനിശിതമായി വിമർശിക്കുന്നുണ്ട്, 'സ്വാതന്ത്ര്യം ആർക്ക്, എന്തിന്' എന്നൊരു ലേഖനത്തിൽ. യുക്തിവാദിയും സമത്വവാദിയുമായ വി ടി ഒരിക്കലും ഒരു പ്രത്യേക രാഷ്ട്രീയ സിദ്ധാന്തത്തിൽ വിശ്വസിച്ചില്ല. അദ്ദേഹം സങ്കുചിതമതത്തെയും അതിന്റെ വെളിച്ചപ്പാടുകളെയും അവർ സ്വന്തം ആവശ്യങ്ങൾക്കുവേണ്ടി വളർത്തിയെടുത്ത ഈശ്വരനെയും നിഷേധിക്കുകയും നിന്ദിക്കുകയും ചെയ്തിട്ടുണ്ട്. സംഘടിതവും സങ്കുചിതവുമായ ഭക്തിപ്രകടനങ്ങൾ അസഹ്യമായിത്തീരുന്നതു കണ്ട് അദ്ദേഹമെഴുതി

> ഇന്ന് അമ്പലങ്ങളിലും മറ്റു പുണ്യസ്ഥലങ്ങളിലും തീർഥാടനം ചെയ്യുക എന്നത് ഒരു ഫാഷനായിട്ടുണ്ട്. തപസുചെയ്ത് പരമശിവനിൽനിന്ന് മാരകായുധം നേടിയെടുത്ത രാവണനെപ്പോലെ പരദ്രോഹം ചെയ്യാനാണ് ഈ ഭജനയും പ്രാർഥനയും എന്നു വരുമ്പോൾ നാം എന്തു മനസിലാക്കണം?

ആസ്തിക്യബോധത്തെ ആദരിക്കുന്നു എന്നു സമ്മതിച്ചുകൊണ്ടാണ് ഇത്രയും കുറിച്ചിട്ടുള്ളതും. 'അഴിമതിയുടെ പ്രശ്ന'ത്തെപ്പറ്റി ചിന്തിച്ചപ്പോൾ വി ടിയുടെ സ്വരം കൂടുതൽ രൂക്ഷമാകുന്നുണ്ട്.

> കൈക്കൂലിയും സ്വജനപക്ഷപാതവും തീണ്ടാത്ത ഒരു രംഗം കേരളത്തിൽ ഇന്നില്ല. പൗരോഹിത്യത്തിനു ദാനം, സ്കൂളുകളിലും കോളേജുകളിലും സംഭാവന, ആപ്പീസുകളിൽ കൈമടക്ക്- കൈക്കൂലി എവിടേയുമില്ല. കൈക്കൂലി വാങ്ങുകയും കൊടുക്കുകയും ചെയ്യുന്നത് ശിക്ഷാർഹവുമാണ്. ഇതാണിന്നത്തെ അന്തരീക്ഷം. ടിക്കറ്റു വാങ്ങാൻ നാം സ്റ്റേഷനുകളിൽ ക്യൂ നിൽക്കാറുണ്ട്. എന്നാൽ പോർട്ടർ എന്ന മനുഷ്യൻ അവരെ മറികടന്ന്, ക്യൂവിനെ അതിലംഘിച്ച് ടിക്കറ്റ് വാങ്ങിക്കൊടുക്കുന്നു. ഈ പോർട്ടറുടെ

> ആത്മാവ് ക്ഷേത്രങ്ങളിലും ഭരണകൂടങ്ങളിലും വിഹരിക്കുന്നുണ്ട്. പുരോഹിതൻ, മന്ത്രി, മാനേജർ, എം എൽ എ തുടങ്ങിയ പേരുകളിൽ.

(*അഴിമതിയുടെ പ്രശ്നം*)

ജനാധിപത്യത്തിലധിഷ്ഠിതമായ പൗരബോധമുണ്ടെങ്കിലേ സജീവമായ ഒരാദർശനിഷ്ഠ പാലിക്കാൻ കഴിയൂ എന്നതാണ് അദ്ദേഹത്തിന്റെ ദൃഢവിശ്വാസം.

ആദർശനിഷ്ഠനും മനുഷ്യസ്നേഹിയും വിപ്ലവകാരിയുമായ ഒരു ചിന്തകനെ പലപ്പോഴുമലട്ടുന്ന മാനസികസംഘർഷം വി ടിയേയും അലട്ടിയിരുന്നു. വിഷാദാകുലമായ ഒരു മനസിന്റെ ചിത്രം നാം അതിൽ കാണുന്നു. ഒന്നിലും വിശ്വാസമില്ലായ്മ, എല്ലാറ്റിനോടും വൈരാഗ്യം, ഒന്നും നേരെയാവില്ലെന്ന തോന്നൽ. ഈയൊരു ചിന്താഗതി നമ്മുടെ രാഷ്ട്രീയ സാമൂഹ്യ സാംസ്കാരികമണ്ഡലങ്ങളിൽ നിസ്വാർഥമായി പ്രവർത്തിച്ചിരുന്ന മുൻതലമുറയിലെ ചിന്താശീലരെ ബാധിക്കുകയുണ്ടായി. ഒടുവിലൊടുവിൽ വി ടിയും അവരിൽനിന്നും വിഭിന്നനായിരുന്നില്ല. എന്നിട്ടും അദ്ദേഹം ജീവിതത്തിന്റെ നേട്ടവും കോട്ടവും കണക്കാക്കി നോക്കിയപ്പോൾ ആശ്വസിച്ചു:

> ജീവിതത്തിന്റെ കൊയ്ത്ത് മോശപ്പെട്ടില്ല. അതെനിക്ക് ആശയും വിശ്വാസവും തരുന്നു. ജീവിക്കണമെന്ന്, ജീവിതം കൊള്ളാവുന്നതാണെന്നും.

പഴയൊരു സുഭാഷിതത്തെ, അതിന്റെ യഥാർഥാക്ഷരങ്ങളിൽ, മനസിലാക്കിക്കൊണ്ടുതന്നെ വി ടിയെക്കുറിച്ചു പറയട്ടെ:

"സജാതോ യേന ജാതേന
യാതി വംശഃ സമുന്നതിം"

(*1983 ൽ വി ടി അനുസ്മരണസമ്മേളനത്തിൽ ഡോ. എം എസ് മേനോൻ അവതരിപ്പിച്ച പ്രബന്ധം.*)

ഭാഗം 1
അധമരേ

അധമരേ

സ്വാതന്ത്ര്യം ആർക്ക്, എന്തിന്?

അഴിമതിയുടെ പ്രശ്നം

ബഹുജനഹിതായ

മദ്യനിരോധനത്തെപ്പറ്റി അൽപ്പം

മനുഷ്യത്വമെന്ന മതം

നിഷ്കർമകാമം

ഗാന്ധിമാർഗത്തെപ്പറ്റി ചില ചിന്തകൾ

സത്യമെന്നത് ഇവിടെ മനുഷ്യനാകുന്നു

എന്റെ രാഷ്ട്രസങ്കൽപ്പം

ഒരേ പാത

എന്റെ മണ്ണ്

1

അധമരേ

വാളെടുത്തവരെല്ലാം വെളിച്ചപ്പാടന്മാരല്ല. തിരഞ്ഞെടുക്കപ്പെട്ടവരെല്ലാം ഭരണതന്ത്രജ്ഞന്മാരുമല്ല. ഈ വൈപരീത്യമാണ് ഇപ്പോൾ ഇവിടെ സംഭവിച്ചുകൊണ്ടിരിക്കുന്നത്. ഇതിന്റെ ആപൽഫലം സുശക്തവും ജനകീയവുമായ ഭരണസംവിധാനത്തിന്റെ ആനുകൂല്യം നമുക്ക് അനുഭവപ്പെടാതെപോകലാണ്.

നിയോജകമണ്ഡലത്തിൽനിന്ന് തിരഞ്ഞെടുപ്പിലൂടെ പൊന്തിവരുന്ന ജനപ്രതിനിധി ഏതെങ്കിലുമൊരു രാഷ്ട്രീയകക്ഷിയുടെ വക്താവായിരിക്കും. ഭരണരംഗങ്ങളിൽ അയാൾ ഉന്നയിക്കുന്ന വാദമുഖങ്ങളുടെ അന്തസ്സത്ത അവസാനനിമിഷത്തിൽ തന്റെ കക്ഷിയുടെ വളർച്ചയ്ക്കും വികാസത്തിനും കണ്ണുവച്ചുകൊണ്ടായിരിക്കും. ഭാരതത്തിൽ സുലഭമായി മുളച്ചുപൊന്തുന്ന ഏതു രാഷ്ട്രീയകക്ഷിയുടെയും പരമലക്ഷ്യം അതായിരിക്കണമല്ലോ. ലക്ഷ്യത്തിലും മാർഗത്തിലും പൊരുത്തമില്ലാത്ത കക്ഷിരാഷ്ട്രങ്ങളുടെ സമുച്ചയമായിത്തീരുന്നു, ജനങ്ങളോടു പൊരുത്തപ്പെടേണ്ട ഇവിടത്തെ ഭരണമണ്ഡലം. വിവാദം തെളിവെടുപ്പിന് അനുകൂലിക്കുന്നേടത്തോളം കാലം ഈ സംഘട്ടനം ആവശ്യവുമാണ്. പക്ഷേ, തലയെണ്ണിതിട്ടപ്പെടുത്തത്തക്കവിധം പ്രാധാന്യമർഹിക്കുന്ന ഗോവധനിരോധം, നിർബന്ധമതപരിവർത്തനനിഷേധം മുതലായ ആദർശസ്പർശികളായ പ്രശ്നങ്ങൾ വെറും രണ്ടു വോട്ടിന്റെ (അമ്പത്തൊന്നും നാൽപ്പത്തൊമ്പതും) ഭൂരിപക്ഷബലം ഉപയോഗിച്ച് തള്ളാനോ കൊള്ളാനോ ഇടവരുന്നത് ദുസ്സഹമാണ്. പ്രതിപക്ഷത്തിൽ അടിച്ചേൽപ്പിക്കുക അല്ലെങ്കിൽ അവരെ തേജോവധം ചെയ്യുക—ഇതല്ലേ അതിനാൽ ഉണ്ടാകുന്ന പ്രത്യാഘാതം? നിർണായകമായ ഇത്തരം സന്ദർഭങ്ങളിൽ സമ്മതിദായകരുടെ ഹിതാഹിതം രേഖപ്പെടുത്തുവാൻ ഭരണഘടനപ്രകാരം അവസരമില്ല.

അംഗീകരിച്ചുപോരുന്ന ജനാധിപത്യവ്യവസ്ഥയുടെ അപൂർണത വെളിവാകുന്നത് ഇവിടെ വച്ചാണ്.

'ഗ്രാമസ്വരാജ്' എന്ന ആശയം ഈ അപൂർണതയ്ക്കൊരു പരിഹാരമായി പരിണമിക്കാമെന്നു തോന്നുന്നു. കാരണം, വികേന്ദ്രീകരണമാണ് അതിന്റെ ആത്മാവ്. അതായത്, മനുഷ്യസമുദായത്തിന് അനായാസമായി സിദ്ധിച്ച പ്രകൃതിസമ്പത്തും അധ്വാനശീലത്താൽ നേടിയെടുത്ത വിഭവസമൃദ്ധിയും സമഭാവനയോടെ അനുഭവിക്കാനുള്ള മാനുഷിക തത്വസംഹിതയുടെ കളരിയും കലവറയുമാണ് ഗ്രാമസ്വരാജ്. ഇതൊരു സ്ഥിതിസമത്വസിദ്ധാന്തത്തിന്റെ രൂപരേഖയാണോ? ആയാലും അല്ലെങ്കിലും ആധുനികയുഗപ്രഭാവന്മാരിൽ നിന്നു കൈവന്ന ദാനസ്വത്തല്ല, നിശ്ചയം. പ്രപിതാമഹന്മാർ ജീവിതാനുഭവത്തിലൂടെ ആവിഷ്കരിച്ചതും കാലശേഷം കല്ലുവിളക്കിലെ കരിന്തിരിപോലെ കെട്ടടങ്ങിയതുമായ ഒരു ചൈതന്യവിശേഷമാണിത്.

മനുഷ്യരാശിയുടെ സാമൂഹ്യചരിത്രത്തിൽ ആദ്യമായി ഉടലെടുത്ത കൂട്ടുജീവിതത്തിന്റെ സങ്കേതമാണ് ഈ രംഗം. വളക്കൂറാർന്ന മണ്ണ്, ജലസമൃദ്ധി ഇങ്ങനെ പ്രകൃതിസുന്ദരവും സസ്യശ്യാമളവുമായ സമതലങ്ങളിൽ പ്രാചീനജനത കുടിയേറിപ്പാർത്തു. വയൽ ഉഴുതുമറിച്ചു ജീവിതവിഭവങ്ങൾ വിളയെടുത്തു. ശീതതാപാദി പ്രകൃതികോപങ്ങളിൽ നിന്നു രക്ഷനേടാൻ കുടിലുകൾ തീർത്തു കുടുംബജീവിതം തുടങ്ങിവച്ചു. വ്യക്തിപ്രഭാവത്തിനു നിദാനമായ അറിവും അനുഭവവുമുള്ള കരുത്തരിൽ സ്വാഭാവികമായി ജനനേതൃത്വം അന്തിയുറങ്ങി.

മനുഷ്യൻ സമൂഹജീവിയാണ്. ആശയങ്ങൾ കൈമാറാനും അഭിലാഷങ്ങൾ സാക്ഷാൽക്കരിക്കാനും വ്യക്തികൾ തിടുക്കംപൂണ്ടു. ശാലീനമായ വിജനസ്ഥലങ്ങൾ ആലോചനാമണ്ഡപങ്ങളായി മാറി. അങ്ങനെ നടത്തിയ ചർച്ചകളുടേയും തീരുമാനങ്ങളുടേയും സങ്കേതങ്ങൾ ഗ്രാമത്തിന്റെ തലസ്ഥാനമായി മാറി. സഹകരണത്തിന്റെയും സഹവർത്തിത്വത്തിന്റെയും ആവശ്യം കണ്ടറിഞ്ഞത് അങ്ങനെയാണ്. ക്രമത്തിൽ ഈ ഗ്രാമജീവിതം തളിരണിഞ്ഞു. ജനപദങ്ങൾ നാട്ടിലാകെ നിരന്നുവന്നു.

സ്വകാര്യമേഖല എന്നൊന്ന് അന്നില്ല. പ്രകൃതിവിഭവങ്ങൾ പൊതുമുതലാണ്. ജനതയുടെ ആവശ്യവും അഭിരുചിയും മുൻനിർത്തി ജനങ്ങൾ അധ്വാനിച്ചു. മിച്ചധാന്യങ്ങൾ ട്രസ്റ്റിഷിപ്പിന്റെ പേരിൽ സംരക്ഷിക്കുകയും സൂക്ഷിക്കുകയും ചെയ്തുപോന്നു. സ്വാശ്രയശീലവും സമൃദ്ധിയുമായിരുന്നു ഗ്രാമത്തിന്റെ ദേശീയമുദ്രാവാക്യം. സ്വാശ്രയതയിലും സ്വയംപര്യാപ്തതയിലും ഊന്നുന്ന ഒരു ജനാധിപത്യസംവിധാനമെന്ന നിലയിൽ പിന്നീടതു ദേശീയലക്ഷ്യമായി സ്വീകരിക്കപ്പെടുകയാണുണ്ടായത്.

ഇതിനനുയോജ്യമായ ഭരണസംവിധാനത്തിന്റെ അരങ്ങും അണിയറയുമായിരുന്നു ഗ്രാമക്ഷേത്രങ്ങൾ. അമ്പലം എന്ന വാക്കിന് വിദ്വജ്ജനങ്ങൾ ഒത്തുചേരുന്ന സാമുദായിക-സാമ്പത്തിക-സാംസ്കാരിക കലാപ

രങ്ങളായ വിവിധ ജീവിതവകുപ്പുകൾ ചർച്ചചെയ്തുപോന്ന സങ്കേതമെന്നാണ് വിവക്ഷ. വലിയമ്പലം, ചുറ്റമ്പലം, മുളയമ്പലം, കൂത്തമ്പലം എന്നീ സംജ്ഞകൾ ഇതിന് ഉദാഹരണമാണ്. ഏറെക്കഴിഞ്ഞശേഷമായിരിക്കും വിഗ്രഹാരാധനയും ബിംബപ്രതിഷ്ഠയും നിലവിൽ വന്നത്. എന്നാൽ, ജനങ്ങൾ ആസ്തികന്മാരായിരുന്നു, സംശയമില്ല. പക്ഷേ, അവർ അന്വേഷിച്ചിരുന്നതും ആദരിച്ചിരുന്നതും സ്തുതിപാഠകന്മാർക്കു സൗജന്യവും വിമർശകർക്കു വേദനയും നൽകുന്ന ഒരവതാരപ്രഭുവിനെയായിരുന്നില്ല.

കന്യാകുമാരിമുതൽ കാശ്മീർവരെ നീണ്ടിടംപെട്ടു കിടക്കുന്ന ആര്യാവർത്തത്തിന്റെ പ്രതാപവും പ്രശസ്തിയും ലോകജനതയെ ആകർഷിച്ചത് അക്കാലത്താണ്. വേദേതിഹാസങ്ങളുടെ വിളഭൂമി, സൂര്യൻ കിഴക്കുദിക്കുന്നു തുടങ്ങിയ ലോകോക്തികൾ വിരൽ ചൂണ്ടുന്നത് ഭാരതത്തിന്റെ ഈ നവോഥാനത്തിന്റെ നേർക്കാണ്.

അന്വേഷിക്കുക, അറിയുക, അനുഭവിക്കുക, ആസ്വദിക്കുക—ഇതായിരുന്നു ജീവിതത്തിന്റെ മൗലികലക്ഷ്യം. അതിനായി കഠിനമായി അധ്വാനിച്ചു. സമൃദ്ധിയും സമാധാനവും നേടിയെടുക്കുവാനും അവർക്കു കഴിഞ്ഞു. നചികേതസ്, ജഡഭരതൻ തുടങ്ങിയ വിശിഷ്ടാത്മാക്കൾക്കു ജന്മം കൊടുത്ത ഈ ഗ്രാമങ്ങൾ സ്വയം സമ്പൂർണങ്ങളായ റിപ്പബ്ലിക്കുകളായി ഉയർന്നു.

ഭാരതത്തിലെ ചരിത്രപ്രസിദ്ധിയാർജിച്ച പുണ്യസ്ഥലികൾ, ആദർശാത്മകങ്ങളായ കലാലയങ്ങൾ, മാതൃകാഭരണസമ്പ്രദായങ്ങൾ എല്ലാം ആ കാലത്തിന്റെ സംഭാവനകളായിരുന്നു. ഈ നവോത്ഥാനത്തിന്റെ ഐശ്വര്യം കേരളക്കരയെയും പുളകമണിയിച്ചിട്ടുണ്ട്. കേരളീയാചാരങ്ങളിൽ അതിന്റെ അനുരണനങ്ങൾ അടങ്ങിയിട്ടുണ്ട്. ആണ്ടറുതികളും ആഘോഷങ്ങളും അതിന്റെ അവശിഷ്ടമായി ഓർത്തുപോകും. ശുകപുരം, പന്നിയൂർ, പെരുമനം എന്നീ ഗ്രാമീണതകൾ ആ ജനപദജീവിതത്തിന്റെ മാതൃകകളല്ലെങ്കിൽ മറ്റെന്താണ്? കേരളചരിത്രം മാന്തിനോക്കിയാൽ ജനാധിപത്യത്തിന്റെ വേരും നാരും കണ്ടെത്തും.

പല തറകൾ ചേർന്ന നാടുകൾ, പല നാടുകൾ ചേർന്ന പ്രദേശവും, തറക്കാര്യങ്ങൾ തീരുമാനിക്കുവാൻ തറക്കാരണവന്മാരുടെ കൂട്ടം. മുഖ്യസ്ഥർ നാട്ടുകൂട്ടത്തിലേക്ക് തെരഞ്ഞെടുക്കപ്പെടുന്നു. നാട്ടിലെ പൊതുവായ കാര്യങ്ങൾ നാട്ടുകൂട്ടം ശ്രദ്ധിക്കുന്നു. ഇതിനും പുറമെ കേരളത്തിന്റെ ഭരണാധികാരിയെ തിരഞ്ഞെടുക്കുവാൻ തിരുനാവാമണൽപ്പുറത്ത് വ്യാഴവട്ടങ്ങളിൽ കൂടുന്ന മഹാകൂട്ടവും. അടിസ്ഥാനഭരണഘടകമായി ഗ്രാമങ്ങളെ അന്നുതന്നെ അംഗീകരിച്ചിരുന്നു. ഇതിന്റെ സാക്ഷാൽക്കരണത്തിന് ആവശ്യമായ ഒരു സംവിധാനക്രമമാണ് മഹാത്മജിയും സ്വപ്നം കണ്ടത്. ഉയിർത്തെഴുന്നേറ്റ ഇന്ത്യയുടെ നവോത്ഥാനത്തിന് ദേശീയപ്രസ്ഥാനം നൽകിയ സംഭാവനകളിലൊന്ന് ഈ ആശയമായിരുന്നു.

ഇന്നത്തെ ഭരണകൂടത്തിന്റെ വാസ്തുശിൽപ്പത്തിലും ആ മാതൃക കൈക്കൊണ്ടിട്ടുണ്ട്. മുനിസിപ്പാലിറ്റി, പഞ്ചായത്ത് എന്നിവ കേന്ദ്രീകരണ പ്രക്രിയക്കുള്ള കളരികളാണ്. അവയുടെ ചട്ടക്കൂടും അതുപോലെതന്നെ.

പ്രായപൂർത്തി വോട്ടവകാശത്തിലൂടെ ലോക്കൽ ബോഡികളിലേക്ക് - സ്വയംഭരണവേദിയിലേക്ക്--കയറിവരുന്ന ജനപ്രതിനിധികൾ പ്രായേണ രണ്ടുതരക്കാരാണ്. ഒന്ന്, ദയനീയരായ ഉധാസീനന്മാർ; മറ്റേത്, ആപൽക്കാരികളായ ക്ഷുദ്രജീവികൾ. രണ്ടും ജനാധിപത്യവ്യവസ്ഥയുടെ ശത്രുക്കളാണ്.

വീട്ടുനികുതി, തൊഴിൽനികുതി, ജലനികുതി, നിലനികുതി, വിനോദനികുതി, വിൽപ്പനനികുതി—ഇങ്ങനെ വികേന്ദ്രീകൃത സ്വയംഭരണസ്ഥാപനങ്ങളുടെയും തറയും തട്ടുംകൂടി നികുതിയിൽ വാർത്തെടുത്തവയാണ്. ഫലമോ? ജനതയുടെ നേരെ നടകൊട്ടിയടച്ച ഒരു കാട്ടമ്പലം.

റോഡുപണി, പാലംപണി, ചന്തലേലം, തോണിക്കടവുലേലം, മണൽലേലം ഇമ്മട്ടിൽ പുറംവരായ്കയും കുറവല്ല. എഞ്ചിനീയർമാരുടെ അനുഗ്രഹാശിസുകളോടെ കക്ഷത്തിൽ തോൽബാഗ് തിരുകി തൃക്കൺ പാർക്കാനെഴുന്നള്ളുന്ന കൊച്ചുതിരുമേനിമാരുടെ പ്രാർഥനാമന്ദിരങ്ങളാണ് മിക്ക ലോക്കൽബോഡികളും. ഇത്തരം പാകപ്പിഴകൾ ചൂണ്ടിപ്പറയുകയോ വിമർശിക്കുകയോ ചെയ്തുപോയാൽ ആ വ്യക്തിയേയും കക്ഷിയേയും 'ശയനപ്രദക്ഷിണം' വയ്പ്പിക്കുന്ന ഊരായ്മക്കാരും കാരായ്മക്കാരും അതിന്റെ കാവൽക്കാരാണ്.

രാജ്യത്തെമ്പാടും അലയടിക്കുന്ന അഴിമതികളുടേയും അതിക്രമങ്ങളുടേയും ഓളങ്ങളിൽ ഈ ഒതളങ്ങയും തെന്നിത്തെന്നി ഒഴുകുകയാണ്.

സ്വാതന്ത്ര്യസമരകാലത്ത് സർവവും സ്വേച്ഛയാ ബലിയർപ്പിച്ച ത്യാഗിവര്യന്മാരിൽ അവശേഷിച്ച ദേശാഭിമാനികൾ തന്നെയാണ് കുപ്രസിദ്ധമായ കൂറുമാറലിനും കാലുവാരലിനും നേതൃത്വം കൊടുക്കുന്നതെന്നറിയുമ്പോൾ ഇങ്ങനെ വിളിച്ചുകൂവാൻ തോന്നും: "അധമരേ....."

2

സ്വാതന്ത്ര്യം ആർക്ക്, എന്തിന്?

"**അ**ടുത്തകാലത്തൊന്നും ഇന്ത്യക്കു സ്വാതന്ത്ര്യം കിട്ടുകയില്ല. കിട്ടിയാൽ നമ്മെക്കൊണ്ട് അതു ഭരിക്കാനാവുകയില്ല." ദേശീയപ്രസ്ഥാനം കൊടുമ്പിരികൊണ്ടിരുന്ന കാലത്ത് അശുഭപ്രതീക്ഷയോടെ ഇങ്ങനെ മുറുമുറുത്തവരുണ്ട്. അത്തരമൊരു ചുറ്റുപാടായിരുന്നു അന്ന് ഇന്ത്യയിലും പ്രത്യേകിച്ചു കേരളത്തിലും. പാണ്ടിയിൽനിന്നു പെരുമാക്കന്മാരെ ക്ഷണിച്ചുവരുത്തി കേരളം ഭരിക്കാൻ അരിയിട്ടു വാഴ്ച നടത്തിയവരുടെ അനന്തരതലമുറയുടെ അധമർണത്വം ദയനീയമെന്നേ പറയേണ്ടൂ. കുരുമുളകിന്റെ വീര്യവും കുന്തുരുക്കത്തിന്റെ സുഗന്ധവും മണത്തറിഞ്ഞു കച്ചവടത്തിനായി കടൽപ്പുറത്തു കാൽകുത്തിയ വിദേശികൾ നാട്ടിലെ ധനസമൃദ്ധിയും നാട്ടുകാരുടെ മനശ്ശക്തിയും നിസ്തേജമാക്കി ഇവിടത്തെ ആധിപത്യം കൈയടക്കി. അതിന്ന് ഒറ്റുനിന്ന ജനതയ്ക്ക് മറ്റെന്തു പറയാനാവും? അമ്മട്ടിൽ ഇരുളടഞ്ഞ ഈ നാട്ടിന്ന് സ്വാതന്ത്ര്യലബ്ധി ഒരരുണോദയമായിരുന്നു.

ആദ്യത്തെ സ്വാതന്ത്ര്യദിനം ആഘോഷിക്കപ്പെട്ടപ്പോൾ രാജ്യസ്നേഹികളുടെ മുഖത്ത് ശുഭാപ്തിവിശ്വാസത്തിന്റെ തെളിനാളം വെട്ടിത്തിളങ്ങി. ആപ്പീസുകളുടെ മുകളിൽ ത്രിവർണപതാക ആടിക്കളിച്ചു. ഗാന്ധിത്തൊപ്പിക്കു പ്രിയംകൂടി. കോൺഗ്രസുകാർ വക്താക്കളും മറ്റുള്ളവർ ശ്രോതാക്കളുമായി മാറി. അപ്പോൾ മിതവാദികളുടെ വായ്ത്താരി ഇങ്ങനെയായി: "അടുത്തകാലത്തൊന്നും ഇന്ത്യ നന്നാകാൻ പോകുന്നില്ല. ബ്രിട്ടീഷുകാർക്കു പണ്ടേ ഇതറിയാം. പരസ്പരമത്സരം വളർത്തി വടക്കേവാതിലിൽക്കൂടി ഭരണകൂടത്തിൽ കയറിവന്ന കൂട്ടരാണിവർ. ആരെ

ന്തു പറഞ്ഞാലും മുസ്ലീം, ക്രിസ്ത്യൻ, ഹിന്ദുമതക്കാർ തമ്മിൽ യോജിപ്പു സാധ്യമല്ല.''

വാസ്തവത്തിൽ മറ്റെന്തിനേക്കാളും നമ്മെ അലട്ടുന്ന പ്രശ്നം വിഭാഗീയ ചിന്താക്കുഴപ്പമാണ്. പടിക്കൽ കണ്ടവും അമ്പലപ്പറമ്പും അന്യാധീനപ്പെടുത്തിക്കൊണ്ടു വിഭജനരേഖയിൽ ഒപ്പിട്ടതിൽ അരിശംമുഴുത്ത സനാതനികൾ കോൺഗ്രസിന്റെനേർക്കു കാർക്കിച്ചു തുപ്പിയ കഥ ഓർമിക്കേണ്ടതാണ്. പ്രാചീനകാലം മുതൽക്കേ മനുഷ്യൻ താലോലിച്ചു വരുന്ന താൽപ്പര്യമാണ് വർഗീയത. പ്രകൃതിയുടെ പ്രതിഭാസങ്ങളിൽ തന്റെ ഒപ്പും മുദ്രയും വാർന്നുവീഴുവാനാവശ്യമായ എല്ലാ വിദ്യകളും അപ്പപ്പോൾ കൈക്കൊണ്ടുപോന്നിട്ടുണ്ട്. ചന്ദ്രഗോളയാത്രക്കാർ അവിടെ നാട്ടിപ്പോന്ന കൊടിയുടെ പിന്നിൽക്കൂടി ഈ ശക്തിയുടെ ചൈതന്യം കാണാം. അപ്പോൾ സ്വാതന്ത്ര്യത്തിനുശേഷം ഇന്ത്യയിൽ പൊതുവിലും കേരളത്തിൽ പ്രത്യേകിച്ചും ഉണ്ടായ വികാസപരിണാമങ്ങളെ വ്യാഖ്യാനിക്കുകയും വിലയിരുത്തുകയും ചെയ്യുമ്പോൾ ഇവിടുത്തെ ജനങ്ങളുടെ മാനസികാവസ്ഥകൂടി കണക്കിലെടുക്കണമെന്നു ഞാൻ വിചാരിക്കുന്നു.

ഏതെങ്കിലുമൊരു രാജ്യം സ്വതന്ത്രമായി എന്നു കേട്ടാൽ ഇന്നാരും അത്ഭുതപ്പെടുകയില്ല., ആവേശം കൊള്ളുകയുമില്ല. കാരണം, സ്വാതന്ത്ര്യമെന്ന ആശയം പൂർവജന്മാർജിതമായ പുണ്യപാപമനുസരിച്ചു കൈവരുന്ന ഒരു ദിവ്യാനുഭൂതിയാണെന്ന് ഇന്നാരും വിശ്വസിക്കുന്നില്ല. അതിന്റെ അന്തസ്സത്ത അറിയാനും ആസ്വദിക്കാനും കഴിവുറ്റ ഒരു ജനത ഇവിടെ വളർന്നുകഴിഞ്ഞിട്ടുണ്ട്. ഈ ധൃതിപിടിച്ച ലോകത്തിന് ആലസ്യത്തേയും അടിമത്തത്തേയും പോറ്റിവളർത്താൻ ഇടമില്ല. സ്വാതന്ത്ര്യമെന്ന ആശയത്തിനുതന്നെ ഇന്നു വിലയിടിഞ്ഞിരിക്കുന്നു. കമ്മട്ടത്തിൽ അടിച്ചിറക്കുന്ന കള്ളച്ചരക്കുകളുടെ പ്രചരണവും അതിന് ഒരു കാരണമാകാം. എങ്കിലും സ്വതന്ത്രരാഷ്ട്രത്തിലെ പൗരനെന്ന പദവി നാം നേടി. അതിനുശേഷം നാം വെട്ടിത്തെളിച്ച വഴിത്താരയിലേക്കു തിരിഞ്ഞുനിന്ന് അവശിഷ്ടങ്ങളെ നോക്കിക്കാണുന്നത് ഒരാവശ്യവും ആശ്വാസവുമാണ്. പരിവർത്തനത്തിന്റെ ആശ്ചര്യജനകമായ ഒരു വെള്ളപ്പൊക്കംതന്നെ ഇവിടെ നടന്നു. അതിന്റെ ഓളവും ചുഴിയും കരയ്ക്കുനിന്നു കാണുവാനല്ല, നടുപ്പുഴയിലേക്കു മുതലക്കൂപ്പുകുത്തി വിഹരിക്കാനും സാധിച്ചാൽ അത് ആരോഗ്യകരമായ ഒരനുഭവമായിരിക്കും. അതിനാൽ 'ഇരുപതാം നൂറ്റാണ്ടിലെ ഇതിഹാസ'ത്തിലെ ജീവിക്കുന്ന കഥാപാത്രമാകാൻ സാധിച്ചതുതന്നെ നമ്മുടെ ഭാഗ്യം.

എന്നാൽ ഇന്ത്യയ്ക്കു സ്വാതന്ത്ര്യം കൈവന്നകാലത്തെ അവസ്ഥ ഇതായിരുന്നുവോ? ഭൂതകാലാനുഭവങ്ങളുടെ മധുരസ്വപ്നങ്ങളിൽ മുഴുകി ദിനരാത്രങ്ങൾ നയിക്കുകയായിരുന്നു ഇവിടത്തെ അധ്വാനിക്കുന്ന

ജനവിഭാഗങ്ങൾ. പാരതന്ത്ര്യത്തിൽ പിറന്ന് അത്യധ്വാനത്തിന്റെ തീച്ചൂളയിൽ വാടി പ്രതീക്ഷകളുടെ കൂമ്പടഞ്ഞു നിലംപൊത്തിയ ഇവർക്ക് ഋദ്ധിമത്തായ ഒരു ഭാവിയെപ്പറ്റി സ്വപ്നംകാണാൻ തക്ക ഉൽബുദ്ധതപോലും നഷ്ടപ്പെട്ടിരിക്കുന്നു. പാരമ്പര്യവഴിക്കു കൈവന്ന ജീവിതസൗകര്യങ്ങൾ ആധുനികപരിഷ്കാരങ്ങളുടെ പേരിൽ അന്യർ അപഹരിക്കാതിരിക്കണമെന്നു മാത്രമായിരുന്നു അവരുടെ അഭിലാഷം. ബ്രിട്ടീഷുകാർ ഇവിടത്തെ സ്വത്തുക്കൾ അപഹരിക്കുന്നവരാണെന്ന് എങ്ങനെയോ ഈ പാവങ്ങൾ അറിഞ്ഞിട്ടുണ്ട്. അവർ പോയിക്കഴിഞ്ഞാൽ സ്വതന്ത്രമായി പണിയെടുക്കാം, സമ്പാദിക്കാം, സുഖിക്കാം എന്ന് ആശിച്ചു. ഈ ഉത്തേജനം സാമാന്യജനതയിൽ ഉടലെടുത്തത് പാശ്ചാത്യവിദ്യാഭ്യാസം സിദ്ധിച്ച ഉപരിവർഗത്തിൽനിന്നാണ്. പഠിപ്പും പ്രാപ്തിയുമുള്ള തങ്ങൾക്ക് ആകാവുന്നിടത്തോളം ഉയരാൻ വൈദേശികമേധാവിത്വം അനുവദിക്കാത്തതിലുള്ള അമർഷമായിരുന്നു അവരുടെ പ്രേരണയുടെ അടിസ്ഥാനം. പതിനെട്ടാം നൂറ്റാണ്ടിലെ വ്യാവസായികയുഗം ഇന്ത്യയിലും വളർത്തിയെടുക്കാൻ സാധിച്ചാൽ നേട്ടങ്ങളുണ്ടാകുമെന്നതിനാൽ ഇവിടത്തെ വൻവ്യവസായികളും ഇതിനു പിന്തുണ നൽകി. ഇവർതന്നെയാണ് ഇന്ത്യൻനാഷണൽ കോൺഗ്രസിന് ആദ്യകാലങ്ങളിൽ പണംകൊടുത്തു പ്രോത്സാഹിപ്പിച്ചത്. എന്നാൽ അക്കാലത്ത് അവർ ഒരിക്കലും ആശിച്ചിട്ടില്ല, ഇവിടെ ഒരു സോഷ്യലിസ്റ്റ് വ്യവസ്ഥ കെട്ടിപ്പടുക്കണമെന്ന്. ജാലിയൻവാലാബാഗിൽ മരിച്ചതും ഉപ്പുസത്യഗ്രഹത്തിൽ ലാത്തിത്തല്ലേറ്റതും ക്വിറ്റിന്ത്യാസമരത്തിൽ പീഡനമനുഭവിച്ചതും ഇവിടത്തെ ഇടത്തരക്കാരായ പാവങ്ങളാണ്; ലാഭമെടുത്തത് ധനികരും.

ഞാനുരുമ്മി നിന്നിരുന്ന ജന്മിത്തമാകട്ടെ തഴച്ചുനിന്നിരുന്ന നാട്ടുരാജ്യങ്ങൾ അലറി നിലംപതിച്ചപ്പോൾ തലയിൽ കൈവച്ചു നിലവിളിക്കുകയാണു ചെയ്തത്. ആ മരക്കൊമ്പിൽ തൂങ്ങുന്ന വാവലുകൾക്കു സ്ഥാനഭ്രംശം നേരിട്ടുവെങ്കിലും വൃക്ഷത്തണലിൽ മുരടിച്ചുനിന്നിരുന്ന അനേകം ചെടികൾ സ്വാഭാവികമായി വളർന്നു പുഷ്പഫലാഢ്യമായി എന്ന ഒരു മെച്ചവും അതിനുണ്ടായിരുന്നു. ഭൂസാമിത്വം നഷ്ടപ്പെട്ടതിനാൽ ഉരുളയുരുട്ടുവാൻ വകയില്ലാതായിപ്പോയ ചെറുജന്മികളുടെ കഥയോ? ചോദ്യം ഹൃദയസ്പർശിയാണ്, സംശയമില്ല. ജന്മി-കുടിയാൻ പ്രക്ഷോഭം ഉടലെടുത്തപ്പോൾ പാട്ടംപറ്റി ജീവിക്കാതെ പാടത്തിറങ്ങി പണിയെടുത്തു ശീലിക്കുവാൻ ആഹ്വാനമുണ്ടായിട്ടും അതു ശ്രദ്ധിക്കപ്പെട്ടില്ല. സ്വന്തം കൃഷിചെയ്യാനാഗ്രഹിക്കുന്നവർക്ക് കൈവശം കിട്ടാത്ത സന്ദർഭത്തിൽ അനങ്ങാൻ തയാറില്ലാത്തതിനാൽ പറ്റിപ്പോയ ഈ പാകപ്പിഴയ്ക്കു മറ്റാരുമല്ല കുറ്റക്കാരൻ. തലമുറതലമുറയായി ശീലിച്ചുപോന്ന താൽപ്പര്യങ്ങളും രുചിഭേദങ്ങളും പരിത്യജിച്ച് ഒരു നവോത്ഥാനത്തിലേക്കു മുന്നേ

റാൻ അവർ ഇഷ്ടപ്പെട്ടതുമില്ല. ഓടുന്ന വണ്ടിയിൽ അലസനായി ഉറങ്ങുന്ന യാത്രക്കാരൻ മാറിവരുന്ന ചുറ്റുപാട് കാണുകയില്ല. വണ്ടിനിന്ന് ഉറക്കം തെളിഞ്ഞു പുറത്തുവരുമ്പോൾ കാണുന്ന കാഴ്ച അയാളെ അസ്വസ്ഥ നാക്കും. മാറിയ കാലദേശാവസ്ഥകളിൽ ഇണങ്ങി ജീവിക്കാൻ അയാൾ പഠിക്കണം. ഏതു പരിവർത്തനത്തിന്റേയും പരിണതഫലമതാണ്.

ഭൗതികതത്വശാസ്ത്രത്തിന്റെ വെളിച്ചത്തിൽ പുതിയ ഒരു സാംസ്കാരികനവോത്ഥാനം വഴി സ്വതന്ത്രരാഷ്ട്രത്തിന്റെ ജനാധിപത്യപരമായ സമ്പൽസമൃദ്ധിയും സാംസ്കാരികവ്യവസ്ഥയും കൈവരുത്താനാവശ്യമായ സാമൂഹ്യപരിവർത്തനം പ്രാവർത്തികമാക്കാൻ ഇവിടത്തെ ഭരണാധികാരികൾക്കും കഴിഞ്ഞിട്ടില്ല. ഇന്ത്യയ്ക്ക് സ്വാതന്ത്ര്യമല്ല, സ്വയംഭരണാവകാശമാണ് കിട്ടിയിരിക്കുന്നത്. വിദേശീയർ ഇരുന്നിരുന്ന ഭരണമണ്ഡലങ്ങളിൽ സ്വദേശീയർ ഇരുപ്പുറപ്പിച്ചു. സ്ഥിതിസമത്വം, ജാതിമതവർഗരാഹിത്യം തുടങ്ങിയ ആശയങ്ങൾ വന്നുകഴിഞ്ഞാൽ അധികാരക്കസാലകളിൽനിന്ന് എഴുന്നേൽക്കേണ്ടിവരുമെന്ന് അവർക്കറിയാം. പണ്ടത്തെ മതസ്പർധയും ജാതിവഴക്കും വരുത്തിവച്ച വിനകളെന്തോ അതൊക്കെ ത്തന്നെയാണ് ഇന്നത്തെ കക്ഷിരാഷ്ട്രീയവും വരുത്തിവച്ചിട്ടുള്ളത്.

മതേതരത്വം എന്ന ആശയം വിഭാഗീയചിന്താഗതികൾ തമ്മിൽ ഏറ്റുമുട്ടാതിരിക്കുവാനുള്ള ഉപാധിയാണ് എന്നു സ്പഷ്ടം. പക്ഷേ, സാമൂഹ്യനേതൃത്വം ഉദാസീനത കൈക്കൊണ്ടതുമൂലം ഓരോ മതവും ഓരോ ജാതിയും അവരുടേതായ വളർച്ചയ്ക്കും വികാസത്തിനും നിലകൊള്ളുകയാണിന്ന്. ക്രിസ്ത്യാനികൾ അധിവസിക്കുന്നിടത്ത് ജില്ല വേണം. വിദ്യാലയങ്ങളും കോളേജുകളും അവർക്കു വീതിച്ചുകിട്ടണം. കച്ചവടങ്ങളും വ്യവസായങ്ങളും അവരുടെ ഓഹരിയിലാവണം. ഇവിടത്തെ സാമ്പത്തികവും സാംസ്കാരികവുമായ ഓരോ മണ്ഡലവും ഓരോ മതത്തിനും ഓരോ വർഗത്തിനും പിടിച്ചടക്കാനുള്ള ബദ്ധപ്പാടാണിന്ന്. ചുരുക്കത്തിൽ മാനുഷികമൂല്യങ്ങളിലധിഷ്ഠിതമായ ഒരു പരിവർത്തനത്തെ സംബന്ധിച്ച വീക്ഷണംപോലും പരിഷ്കൃതമ്മന്യരെന്നഭിമാനിക്കുന്ന നമ്മുടെ നേതാക്കൾക്ക് ഇല്ല. സ്വാതന്ത്ര്യം, സമത്വം എന്നീ സുന്ദരപദങ്ങളുപയോഗിച്ച് വോട്ടുപെട്ടിയിലൂടെ അധികാരം പിടിച്ചെടുത്ത് ജനനേതാക്കന്മാരായി പണ്ടത്തെ നാടുവാഴിപ്രഭുക്കളെപ്പോലെ അലസജീവിതം നയിക്കുന്ന ചെറ്റകളാണ് അവർ എന്ന് ഓരോ പൗരനും മനസിലാക്കിയാലേ ഈ രാജ്യത്ത് അഭിവൃദ്ധിക്ക് പ്രത്യാശയുള്ളൂ.

വിദ്യുത്ച്ഛക്തി, അണക്കെട്ടുകൾ, വ്യവസായസ്ഥാപനങ്ങൾ, ഗതാഗതസൗകര്യങ്ങൾ, സർവകലാശാലകൾ ഇങ്ങനെ പദ്ധതികളുടെ നേട്ടങ്ങളുടെ നീണ്ട പട്ടികകൾ ഇവിടെ നിരത്തിവയ്ക്കപ്പെടുന്നു. അതേസമയത്ത് കള്ളനോട്ടടിക്കൽ, കള്ളക്കടത്ത്, കൈക്കൂലി, കാലുമാറ്റം,

കൃത്രിമം ഇതൊക്കെ പകൽവെളിച്ചത്തിലും നിർല്ലോഭം പെരുകുന്നുണ്ടെന്നു വിസ്മരിച്ചുകൂട. പണവും കുറെ തെമ്മാടികളും കൈവശമുള്ളവർക്ക് ഈ രാജ്യം സ്വർഗമാണ്. മറ്റുള്ളവർക്ക് നരകവും. സത്യം, ധർമം, ദയ, നീതി തുടങ്ങിയ വിശിഷ്ടാശയങ്ങൾക്കൊന്നും ഇവിടെ സ്ഥാനമില്ല. അവ നാമെടുക്കുന്നിടത്തെല്ലാം നിയമത്തിന്റെ വേലി പൊളിച്ചു കാർന്നു തിന്നുവാൻ കാട്ടാടുകൾ കാത്തുനിൽക്കുന്നു. സ്വാതന്ത്ര്യത്തിന്റേയും സമത്വത്തിന്റേയും പേരിൽ നാം മനുഷ്യത്വത്തിൽനിന്ന് കാടത്തത്തിലേക്കു മടങ്ങിപ്പോവുകയാണോ?

മതത്തിന്റേതായാലും രാഷ്ട്രത്തിന്റേതായാലും അന്ധത അന്ധത തന്നെയാണ്. അർധരാത്രിയിൽ വീട്ടിൽ കയറിച്ചെന്ന് ഉറങ്ങിക്കിടക്കുന്നവരെ ഹിംസിക്കുകയും അവരുടെ സ്വത്ത് അപഹരിക്കുകയും ചെയ്യുന്നത് തനി കാടത്തമാണ്. സാമ്പത്തിക സമീകരണപ്രസ്ഥാനത്തിന്റെ പേരിൽ അവർ ഇതൊരു പുണ്യകർമമായി കണക്കാക്കുന്നു. തീവ്രവാദികളായ ഈ യുവാക്കൾ പ്രകൃത്യാ ദേശസ്നേഹികളും നല്ലവരുമാണ്. പൗരോഹിത്യം ജനങ്ങളിലെന്നതുപോലെ ഒരു സ്ഥാപിത താൽപ്പര്യത്തിന്റെ പ്രേരണ ഇവരെ വഴിതെറ്റിക്കുകയാണ്. ഈ തീവ്രവാദികൾ പൊതുവേദികളിൽ മാനിക്കപ്പെടുകയും പൂജിക്കപ്പെടുകയും ചെയ്യുന്നു. അതും അവർക്കു പ്രോത്സാഹനകരം തന്നെ. കൊടുങ്ങല്ലൂർ ക്ഷേത്രനടയിൽ അവിടത്തെ വെളിച്ചപ്പാട് ആടുകളേയും കോഴികളേയും തിന്തിരുവടിയുടെ പ്രീതിക്കായി കശാപ്പുചെയ്യുന്നു. പൊതുജനം ഈ വെളിച്ചപ്പാടിനേയും ആരാധിക്കുന്നു. ഇയാൾ മതാന്ധതയുടെ കോമരമാണ്. തീവ്രവാദിയാകട്ടെ രാഷ്ട്രീയാന്ധതയുടെ കോമരവും. ഈ രണ്ടു കലിതുള്ളലും സമുദായത്തിനു ദ്രോഹം ചെയ്യുന്നു.

മതേതരത്വത്തിന്റെ സ്ഥിതിയോ? അതു വ്യക്തിയിലൊതുങ്ങി നിൽക്കണമെന്നാണ് രാഷ്ട്രത്തിന്റെ താൽപ്പര്യം. ആസ്തികനും നാസ്തികനും സമുദായത്തിൽ സഹവർത്തിത്വത്തോടെ ജീവിക്കാവുന്ന ഒരന്തരീക്ഷം സൃഷ്ടിക്കലാണ് അതിന്റെ ലക്ഷ്യം. പക്ഷേ, ഇവിടെ ആരാധനയുടെയും അമ്പലങ്ങളുടെയും പള്ളികളുടെയും പേരിൽ വർഗീയ വിദ്വേഷം ആളിപ്പടരാനുള്ള ദുഷ്പ്രവണത നടമാടുന്നുണ്ട്. ഈശ്വരവിശ്വാസം നല്ലതോ ചീത്തയോ എന്നതു വ്യക്തിനിഷ്ഠമായ കാര്യമാണ്. പക്ഷേ, ഇവിടെ ഈ ഭക്തിപ്രകടനം ജീവിതയുദ്ധത്തിന്റെ വിജയകാഹളമായി കണക്കാക്കുന്നു. ഈശ്വരസാക്ഷാൽക്കാരംകൊണ്ട് എന്താണു സിദ്ധിക്കേണ്ടത്? പുനരാവൃത്തിഹീനമായ ഒരു ജന്മസാഫല്യം. പക്ഷേ, ഇന്നു ദേവാലയങ്ങളിൽ നടക്കുന്ന പ്രാർഥനയുടെ അന്തസ്സത്ത ഇതാണോ? കാമമദമോഹമത്സരങ്ങളുടെ ഉത്തേജനത്തിന് ഈശ്വരന്റെ പേരിൽ 'സ്വയംപ്രത്യായനം' നടത്തി കരുത്താർജിക്കുകയല്ലേ ചെയ്യു

ന്നത്? പഴയ പുരാണങ്ങളിൽ തപസുകൊണ്ട് ചിലർ മഹത്തായ കാര്യങ്ങൾ നേടിയെടുത്തതു കാണാം. സർവൈശ്വര്യവും ചൂഴുന്ന ലങ്കയുടെ അധിപനായ രാവണൻ തീവ്രതപസനുഷ്ഠിച്ചു കരുത്താർജിച്ചതെന്തിന്? തന്റെ അധൃഷ്യത്വം നിലനിർത്തപ്പെടാൻ. ആ രാവണന്റെ മനോഭാവം നമുക്കുമുണ്ട്. നാം പ്രാർഥിക്കുന്നതും വഴിപാടു ചെയ്യുന്നതുമെല്ലാം സ്വന്തം അധൃഷ്യത്വം നിലനിർത്തുവാനാണ്. അന്യർക്കു ദ്രോഹമില്ലാതെ ജീവിക്കാനല്ല. അതുകൊണ്ട് സംഘടിതമതവും സങ്കുചിതമായ ഭക്തി പ്രകടനങ്ങളും ഒരു ഉത്തമമനുഷ്യനെ വാർത്തെടുക്കുവാൻ ഉപകരിക്കുകയില്ല. ഇന്നുണ്ടായിക്കൊണ്ടിരിക്കുന്ന വിഭവസമൃദ്ധി ഈ പ്രാർഥനയുടെയും തപസിന്റെയും ഫലവുമല്ല. പഴയ തലമുറയുടെയും പുതിയ തലമുറയുടെയും ഇടയിലുള്ള ഈ അന്തരം ലഘൂകരിക്കുവാൻ ശാസ്ത്രീയചിന്തയ്ക്കേ കഴിയൂ. വെറും ഉദ്യോഗത്തിനുവേണ്ടിയുള്ള വിദ്യാഭ്യാസവും തൊഴിലില്ലായ്മയുമാണ് ഈ അന്ധതകളെ അനുകരിക്കാനുള്ള പ്രേരണ നൽകുന്നത്. മറ്റൊന്നും ചെയ്യാനില്ലെങ്കിൽ ശബരിമലയ്ക്കു നോൽമ്പിടുക, മറ്റൊന്നും ചെയ്യാനില്ലെങ്കിൽ കള്ളനോട്ടടിക്കുക, മറ്റൊന്നും ചെയ്യാനില്ലെങ്കിൽ പാവപ്പെട്ട പെണ്ണുങ്ങളെ വിവാഹം ചെയ്തു വേശ്യാലയങ്ങളിലേക്കു വിറ്റു പണമുണ്ടാക്കുക, മറ്റൊന്നും ചെയ്യാനില്ലെങ്കിൽ അഞ്ചുറുപ്പിക പ്രതിഫലം വാങ്ങി ലോറിയിലോ കാറിലോ പോയി രാഷ്ട്രീയകക്ഷികളുടെ ശക്തിപ്രകടനങ്ങളിൽ പങ്കെടുക്കുക– ചുരുക്കത്തിൽ ഇവിടത്തെ ജനസമുദായത്തെ സർക്കസിലെ വളർത്തുമൃഗങ്ങളെപ്പോലെ കീഴടക്കിക്കഴിഞ്ഞിരിക്കുന്നു കക്ഷിരാഷ്ട്രീയക്കാർ.

ജനാധിപത്യസോഷ്യലിസം പ്രാവർത്തികമാക്കുന്ന തിരക്കിലാണ് ഇവിടത്തെ ജനനേതാക്കൾ. അതു വേണ്ടതാണ്. പക്ഷേ, സാമ്പത്തിക സമീകരണപ്രക്രിയയിൽ മനസിന്റെ സമനില പാലിക്കാൻ സാധിക്കാത്തതു വ്യസനകരമാണ്. ധനികനായി ജനിച്ചു എന്നത് ഒരാളുടെ കുറ്റമല്ല; ദരിദ്രനായി പിറന്നതും. ഇവർ തമ്മിൽ ഒരു സംഘട്ടനത്തിനു വഴിവയ്ക്കുന്നവിധം വിദ്വേഷജന്യമായ ഒച്ചപ്പാടുകൾ ഉണർത്തുന്നത് യഥാർഥ സോഷ്യലിസത്തെ അപകടപ്പെടുത്തുകയേ ചെയ്യൂ. അപ്പോൾ ആവശ്യത്തിലധികം മുതൽ കൈവശം വെയ്ക്കുന്നതും ധൂർത്തടിക്കുന്നതും സമൂഹത്തോടു ചെയ്യുന്ന അധർമമാണെന്ന വൈജ്ഞാനികബോധം ഉണർത്തുന്ന ഒരു സാംസ്കാരികമണ്ഡലം ഇവിടെ ഉണ്ടാകേണ്ടിയിരിക്കുന്നു. ഈ ആശയം പുണ്യപാപങ്ങളുടെ പേരിൽ പണ്ടുള്ളവരും കൈക്കൊണ്ടുപോന്നിട്ടുണ്ട്. ട്രസ്റ്റീഷിപ്പ് എന്ന സിദ്ധാന്തം അംഗീകരിക്കപ്പെട്ടത് അങ്ങനെയാണ്. മനഷ്യന്റെ പ്രാഥമികജീവിതാവശ്യങ്ങൾ എല്ലാവർക്കും ആസ്വദിക്കുമാറാകണം. ഊണ്, ഉടുപ്പ്, ആരോഗ്യസംരക്ഷണം, വിദ്യാഭ്യാസം, കലാസ്വാദനം ഇങ്ങനെ എല്ലാ മണ്ഡലത്തിലും കയറി

പ്പറ്റാനുള്ള അവസരം ഒരു സോഷ്യലിസ്റ്റ് വ്യവസ്ഥയിൽ വരുമ്പോൾ വിദ്വേഷത്തിന്റെ പ്രശ്നമേയില്ല. പശുവിനെ കൊന്നു ചെരുപ്പു ദാനംചെയ്യുന്ന വിധത്തിൽ ഉള്ളവന്റെ സ്വത്ത് നിയമാനുസാരം പിടിച്ചടക്കി ഇല്ലാത്തവനു ദാനംചെയ്യുക എന്ന പേരിൽ വോട്ടുപിടിക്കലാണു നടക്കുന്നത്. അവകാശവാദം മുഴക്കുമ്പോൾ അർഹതയെപ്പറ്റിയ ആലോചനകളും കണക്കിലെടുക്കേണ്ടതുണ്ട്. വ്യക്തിയും വ്യക്തിയും തമ്മിലുള്ള അവകാശാധികാരങ്ങളുടെ അതിർത്തി പരസ്പരം കാത്തുസൂക്ഷിക്കുന്ന ഒരു സാംസ്കാരിക ബോധം വളർത്തിയാൽ മാത്രമേ ശരിക്കുള്ള ജനാധിപത്യം കെട്ടിപ്പടുക്കാനാവൂ. അതിനാവശ്യമായ വെളിച്ചവും സംസ്കാരവും സാമ്പത്തികവ്യവസ്ഥയോടൊപ്പംതന്നെ പുരോഗമിച്ചില്ലെങ്കിൽ ആ പഴയ ജന്മിയുടെ കിടപ്പറയിൽത്തന്നെ ഇന്നത്തെ പണക്കാരൻ അഭയംപ്രാപിക്കും. വികേന്ദ്രീകരണം, സ്വാശ്രയശീലം, സമത്വം എന്നീ പദങ്ങൾകൊണ്ട് ഗാന്ധിജി തുടങ്ങിയവർ വിവക്ഷിച്ചതും ഇതുതന്നെയായിരിക്കണം.

3

അഴിമതിയുടെ പ്രശ്നം

കൊല്ലവർഷം 1080 ൽ ആണെന്നു തോന്നുന്നു ബ്രാഹ്മണാധിപത്യത്തെ കുലുക്കിയുണർത്തിയ ഒരു സംഭവം നടന്നു-കുറിയേടത്തു താത്രി എന്ന ഒരന്തർജനമായിരുന്നു അതിലെ കഥാനായിക. വാഴ്ചയൊഴിഞ്ഞ വലിയതമ്പുരാൻ എന്നു വിഖ്യാതനായ കൊച്ചിമഹാരാജാവ് ഈ പുംശ്ചലിയെ ചാലക്കുടിവച്ച് ഔദ്യോഗികാധികാരമുപയോഗിച്ചു വിചാരണ നടത്തി. അവരുമായി ലൈംഗികബന്ധം പുലർത്തി എന്ന കാരണത്താൽ അറുപതു മഹാരഥന്മാരെ പടിയടച്ചു പിണ്ഡംവയ്ക്കുക എന്നതായിരുന്നു അന്നത്തെ ദയനീയമായ ആ സംഭവം. ആനക്കാരൻ മുതൽ ആഢ്യൻനമ്പൂതിരിവരെ എല്ലാ വിഭാഗത്തിലുള്ളവരും അവരിൽ ഉൾപ്പെട്ടിരുന്നു. എട്ടോ ഒമ്പതോ വയസു പ്രായമായിരുന്ന എന്നെ ഈ സംഭവം കിടിലംകൊള്ളിച്ചിട്ടുണ്ട്.

മുതിർന്നശേഷം ദേശീയപ്രസ്ഥാനത്തിലേക്കു കയറിപ്പറ്റിയപ്പോൾ ഈ ചിന്താഗതി എന്റെ മനസിൽ പച്ചപിടിച്ചുനിന്നിരുന്നു. ലൈംഗികമായ ഈ അഴിമതി അന്നു കേവലം സാമുദായികമായിരുന്നുവെങ്കിൽ ഇന്നു സാർവത്രികമായ ഒരു യാഥാർഥ്യമായിത്തീർന്നിരിക്കുന്നു എന്നതിന് പട്ടണത്തിലും ഗ്രാമത്തിലും പെരുകിവരുന്ന ചുകന്ന തെരുവുകൾ ഉദാഹരണമാണ്.

കൈക്കൂലിയും സ്വജനപക്ഷപാതവും തീണ്ടാത്ത ഒരു രംഗം കേരളത്തിലിന്നില്ല. ഘനം വച്ചാൽ കടലാസു പറക്കില്ലെന്നാണല്ലോ പ്രകൃതിനിയമം. എന്നാൽ ഔദ്യോഗികമായ മേശപ്പുറങ്ങളിലെ കടലാസുകൾ നീങ്ങണമെങ്കിൽ ഘനംവയ്ക്കണമെന്നായിത്തീർന്ന ഒരു കാലമാണിന്ന്. പൗരോഹിത്യത്തിനു ദാനം, സ്കൂളുകളിലും കോളേജുകളിലും സംഭാവന, ആപ്പീസുകളിൽ കൈമടക്ക്-കൈക്കൂലി എവിടേമില്ല. കൈക്കൂലി

വാങ്ങുകയും കൊടുക്കുകയും ചെയ്യുന്നത് ശിക്ഷാർഹവുമാണ്! ഇതാണിന്നത്തെ അന്തരീക്ഷം.

ടിക്കറ്റ് വാങ്ങാൻ നാം സ്റ്റേഷനുകളിൽ ക്യൂ നിൽക്കാറുണ്ട്. എന്നാൽ പോർട്ടർ എന്ന മനുഷ്യൻ അവരെ മറികടന്ന് ക്യൂവിനെ അതിലംഘിച്ചു ടിക്കറ്റ് വാങ്ങിക്കൊടുക്കുന്നു. ഈ പോർട്ടറുടെ ആത്മാവ് ക്ഷേത്രങ്ങളിലും സ്കൂളുകളിലും ഭരണകൂടങ്ങളിലും വിഹരിക്കുന്നുണ്ട്. പുരോഹിതൻ, മാനേജർ, മന്ത്രി, എം എൽ എ തുടങ്ങിയ പേരുകളിൽ.

വളരെയേറെ മധുരസ്വപ്നങ്ങളോടെയാണ് നമുക്ക് സ്വാതന്ത്ര്യം കിട്ടിയത്. ഇന്ത്യ പാരതന്ത്ര്യവിമുക്തയായപ്പോൾ ധാർമികവും സ്വതന്ത്രവുമായ ഒരു ജനാധിപത്യം ഇവിടെ ഉടലെടുക്കുമെന്ന് ആശിച്ചു. അതിനനുകൂലമായ ഒരു ഭരണഘടനയും ഭാഗ്യവശാൽ നമുക്കു കൈവന്നിട്ടുണ്ട്. പ്രസംഗസ്വാതന്ത്ര്യം നമുക്കു ഭരണഘടന വാഗ്ദാനംചെയ്തതാണ്. പക്ഷേ, പരസ്പരവിദ്വേഷജനകമായ താൻപ്രമാണിത്തത്തിന്റെ അഭിപ്രായപ്രകടനമല്ലാതെ മറ്റെന്താണ് നാം കേൾക്കുന്നത്? വികാരം നിറഞ്ഞു തുളുമ്പുമ്പോൾ പുറത്തുവരുന്ന നിയന്ത്രിതമായ തീനാളമാണ് പ്രസംഗം. നിസ്സാരകാര്യങ്ങൾ മുൻനിർത്തി ഇന്നു നടക്കുന്ന വിമർശനവീഥി കാണുമ്പോൾ സംസാരസ്വാതന്ത്ര്യം ഇങ്ങനെ ദുരുപയോഗപ്പെടുത്തുന്നുവല്ലോ എന്നോർക്കുന്നു. പരസ്പരസ്പർധാജനകമായ വിമർശനങ്ങൾ കൊണ്ട് പ്രസംഗവേദി ഉരൽപ്പുരപ്രായമായിരിക്കുകയാണ്.

നമുക്കു ലഭിച്ച മറ്റൊരു മനോഹരവാഗ്ദാനമാണ് ആരാധനാസ്വാതന്ത്ര്യം. ആസ്തിക്യബോധത്തെ ഞാൻ ആദരിക്കുന്നു. തപസ്സുചെയ്ത പരമശിവനിൽനിന്ന് മാരകായുധം നേടിയെടുത്ത രാവണനെപ്പോലെ പരമദ്രോഹംചെയ്യാനാണ് ഈ ഭജനയും പ്രാർഥനയുമെന്നുവരുമ്പോൾ നാം എന്തു മനസിലാക്കണം? ഇന്ന് അമ്പലങ്ങളിലും മറ്റു പുണ്യസ്ഥലങ്ങളിലും തീർഥാടനംചെയ്യുക എന്നത് ഒരു 'ഫാഷ'നായിട്ടുണ്ട്. സ്വന്തം നിലനിൽപ്പിനു ഹാനികരമായതെന്തും നശിക്കണമെന്നല്ലാതെ എല്ലാ ആത്മാക്കൾക്കും തുല്യമായി ജീവിക്കാൻ സാധിക്കേണമേ എന്ന് ആരും പ്രാർഥിക്കാറില്ല. "ലോകാസമസ്താ സുഖിനോ ഭവന്തു" എന്ന ആശയത്തിൽ നിന്ന് ആസ്തിക്യം ആരംഭിക്കുകതന്നെയുള്ളൂ.

ഇന്ത്യ, ഭരണഘടനയനുസരിച്ച് ഒരു മതേതരരാഷ്ട്രമാണ്. പക്ഷേ, കേരളത്തിലെ കള്ളുഷാപ്പുമുതൽ മന്ത്രിസ്ഥാനംവരെയുള്ള പൗരജീവിതത്തിലെ എല്ലാ പ്രശ്നങ്ങളും നിർണയിക്കുന്നത് വർഗീയതയുടെ വിരലടയാളംകൊണ്ടാണ്. മതത്തിനും ജാതിക്കും ആനുപാതികമായി വേറെ വേറെ വിദ്യാലയങ്ങൾ വച്ചുകിട്ടണമെന്നവകാശപ്പെടുന്ന പ്രക്ഷോഭത്തിന്റെ പിന്നിൽപ്പോലും പുണ്യകർമപ്രസക്തിയല്ല, മറ്റെന്തോ ആണെന്നതു വ്യക്തം.

ഇങ്ങനെ സാമ്പത്തികമായും സാമൂഹ്യമായും സാംസ്കാരികമായും നമ്മുടെ നാടിനെ ബാധിച്ച വരട്ടുചൊറിയാണ് അഴിമതി. ഇവിടെ തേർവാഴ്ച നടത്തുന്ന ഈ ക്ഷുദ്രവികാരത്തിന് മതമെന്നോ രാഷ്ട്രീയമെന്നോ

ഉള്ള വിവേചനം ആവശ്യമില്ല. പുഴുവിനു പൂവും പ്രസാദവും ഒന്നുതന്നെ. ഇന്നും നാം വെറുക്കുകയും വേദനിക്കുകയും ചെയ്യുന്ന ഈ ക്ഷുദ്രവാസനയുടെ ഉറവിടം മതവും രാഷ്ട്രീയവും മാത്രമല്ല. അവയുടെ തുപ്പൽക്കോളാമ്പിയിൽനിന്നും പെറുക്കിയെടുത്ത ഉച്ഛിഷ്ടം വിറ്റു കാശാക്കാൻ പ്രേരകമായ മനുഷ്യഹൃദയത്തിന്റെ അസംതൃപ്താവസ്ഥയാണ് ഇന്നത്തെ ചിന്താവിഷയം.

ഇന്നു നമുക്കൊരു ലക്ഷ്യമുണ്ട്—പക്ഷേ, അതു വേണ്ടത്ര തെളിഞ്ഞു കാണുന്നില്ല. ഒരു പരിപാടിയുണ്ട്. പക്ഷേ, പൊതുജനങ്ങളെ ആവേശം കൊള്ളിക്കുന്നില്ല. ഒരു ഭരണഘടനാവ്യവസ്ഥയുണ്ട്—പക്ഷേ, അതു യാന്ത്രികമാണ്. ഈ ലക്ഷ്യം ഒന്നുകൂടി തെളിയിച്ച് ആ ലക്ഷ്യത്തിലേക്കെത്താനുള്ള ആകർഷകമായ ഒരു പരിപാടി തയാറാക്കുകയും അവ രണ്ടും കൂട്ടിയിണക്കി നടപ്പിൽ വരുത്താൻ കഴിയത്തക്കവിധം സജീവമായ ഒരാദർശനിഷ്ഠ പാലിക്കുകയും വേണം. അതിനു കഴിയണമെങ്കിൽ ജനാധിപത്യത്തിലധിഷ്ഠിതമായ പൗരബോധം വേണം.

ലോകത്തിനുവേണ്ടി ജീവിക്കുകയും തന്റെ സുഖം അതാണെന്നു കരുതുകയും ചെയ്യുക എന്നതാണ് വ്യക്തിപ്രഭാവം. ഈ വ്യക്തിപ്രഭാവം പുലർത്തുന്നവർക്ക് ജീവിതം കാവ്യാത്മകമായി ആസ്വദിക്കാൻ സാധിക്കും. മനുഷ്യസ്നേഹപരമായ വിശാലവീക്ഷണവും ത്യാഗാത്മകമനോഭാവവും ഉള്ളവർക്കേ മഹത്തായ ഭാവിയുള്ളൂ. ഇതു നേടുവാനുള്ള കഴിവ് അധ്യാഹരിക്കണം.

4

ബഹുജനഹിതായ

വ്യക്തിത്വത്തിന്റെ പ്രകാശനത്തിന്ന് അനുയോജ്യമായ അവസരവും സ്വാതന്ത്ര്യവും വാഗ്ദാനം ചെയ്യുന്ന സാമൂഹ്യവ്യവസ്ഥിതി വാർത്തെടുക്കുക എന്നതാണ് പ്രശസ്തജനാധിപത്യവ്യവസ്ഥയുടെ മൂലക്കല്ല്. പ്രശസ്തരായ രാഷ്ട്രതന്ത്രജ്ഞന്മാർ ചൂണ്ടിക്കാണിച്ചിട്ടുള്ളതാണ് അത്. പരിഷ്കൃതരാഷ്ട്രങ്ങൾ ഇന്നു മുഖവിലയ്ക്കെടുത്തിട്ടുള്ള പാർലമെന്ററി ഭരണസമ്പ്രദായം ഈ ലക്ഷ്യത്തിലേക്കുള്ള ആദ്യത്തെ കാൽവയ്പ്പുമാത്രമാണ്. തിരഞ്ഞെടുപ്പിലൂടെ ഭൂരിപക്ഷം നേടിയ കക്ഷിക്ക് ന്യൂനപക്ഷാഭിലാഷങ്ങളെ തുല്യതാൽപ്പര്യത്തോടെ പരിരക്ഷിക്കാനുള്ള ചുമതലകൂടി ഉൾക്കൊണ്ടാൽ മാത്രമേ ജനാധിപത്യം പൂർണമാവുകയുള്ളൂ. ഓരോ സമ്മതിദായകനും ആ പൗരബോധത്താൽ സുസംസ്കൃതനാകുമ്പോൾ മാത്രമേ സ്ഥാനാർഥികൾക്ക് തങ്ങളുടെ കടമകളിൽ ഉറച്ചുനിൽക്കാൻ കഴിയുകയുള്ളൂ. അതുകൊണ്ടാണ് ജനപ്രാതിനിധ്യം ആവശ്യപ്പെടുന്ന കക്ഷികൾ തങ്ങളുടെ ഭരണപരിഷ്കാരമാർഗങ്ങളും ആദർശങ്ങളും ജനങ്ങളുടെ മുമ്പിൽ നേരത്തെ വിടർത്തിക്കാണിക്കുന്നത്. ഇരിക്കട്ടെ, തിരഞ്ഞെടുപ്പിലൂടെ മുന്നേറിക്കൊണ്ടിരിക്കുന്ന ജനാധിപത്യാശയം തന്നെ യഥാർഥത്തിൽ ഭാരതീയർക്കു വേണ്ടിടത്തോളം സുപരിചിതവും രുചിപ്രദവുമായി കഴിഞ്ഞുവോ? തലമുറതലമുറകളായി ശീലിച്ചുപോന്ന നാടുവാഴിവ്യവസ്ഥയുടെ അശുദ്ധിയിൽനിന്നു സ്ഥിതിസമത്വത്തിലേക്കു കയറിവരാൻ നമ്മുടെ ജനത തികച്ചും സന്നദ്ധമായിക്കഴിഞ്ഞുവോ? ഇല്ലെങ്കിൽ അതുതന്നെയാണ് ഇവിടെ എല്ലാ കക്ഷിരാഷ്ട്രീയങ്ങളുടേയും പിന്നിൽ ചുരമാന്തിനിൽക്കുന്ന ഉപരിവർഗഭാവത്തിന്റെ കാരണം.

ജനപ്രീതിനേടിയ ബുദ്ധിജീവികളാൽ തിരഞ്ഞെടുക്കപ്പെട്ട പ്രതി

പുരുഷന്മാരായിരുന്നു ബഹുഭൂരിപക്ഷത്തിനുവേണ്ടി പണ്ടിവിടെ ഭരണം നടത്തിയിരുന്നത്. അയാളെ നാം രാജാവെന്നു വിളിച്ചു. ഒരാചാരമെന്ന നിലയിൽ അന്നോളം നടന്നുപോന്ന 'അരിയിട്ടുവാഴ്ച' ആ ചടങ്ങിന് ദൈവികതയുടെ പരിവേഷം ചാർത്തിക്കൊടുത്തു. രാജാവിന് തന്നേക്കാൾ വലിയ ഒരു ശക്തി ലോകത്തിലുണ്ട് എന്ന ബോധം ഉണ്ടാവാൻ അത് ഉപകരിച്ചു. അയാളുടെ അഹങ്കാരം ജനങ്ങൾക്കെതിരെ കുത്തിയൊലി ക്കാതിരിക്കുവാൻ അതു പ്രയോജനപ്പെട്ടു. അതിന്റെ ഒരു വിശിഷ്ടമാതൃക രഘുകുലചക്രവർത്തിമാർതന്നെയായിരുന്നു. ആജന്മശുദ്ധന്മാരും ആഫലോദയകർമാക്കളും ആയിരിക്കണം രാജാക്കന്മാരെന്നു സമൂഹം അനുശാസിച്ചതിന്റെ ഫലമാണ് ആ മാതൃക. 'ബഹുജനഹിതായ' എന്നു തന്നെയായിരുന്നു അന്നത്തെ മുദ്രാവാക്യം. എന്നിട്ടും ആ ഭരണ സമ്പ്ര ദായം ആഭാസന്മാരായ അഗ്നിപർണപ്രായന്മാരെ ജനിപ്പിച്ചു. സമൂഹമധ്യ ത്തിൽ സ്വേച്ഛാധിപത്യം മുറ്റിത്തഴച്ചു. ആ സാഹചര്യത്തിൽനിന്നാണ് കുരുക്ഷേത്രസമരങ്ങൾ ഉടലെടുത്തത്. ചുരുക്കത്തിൽ സുകൃതദുഷ്കൃ താവബോധത്തിൽ അധിഷ്ഠിതമായ ധർമാർഥകാമമോക്ഷങ്ങളുടെ സംര ക്ഷണം തന്നെയായിരുന്നു എക്കാലത്തും ഭരണകൂടത്തിന്റെ സുസ്ഥിര തയ്ക്കു നിദാനം.

രാഷ്ട്രം വിശാലമായ കൂട്ടുകുടുംബംപോലെയാണ്. അനേകം താവ ഴികൾ. ഓരോന്നിനും അതിന്റേതായ അഭിരുചിയും പ്രവർത്തനശൈ ലിയും! പക്ഷേ, അവയെല്ലാം കൂട്ടിച്ചേർക്കുന്ന ഉദാരതയുടെ സ്വർണക്കമ്പി ഭരണകൂടത്തിന്റെ അടിയിൽ ഉണ്ടായേ കഴിയൂ. അത് ഇല്ലാത്ത ഏത് ഭരണകൂടത്തിനും നിലനിൽപ്പില്ല. ഇതാണ് 'ട്രസ്റ്റിഷിപ്പ്' എന്ന ആശയ ത്തിന്റെ അടിസ്ഥാനം. അതിവിടെ സ്വാഭാവികമായി നിലനിന്നിടത്തോളം കാലം ഇവിടത്തെ ജനജീവിതം പ്രശാന്തമായിരുന്നു. വൈദ്യം, ജ്യോതി ഷം, വ്യവസായം, വ്യാപാരം, കൃഷി, സംഗീതം, സാഹിത്യം, കല, കായി കാധ്വാനം ഇങ്ങനെ ജീവിതത്തിന്റെ എല്ലാ തുറകളും അന്നിവിടെ സ്വാഭാ വികമായി വികാസംപ്രാപിച്ചു. വ്യക്തികൾക്ക് സ്വേച്ഛാനുസൃതമായി തിരഞ്ഞെടുക്കപ്പെട്ട മേഖലകളിൽ ആകാശംവരെ വികസിക്കാൻ സാധി ച്ചത് അതുകൊണ്ടാണ്.

ആലോചിക്കുക, കർമംചെയ്യുക, സംയോജിക്കുക, സേവനംചെയ്യുക എന്നീ പ്രക്രിയകളുടെ ഏകീഭാവമാണ് സാമൂഹ്യജീവിതത്തിന്റെ അന്ത സ്സത്തയെങ്കിൽ ഇന്നും നാം കാണുന്ന ഭൂരിപക്ഷഭരണരീതി രാജ്യക്ഷേ മത്തിന് വിഘാതമാവുകയില്ല. പക്ഷേ, നൂറ്റാണ്ടുകളോളം വ്യതിചലന മില്ലാത്ത ജീവിതവൃത്തി കൈക്കൊണ്ടുപോന്നതിനാൽ ഒരുതരം വിരസത ഇവിടെ നിഴൽവീശി. ഇത് ജനതയുടെ ജ്ഞാനാന്വേഷണശേഷിയേയും കർമശേഷിയേയും ക്ഷയിപ്പിച്ചു. അധികാരവും ഐശ്വര്യവും നീണാൾ ആസ്വദിച്ചുപോന്നവർക്ക് ആ അവകാശം ശാശ്വതീകരിക്കാൻ ബദ്ധപ്പാ ടായി. നീണാൾ ആസ്വദിച്ചുപോന്ന സുഖങ്ങൾ രാജാക്കന്മാരുടെ വിനയ ത്തെ ഊതിക്കെടുത്തി. അധികാരത്തിന്റെ മദം ശാശ്വതീകരിക്കുന്നതിനു

വേണ്ടിയായിത്തീർന്നു അവരുടെ ബുദ്ധിപരമായ നീക്കങ്ങൾ. പുണ്യപാപങ്ങളുടെ പേരിലായാലും രാജ്യക്ഷേമത്തിന്റെ പേരിലായാലും പാരമ്പര്യവഴിക്കുണ്ടായ തൊഴിൽവിഭജനത്തിന്റെ സ്ഥിരത ഉച്ചനീചബോധത്തിനും വിഭാഗീയചിന്താഗതിക്കും ഭീഷണമായ അമാനുഷികത പ്രദാനംചെയ്തു. കണ്ടുകൂടായ്മ, തൊട്ടുകൂടായ്മ മുതലായ പാപങ്ങൾക്ക് സദാചാരത്തിന്റെ ഔദ്ധത്യം കൈവന്നു. ചില വർഗങ്ങൾക്ക് സ്വത്തിന്റെ ഉടമയായിരിക്കാനുള്ള അവകാശംപോലും ആജന്മനിഷിദ്ധമായിത്തീർന്നു.

ഇത്തരം വ്യതിയാനങ്ങൾ പൗരസ്ത്യദേശങ്ങളിലെന്നപോലെ പാശ്ചാത്യദേശങ്ങളിലും സംഭവിക്കാതിരുന്നില്ല. കൊട്ടാരവും പള്ളിയും തമ്മിലുള്ള സംഘർഷത്തിൽനിന്നാണല്ലോ ആധുനികപാശ്ചാത്യസംസ്കാരത്തിന്റെ അമ്മയായ നവോത്ഥാനം അവിടെ സംജാതമായത്. ഇപ്പോൾ ജനാധിപത്യത്തിന്റെ നറുമണം ഇന്ത്യയിലും വ്യാപിച്ചിട്ടുള്ളത് ആ രീതിയിലൊക്കെത്തന്നെയാണ്.

രാജ്യത്തധിവസിക്കുന്ന ജനവിഭാഗങ്ങൾക്കെല്ലാം ഭരണകാര്യങ്ങളിൽ തുല്യപങ്കാളിത്തം അനുവദിക്കുന്നു എന്നതാണ് നിലവിലുള്ള ജനാധിപത്യസമ്പ്രദായത്തിന്റെ പ്രകടമായ പ്രത്യേകത. അതിന് ജനതയെ പ്രാപ്തരാക്കാൻ ആവശ്യമായ അവസരസമത്വവും സൗകര്യവും നിയമാനുസാരമായി സൃഷ്ടിക്കലാണ് അതിന്റെ നടപടിക്രമം. ഇത്തരം ഒരു ഭരണസമ്പ്രദായം പൂർണവിജയം പ്രാപിക്കണമെങ്കിൽ രാജ്യത്തെ ഓരോ പൗരനും തനിക്കു ലഭിച്ച അവസരസമത്വത്തെ ശ്രദ്ധാപൂർവം കൈകാര്യം ചെയ്യേണ്ടിയിരിക്കുന്നു. ആരാധനാസ്വാതന്ത്ര്യം മുതൽ അനുശാസനാധികാരംവരെ എല്ലാ മേഖലകളിലും ജാതിയുടേയോ മതത്തിന്റേയോ കക്ഷിയുടെയോ പേരിൽ പൊന്തിവരുന്ന എല്ലാ തടസങ്ങളേയും തട്ടിമാറ്റി സമനിരപ്പാക്കുന്ന ഒരു പ്രക്രിയ എന്ന നിലയിൽ ഈ സമ്പ്രദായം തികഞ്ഞ വിപ്ലവംതന്നെയാണ്. ഈ ഉത്തരവാദിത്വബോധം ഓരോ പൗരനേയും ബലവാനാക്കേണ്ടിയിരിക്കുന്നു.

നാടുവാഴിത്തം കൊടികുത്തിവാണ കാലത്ത് അകറ്റിനിർത്തപ്പെട്ട ജനതയ്ക്ക് സമ്മതിദാനാധികാരം മാത്രമല്ല സമ്മതിദാനപ്രാഗൽഭ്യം തന്നെയില്ല എന്നതായിരുന്നു സങ്കൽപ്പം. രാജാവും നാടുവാഴികളും ചേർന്നു നടത്തിയിരുന്ന ഡർബാറുകളിൽ നിറമില്ലാത്ത മനുഷ്യർക്കു പ്രവേശനം തന്നെ അനുവദിക്കപ്പെട്ടിരുന്നില്ല. പരോക്ഷമായ തെളിവു ശേഖരിച്ചു വിധി നടത്തുകയായിരുന്നു സമ്പ്രദായം. അതിനാൽ ഇവിടുത്തെ നീതിധർമപരിപാലനംതന്നെ അപൂർണവും അസത്യാത്മകവുമായിരുന്നു. വെളിച്ചത്തിൽനിന്ന് അകലുന്തോറും ജനങ്ങൾ അന്ധരും അപ്രശസ്തരുമായി അധഃപതിച്ചുപോയി. ഇതായിരുന്നു ബഹുഭൂരിപക്ഷത്തിന്റേയും അവസ്ഥ.

വാസ്കോഡി ഗാമ കേരളത്തിന്റെ കടൽത്തീരത്ത് കാൽകുത്തിയപ്പോൾ ഈ വിദേശിയെ എങ്ങനെ കൈകാര്യം ചെയ്യണമെന്ന കാര്യത്തിൽ പൊതുജനത്തിന്റെ അഭിമതമോ അനുമതിയോ അന്നാരും ആരായുകയു

ണ്ടായില്ല. അങ്ങനെ നാടുവാഴികളാലും മാടമ്പിമാരാലും പരിത്യജിക്കപ്പെട്ട ഒരവശജനവിഭാഗത്തെ മുഴുവൻ ആദരിക്കുകയും ഉയർത്തുകയുമാണ് ജനാധിപത്യവ്യവസ്ഥ ഇന്ത്യയിൽ ചെയ്തത്. പ്രായപൂർത്തി വോട്ടവകാശം ആ രംഗത്തിലേക്ക് കയറിച്ചെല്ലാനുള്ള കൈച്ചീട്ടാണ് അവർക്കു നൽകിയത്.

കാര്യസ്ഥൻ നന്നായാൽ തറവാടു നന്നാവും. നാം നിക്ഷേപിക്കുന്ന വോട്ടവകാശം അതർഹിക്കുന്ന ആളിൽ എത്തിച്ചേർന്നാൽ നാടുപുഷ്ടിപ്പെടും. പോളിങ് ബൂത്തിലേക്കു നീങ്ങുന്ന ഓരോ സമ്മതിദായകനും തന്റെ കൈയിലുള്ള വോട്ടിന്റെ കനം തികച്ചും ബോധ്യപ്പെട്ടശേഷമാണു നിക്ഷേപിക്കുന്നതെങ്കിൽ വിജയിക്കാനുള്ള അർഹത എത്രപേർക്ക് ഇന്നുണ്ടാവും? പ്രാചീനജനാധിപത്യവ്യവസ്ഥയുടെ ചട്ടക്കൂട്ടിൽ സ്വാതന്ത്ര്യത്തിന്റെ ഉതിർമണി കൊത്തി വിഹരിച്ചിരുന്ന ആ പഞ്ചവർണക്കിളി ഇവിടെ ഇപ്പോഴില്ല. ഒരിക്കലും തിരിച്ചുവരാത്തവണ്ണം നമ്മുടെ ജനാധിപത്യാവബോധം നശിച്ചുപോയോ എന്ന് അന്വേഷിക്കേണ്ട സമയമാണിത്.

5

മദ്യനിരോധനത്തെപ്പറ്റി അൽപ്പം

അൽപ്പം ലഹരി നേടിയെടുത്ത ഇടനിലയിൽ നിന്നുകൊണ്ടുവേണം മദ്യനിരോധനത്തെപ്പറ്റി എന്തെങ്കിലും പറയാൻ എന്നുവരെ ആയിട്ടുണ്ട് ഇന്നത്തെ അവസ്ഥ. കുടിക്കുന്നതു മാന്യതയും കുടിക്കാതിരിക്കുന്നത് നീചത്വവും ആകുമ്പോൾ ബോധാബോധമണ്ഡലങ്ങൾ തമ്മിലെ വേർതിരിവുപോലും വികലമാകുന്നു. അപ്പോൾ വെളിച്ചത്തെയോ ഇരുളിനെയോ കുറിച്ചു വേവലാതിപ്പെടുന്നതിന് അർഥമില്ല. സാംസ്കാരികമോ സാമൂഹികമോ ആയ ഏതു പ്രശ്നത്തെക്കുറിച്ചുള്ള ചർച്ചയും ക്രമത്തിൽ തണുത്തുറഞ്ഞു നിശ്ശബ്ദതയിൽ അലിയലാണ് ഇവിടെ പതിവ്.

സാഹചര്യത്തിന്റെ സമ്മർദത്താൽ ജനങ്ങൾ പുലർത്തിപ്പോരുന്ന ആദർശദീക്ഷയും ജീവിതവീക്ഷണസ്വഭാവവും വ്യത്യസ്തമാണ്. അതിനാൽ വ്യക്തിനിഷ്ഠമായ വൈകാരികതയ്ക്ക് വശംവദരാകാതെ ശാസ്ത്രീയവും പ്രായോഗികവുമായ പദ്ധതിക്കു പ്രാധാന്യം നൽകുന്ന ഒന്നായിരിക്കണം ഏത് അഭിപ്രായഗതിയും.

ഇന്ത്യ മുഴുക്കെ സമ്പൂർണമദ്യനിരോധനമേഖലയായി പ്രഖ്യാപിക്കണമെന്ന ഒരഭിനിവേശം ഈയിടെ ചില ദേശസ്നേഹികളിൽ നിന്നു പൊന്തിവന്നിട്ടുണ്ടല്ലോ. നാട്ടിലെ വിദ്യാഭ്യാസം, ആരോഗ്യം, കർമകുശലത, നീതിന്യായാവബോധം തുടങ്ങിയ എല്ലാ മണ്ഡലങ്ങളിലും മദ്യപാനാസക്തിയുടെ കരിനിഴൽ വാർന്നുവീണിട്ടുണ്ട്. വിദ്യാലയങ്ങളെക്കാൾ, വായനശാലകളെക്കാൾ, പ്രാർഥനാമന്ദിരങ്ങളെക്കാൾ മദ്യഷാപ്പുകൾ കൂടിവരികയും മദ്യവിക്രിയകൾ പെരുകുകയും ചെയ്യുന്നു. ജനജീവിതത്തിന്റെ ചുക്കാൻ വഹിച്ചിരുന്ന അധ്യാപകന്മാർ, ആചാര്യന്മാർ, തത്വജ്ഞാനികൾ ഗ്രാമത്തലവന്മാർ വിധികർത്താക്കൾ പത്രാധിപന്മാർ എന്നിവരുടെ നേതൃത്വത്തെ മറികടന്ന് അവരെക്കൂടി പിണിയാളുകളാക്കി

ഷാപ്പുടമകൾ ജനനേതൃത്വത്തെ കൈയടക്കുന്ന കാഴ്ചയാണ് ഇന്നു നാടാകെ.

പണ്ട് കുടിക്കുന്നതു മോശമാണെന്ന ബോധം ജനങ്ങൾക്കുണ്ടായിരുന്നു. മതത്തിന്റെയും ആദർശശുദ്ധിയുടെയും സ്വാധീനത്താൽ ജനങ്ങൾ പ്രകൃത്യാ മദ്യപാനത്തോടു വിമുഖത പുലർത്തിപ്പോന്നിരുന്നു. മദ്യം പ്രകൃത്യാ മയക്കുമരുന്നാണെന്നും അതിന് അടിമപ്പെടുന്നത് അപകടകരമാണെന്നും പാരമ്പര്യവിജ്ഞാനം അന്യോന്യം അനുശീലിപ്പിച്ചുപോന്നു. മാനഹാനി ആരോഗ്യഹാനി കുലനാശം സമ്പൽക്ഷയം ജനദ്രോഹം ബുദ്ധിനാശം തുടങ്ങിയ ഒട്ടേറെ വിപത്തുകൾക്ക് ഇത് വഴിവയ്ക്കും. എന്നാൽ ധാതുക്ഷയം നാഡീതളർച്ച രക്തസഞ്ചാരക്കുറവ് മുതലായ ദുർഘടഘട്ടങ്ങളിൽ മാത്രം വിളക്കിന് എണ്ണപോലെ ഒരൗഷധമെന്ന നിലയിൽ മദ്യം ഉപയോഗിക്കാം എന്നു വൈദ്യശാസ്ത്രം ഉപദേശിക്കുന്നുണ്ട്. ഈ പഴുതിലൂടെ പിന്നീട് ക്ഷണികവും താൽക്കാലികവുമായ ഉത്തേജനത്തിന്റെ പ്രേരണമൂലം ദുർബലഹൃദയർ ഇതിന്റെ ആരാധകരാവുക എന്ന ഗതികേടാണ് സംഭവിച്ചത്.

സാമൂഹികജീവിതത്തെ പിടിച്ചുകുലുക്കിയ ഈ സാഹചര്യത്തിൽ നിന്നു മുതലെടുത്തത് തൽപ്പരകക്ഷികളാണ്. മദ്യം ഉണ്ടാക്കൽ, ഇറക്കുമതി ചെയ്യൽ, വിൽക്കൽ തുടങ്ങിയ പ്രക്രിയകളിലൂടെ ധനവും ആൾസ്വാധീനവും മുൻനിറുത്തി ചെയ്യുന്ന വ്യാപാരികളുടെ ലാഭക്കൊതിയാണ് ജനജീവിതത്തിന്റെ മുഖച്ഛായതന്നെ വികൃതമാക്കിയത്. ഇതിന്റെ ഫലമായി കുപ്പികൾ പരസ്യമായി സ്വച്ഛന്ദം പുഞ്ചിരിച്ചുതുടങ്ങി. വയ്പ്പുപുരകളിൽ ക്ഷേത്രസങ്കേതങ്ങളിൽ കലകളുടെ കലവറകളിൽ മരണം, ജനനം, വിവാഹം തുടങ്ങിയ സാധാരണ ചടങ്ങുകളിൽ എവിടെയും അതുണ്ട്.

ഈ വിപൽദശയിൽനിന്ന് രാജ്യത്തെ-മദ്യപാനം നിഷേധത്തിനുവേണ്ടി നിലകൊള്ളുന്ന ന്യൂനപക്ഷത്തെയെങ്കിലും-സംരക്ഷിക്കുവാൻ ചില നടപടികൾ കൈക്കൊണ്ടേ കഴിയൂ എന്ന സ്ഥിതിവിശേഷത്തിലേക്ക് നാം എത്തിച്ചേർന്നത് അങ്ങനെയാണ്.

ഈ നൂറ്റാണ്ടിന്റെ ആദ്യദശയിൽ മദ്യവർജനം ഒരവിഭാജ്യഘടകമായി ദേശീയപ്രസ്ഥാനത്തിൽ ഉൾപ്പെടുത്തിയത് മഹാത്മജിയാണ്. അതോടെ മദ്യപാനത്തിനെതിരെ ആവേശകരമായ നീണ്ട സമരം ഇവിടെ നടന്നു. പനയും തെങ്ങും ചെത്താൻ കൊടുക്കാതെ കഴിക്കാൻ അതിന്റെ ഉടമകളെ പ്രേരിപ്പിക്കുക എന്ന സാഹസത്തിനും മനുഷ്യസ്നേഹികൾ മുമ്പോട്ടുവന്നു. മദ്യപാനത്തിന്റെ ദോഷവശങ്ങളെപ്പറ്റി സംഘടിതമായ പ്രചാരണം നാടാകെ നടത്തി. കള്ളുഷാപ്പുകൾ പിക്കറ്റുചെയ്തു. കുടിയന്മാരെ വിലക്കി. ഷാപ്പുലേലത്തിനു വരുന്നവരെ തടഞ്ഞു.

മദ്യോൽപ്പാദനം തടയാൻ ബില്ലുകൾ നിയമസഭകളിൽ അവതരിപ്പിക്കപ്പെട്ടു. ചൂടുപിടിച്ച വാദപ്രതിവാദങ്ങൾ അവിടെ നടന്നു.

1. നിയമംമൂലം ഉൽപ്പാദനം തടഞ്ഞാൽ കള്ളക്കാച്ചു വർധിക്കും.

2. വിദേശമദ്യത്തിന്റെ കള്ളക്കടത്ത് വളരും. 3. രാഷ്ട്രത്തിന്റെ സാമ്പത്തികനില തകരും. 4. ചെത്തുതൊഴിലാളികൾക്ക് ജോലി നഷ്ടപ്പെടും-ഇങ്ങനെ അനേകം വാദമുഖങ്ങൾ എതിരാളികളാൽ ഉന്നയിക്കപ്പെട്ടു.

ഇതിന്റെ പരിഹാരമായി ഗ്രാമസ്വരാജ്യമെന്ന പേരിൽ പല പദ്ധതികളും ആവിഷ്കരിക്കാനും വിൽപ്പനനികുതി എന്ന പുതിയ സാമ്പത്തികവരുമാനം വർധിപ്പിക്കാനും അന്നത്തെ കോൺഗ്രസ്സ് ഭരണാധികാരികൾ തയാറായി. എന്നാൽ മദ്യപാനാസക്തി ചുരുക്കിക്കൊണ്ടുവരാൻ ചെയ്ത ശ്രമങ്ങളൊന്നും ഫലിച്ചില്ലെന്നു മാത്രമല്ല കുടിക്കുന്നവരുടെ സംഖ്യയും സൗകര്യവും വർധിച്ചുവരുകയാണുണ്ടായത്. കാരണം നമ്മുടെ നിയമങ്ങൾ പലതും ഏട്ടിലെ പശുവാണല്ലൊ.

രാജ്യഭരണം ജനഹിതത്തിനുവേണ്ടിയാണ്. ഒരു റഫറണ്ടം എടുക്കുകയാണെങ്കിൽ സമ്പൂർണമദ്യനിരോധനത്തിന് അനുകൂലമായ ഭൂരിപക്ഷം കിട്ടുമെന്ന് ഇന്നു തറപ്പിച്ചുപറഞ്ഞുകൂടാ. സ്ഥിതിഗതികൾ അമ്മട്ടിലാണെങ്കിൽ ഒരു ജനാധിപത്യഗവൺമെന്റിനു നിയമപരമായി ഇതിൽ കൈവയ്ക്കാൻ അധികാരമില്ല. ഈ ഉപാധിയിൽ തിരഞ്ഞെടുപ്പു നടത്തി തിരഞ്ഞെടുക്കപ്പെടുന്ന പ്രതിനിധികൾക്ക് നിയമസഭകളിൽ ഭൂരിപക്ഷമുണ്ടായിരിക്കണം.

ഒരു സദാചാരമേഖല എന്ന മട്ടിൽ അക്രമരഹിതമായ പ്രസ്ഥാനം മദ്യപാനാസക്തിക്കെതിരെ ആരംഭിക്കാം, ആർക്കും. ഇക്കാര്യം സാമൂഹ്യപ്രവർത്തകർക്ക് വിട്ടുകൊടുക്കലാണ് കരണീയമെന്ന് എനിക്കു തോന്നുന്നു. അങ്ങനെ സമ്പൂർണ മദ്യവർജമേഖല സ്വയം പൊന്തിവരാനുള്ള സാഹചര്യം സൃഷ്ടിക്കലാണ് മനുഷ്യസ്നേഹികളുടേയും ഭരണാധികാരികളുടേയും മുഖ്യകർത്തവ്യം.

ചുരുക്കം: മദ്യപാനത്തിൽ സുഖം കണ്ടെത്തുന്നവരോട് പഴഞ്ചനായ എനിക്കു പറയുവാനുള്ളത് ഇതാണ്-സ്നേഹിതാ, ഇഷ്ടംപോലെ കുടിച്ചോളൂ. എന്നാൽ കള്ളുകുടിക്കുന്നവൻ അത്യധ്വാനത്തിന്റെ മൂശയും കഴിക്കാൻ തയാറുള്ളവനായിരിക്കണം. കർമണ്യതയ്ക്കു പടർന്നുകയറുവാൻ നൂറായിരം വഴികൾ വേറെയുമണ്ടല്ലോ. ഈ സ്വയം മറക്കൽ മനുഷ്യത്വത്തിന്റെ തകർച്ചയെയാണ് കുറിക്കുന്നത്.

6

മനുഷ്യത്വമെന്ന മതം

സമകാലികന്മാരായ മറ്റു പലരേയുംപോലെ എന്നേയും പൊതു രംഗത്തിലേക്ക് ആദ്യമായി ആകർഷിച്ചത് ഇന്ത്യൻ ദേശീയപ്രസ്ഥാനം തന്നെയാണ്. മതത്തിന്റേതായ ഒരു പരിവേഷണമണിഞ്ഞുകൊണ്ടാ യിരുന്നു, അന്ന് മഹാത്മജിയുടെ നേതൃത്വത്തിൽ ആ പ്രസ്ഥാനം വളർന്നു വികസിച്ചിരുന്നത്. അങ്ങനെ ഞാനും 1921 മുതൽ ഇന്ത്യൻ നാഷണൽ കോൺഗ്രസുമായുള്ള ബന്ധം തുടങ്ങിവച്ചു. എന്നാൽ അതിന്റെ രാഷ്ട്രീയവിഭാഗത്തിലായിരുന്നില്ല അന്ന് എന്റെ ശ്രദ്ധയും ശുഷ്കാന്തിയും. കാരണം, മനുഷ്യവർഗത്തിന്റെ ശരീരങ്ങളെ ബന്ധിക്കുന്ന ചങ്ങലകളെ പ്പോലെതന്നെ ആത്മാവിനെ തളച്ചിടുന്ന അന്ധതകളേയും അനാചാര ങ്ങളേയും അറുത്തുമുറിക്കുന്നതിലായിരുന്നു എനിക്കുണ്ടായിരുന്ന വീറും വാശിയും. അതിനാൽ കോൺഗ്രസിന്റെ ആഭിമുഖ്യത്തിൽ നടന്ന അയി ത്തോച്ചാടനപ്രസ്ഥാനവും നമ്പൂതിരിമാരുടെ ഇടയിൽ തുടങ്ങിവച്ച ഘോഷാബഹിഷ്കരണപ്രക്ഷോഭവും തുല്യഗൗരവത്തോടുകൂടിയേ അന്ന് എനിക്ക് വീക്ഷിക്കാൻ കഴിഞ്ഞുള്ളൂ. ഈ പ്രവർത്തനങ്ങളെയാ വട്ടെ മറ്റു പലരും കരുതിയിരുന്ന മട്ടിൽ വിപ്ലവാത്മകമായ ഒരാവേശ ത്തിന്റെ എടുത്തുചാട്ടമായിട്ടല്ല, ആത്മരക്ഷോപായമായിട്ടുകൂടിയാണ് ഞാൻ കരുതിപ്പോന്നതും. എന്നല്ല ആ ആത്മാവിന് ഈ വലിയ രാജ്യ ത്തോളമോ അതിലധികമോ വലിപ്പമുണ്ടായിരുന്നതായി ഞാൻ അഭിമാനി ക്കുകയും ചെയ്തുപോന്നിരുന്നു.

ഈ രാഷ്ട്രീയസംഘടനയുമായുള്ള ബന്ധം ഔദ്യോഗികമായി നീണ്ട കാലത്തോളം നിലനിർത്തിപ്പോന്നെങ്കിലും അതിനുള്ളിലിരുന്നു കൊണ്ട് മർദനവും മഹത്വവും നേടിയെടുക്കുന്നവർക്കിടയിൽ ഞാൻ ഉണ്ടായിരുന്നില്ലെന്നതു വാസ്തവമാണ്. എന്നാൽ ഒരു സംഗതി ഇവിടെ

എടുത്തുപറയാൻ ഞാൻ ഇഷ്ടപ്പെടുന്നു. അത് അവഗണിക്കാവുന്ന ഒന്നല്ലതാനും. ഒരു രാഷ്ട്രീയസ്വയംസേവകന് അനുഭവിക്കേണ്ടിവരുന്ന ലാത്തി, നിരാഹാരം, ജയിൽ എന്നീ പീഡാനുഭവങ്ങളേക്കാൾ ഒട്ടുംതന്നെ മയപ്പെട്ട ഒന്നായിരുന്നില്ല, വാത്സല്യമേറിയ ബന്ധുജനങ്ങളുടെ വേദനാജനകമായ വിരോധത്തിന്റേയും വിദ്വേഷത്തിന്റേയും നീറുന്ന തീച്ചൂളയിൽ, പ്രശസ്തിയും പ്രാമാണ്യവും പ്രതീക്ഷിക്കാതെ, ഒരു നാലുകെട്ടിലിരുന്നു നടത്തുന്ന സാമൂഹ്യവിപ്ലവപ്രവർത്തകന്റെ മാനസികാസ്വാസ്ഥ്യം എന്നു സവിശേഷം ഇവിടെ സ്മരിക്കേണ്ടതുണ്ട്. അങ്ങനെ നിഴലും നിലാവും ഇടകലർന്നതും പ്രഭാതത്തിനു മുമ്പുള്ളതുമായ പിൻനിലാവിൽക്കൂടിയുള്ള ഞങ്ങളുടെ യാത്ര ഒരു നവയുഗത്തിന്റെ പുലരിയിൽ സ്വാതന്ത്ര്യത്തിന്റെ പടിക്കൽച്ചെന്നു താവളമടിച്ചു.

സ്വാതന്ത്ര്യം കരഗതമായപ്പോൾ, അതായത്, തലയ്ക്കുമുകളിൽ തൂങ്ങിയിരുന്ന രാജാധിപത്യവും മതാധിപത്യവും പിഴുതെറിഞ്ഞു വ്യക്തിസ്വാതന്ത്ര്യം നേടിക്കഴിഞ്ഞപ്പോൾ സഹയാത്രികർ പലരിലും ഒരു ഭാവപ്പകർച്ച കാണുമാറായി. അവശരും അസ്വതന്ത്രരുമായ പാവപ്പെട്ടവരുടെ പ്രതീക്ഷകൾക്കും അഭിലാഷങ്ങൾക്കുമെതിരായി ഇഷ്ടപ്പെട്ട കക്ഷി തേർവാഴ്ച നടത്തുന്ന കാഴ്ച എനിക്കും നോക്കിനിൽക്കേണ്ടിവന്നു. മറ്റെല്ലാവരേയുംപോലെ ആ സംഭവം എന്നെയും അന്തർമുഖനും ദുഃഖിതനുമാക്കി. സോഷ്യലിസത്തിന്റെ സന്ദേശവാഹകന്മാരായി രംഗത്തിറങ്ങിയ നേതാക്കന്മാർ ബഹുജനങ്ങളുടെമേലുള്ള ആധിപത്യത്തിനു ദിനംപ്രതി മുറുക്കം കൂട്ടുകയും വിമർശകരുടെ നേരെ ചളിവാരി എറിയുകയും ചെയ്യുമ്പോൾ ഞാൻ ഒരു പുതിയ വെളിച്ചത്തിനു മുമ്പിൽ നിൽക്കുകയായിരുന്നു.

മഹാത്മജി തന്റെ ആത്മശുദ്ധീകരണപ്രസ്ഥാനത്തിൽ ചൂളയ്ക്കുവച്ചു രൂപപ്പെടുത്തിയ ഒരു രാഷ്ട്രീയസംഘടയ്ക്കുതന്നെ ഇത്രയധികം പാളിച്ച പറ്റാമെങ്കിൽ, ലക്ഷ്യം എപ്പോഴും മാർഗത്തെ സാധൂകരിച്ചു കൊള്ളുമെന്നു വിശ്വസിക്കുന്നവരായ മറ്റു കക്ഷികളുടെ സ്ഥിതി അനുമാനിക്കാമല്ലോ. അധികാരകേന്ദ്രീകരണം ആപൽക്കരമായ ഒരവസ്ഥയാണ്. ഓരോ കക്ഷിക്കും താന്താങ്ങൾ ഭരിച്ചാലെ സമുദായക്ഷേമകരങ്ങളായ കാര്യങ്ങൾ ചെയ്യാൻ കഴിയൂ എന്ന വിശ്വാസമുള്ളിടത്തോളം കാലം ജനാധിപത്യം ഒരു മന്ദമരീചിക മാത്രമായിരിക്കും. അധികാരത്തിലെത്തിയാൽ പൊതുജനങ്ങൾക്കുവേണ്ടി തങ്ങൾ ചെയ്യാൻപോകുന്ന നല്ല നല്ല കാര്യങ്ങളുടെ നെടുനീളൻ പട്ടികകൾ കക്ഷിരാഷ്ട്രീയത്തിന്റെ ഉച്ചഭാഷിണിയിൽക്കൂടി കേട്ടതുകൊണ്ട് പൊതുജനം തൃപ്തിപ്പെടുകയില്ല. വിജ്ഞാനവും സഹകരണവും എല്ലാ വ്യക്തികളിലും പകരത്തക്കവിധം വിതച്ചു വളർത്തിക്കൊണ്ടുവരുന്നതിലാണ് ജനാധിപത്യത്തിന്റെ വിജയം എന്നു ഞാൻ വിശ്വസിക്കുന്നു.

പാരമ്പര്യവഴിക്ക്, തലമുറതലമുറകളായി, വ്യത്യസ്തജീവിതരീതി കൈക്കൊണ്ടുപോന്ന കേരളീയജനത ഒരു പൊതുജീവിതത്തിന്റെ പ്രവേ

ശനദ്വാരത്തിൽച്ചെന്നു മുട്ടിത്തിരിയുകയാണ് ഇന്ന്. സാമ്പത്തിക സമീകരണത്തോടൊപ്പം ഒരു സെക്കുലർ സ്റ്റേറ്റിനനുയോജ്യമായ സാമൂഹ്യസംസ്കാരവുമായി അവരെ ബന്ധിപ്പിച്ച് ഒരു സാംസ്കാരികനവോത്ഥാനം വെട്ടിത്തുറക്കേണ്ട ചുമതല മറ്റ് ഏതു രാഷ്ട്രീയപ്രവർത്തകരേക്കാളുമധികം ഇവിടത്തെ മനുഷ്യസ്നേഹികളായ സാമുദായികപ്രവർത്തകരിലാണ് അവശേഷിക്കുന്നതെന്ന് ഞാൻ വിചാരിക്കുന്നു. ആയുധം കൈക്കൊള്ളാതെതന്നെ എതിരാളിയിൽനിന്ന് ആവേശം വീണ്ടെടുക്കുവാനുള്ള സമരമുറ മഹാത്മജിയിൽ നിന്ന് ഇന്ത്യ നേടിക്കഴിഞ്ഞു. ആഭിജാത്യത്തിന്റെ ആയുധമേന്തി അടിച്ചോടിക്കപ്പെട്ട അടിമജനങ്ങൾക്ക് ആത്മബലം വീണ്ടെടുക്കുവാനുള്ള ആവേശം ശ്രീനാരായണഗുരുദേവരിൽനിന്ന് കേരളവും നേടിയെടുത്തു. ഒരധഃകൃതസമുദായാംഗത്തിനു നിയമസഭയിൽ മന്ത്രിപദമലങ്കരിക്കാമെങ്കിൽ, മറ്റൊരധഃകൃതസമുദായാംഗത്തിന് എന്തുകൊണ്ട് ഒരമ്പലപ്പുഴ ശ്രീകൃഷ്ണക്ഷേത്രത്തിലെ തന്ത്രിസ്ഥാനവും നൽകിക്കൂടാ എന്നു ഞാൻ ചിന്തിക്കുകയാണ്. ആ വഴിക്കു മുന്നേറണമെങ്കിൽ മതത്തേയും സംസ്കാരത്തേയും കുറിച്ചുള്ള പുതിയൊരു വീക്ഷണം നാം അംഗീകരിച്ചേ പറ്റൂ.

മനുഷ്യന്റെ മാറ്റുനോക്കുന്ന ഒരു ഉരകല്ലാണ് സംസ്കാരം. അരണിയിൽ അഗ്നി എന്നപോലെ അതിന്റെ സ്ഫുലിംഗങ്ങൾ വ്യക്തികളിലെല്ലാം അലിഞ്ഞുകിടപ്പുണ്ട്. ജീവിതത്തിൽ നേരിടുന്ന അനുഭവശകലങ്ങളിൽ അതു നീറിനീറി പടരുന്നു. പാരമ്പര്യം, പരിതഃസ്ഥിതി എന്നിവയാണ് മനുഷ്യസംസ്കാരത്തിന്റെ നിദാനമെന്നു താൽപ്പര്യം. പുസ്തകജ്ഞാനം അതിനെ വികസിപ്പിക്കുന്നു എന്നതു ശരിയാണ്. അതും പക്ഷേ, പരിതഃസ്ഥിതി എന്ന വാക്കിലൊതുങ്ങുന്നു എന്നുമാത്രം. അങ്ങനെ വ്യക്തിയിൽ വളർന്നുവരുന്ന സംസ്കാരത്തിന്റെ പരിണതഫലമായി അയാളിൽ ഒരു സവിശേഷ സ്വഭാവം ഉരുണ്ടുകൂടുന്നു. അപ്പോൾ അയാൾ ഒരു ആദർശശാലിയായി.

ഉച്ഛൃംഖലമായ വികാരങ്ങളെ സംസ്കാരം കടിഞ്ഞാണിട്ടു പിടിക്കുകയാൽ അയാളുടെ അറിവും കഴിവും മറ്റു സഹജീവികൾക്ക് ഉപകാരപ്രദമായിത്തീരുകയായി. മാതൃകാപരമായ അയാളുടെ ജീവിതത്തെ പിന്മുറക്കാർ അറിഞ്ഞും അറിയാതെയും അനുകരിക്കുന്നതുകൊണ്ട് തലമുറതലമുറയായി ഒന്നിച്ചുകൂടി ജീവിച്ച ഓരോ ജനവിഭാഗത്തിനും പൊതുവായ ഒരു നാണയമുണ്ടായിത്തീരുന്നു. വ്യത്യസ്തകാലങ്ങളിൽ, വ്യത്യസ്തവിഭാഗങ്ങളിൽ, വിഭിന്നജീവിതാനുഭവങ്ങളിൽനിന്നു വാർത്തെടുക്കുന്ന ഈ നാണയങ്ങളുടെ വ്യാസവും തൂക്കവും വ്യത്യസ്തമായേക്കാം. ഈ വൈപരീത്യങ്ങളെ ഉദ്ദേശിച്ചാണ് പാശ്ചാത്യസംസ്കാരം, പൗരസ്ത്യസംസ്കാരം, ആര്യസംസ്കാരം, ദ്രാവിഡസംസ്കാരം, കേരളീയസംസ്കാരം എന്നൊക്കെ വ്യവഹരിച്ചുപോരുന്നത്. ഇതിന്റെ എല്ലാറ്റിന്റേയും മൂല്യം പക്ഷേ, ഒന്നാണ്; അത് എല്ലാ വ്യക്തികളുടേയും ജീവിതസമാധാനമത്രേ. അതായത് മനസ്സമാധാനം തന്നെ. ചുരുക്കത്തിൽ

വലുതും ചെറുതുമായ പലപല പർവതപ്രാന്തങ്ങളിൽനിന്ന് ഉറവെടുത്തു വിശാലങ്ങളും നിമ്നോന്നതങ്ങളുമായ ഭൂവിഭാഗങ്ങളിൽക്കൂടിയൊഴുകി സമുദ്രത്തിൽ ചെന്നു വിലയംപ്രാപിക്കുന്ന നദികളെപ്പോലെ ഈ വ്യത്യസ്ത സംസ്കാരങ്ങളെല്ലാം ഒന്നിച്ചലിഞ്ഞു ചേരുന്നത് മനുഷ്യത്വത്തിലാണ്. ആ സംഗമസ്ഥാനത്തു മനുഷ്യനേയുള്ളൂ. പാശ്ചാത്യനില്ല, പൗരസ്ത്യനില്ല. ആര്യനില്ല, ദ്രാവിഡനില്ല, കേരളീയനില്ല, അറേബിയനില്ല.

നാനാത്വത്തിൽ ഏകത്വമെന്ന വേദാന്തികൾ അതിനെ മാനിക്കുന്നു. കവികൾ അതിനെ വിശ്വപ്രേമം എന്നു വിളിക്കുന്നു. ആധുനികഭൗതികവാദികൾ അതിനെ സംസ്കാരമെന്നു സമർഥിക്കുന്നു. യഥാർഥം പറഞ്ഞാൽ സൗന്ദര്യം, സംസ്കാരം ഇതൊക്കെ ജീവിത യാഥാർഥ്യത്തിന്റെ സത്യാത്മകങ്ങളായ സ്വരൂപഭേദങ്ങളത്രെ! വ്യക്തിയിൽനിന്ന് മുളച്ചു സമൂഹത്തോളം വികസിച്ച് സമാധാനത്തിലേക്കു പായുന്ന സംസ്കാരമാണ് മഹത്വം. ഈ വഴിക്കു ജനസമൂഹത്തെ നയിക്കുക എന്നതാണ് സാംസ്കാരികപ്രവർത്തനത്തിന്റെ ഉന്നം.

സംസ്കാരത്തിന്റെ ഉൽപ്പത്തിയെയും വികാസത്തെയും പ്രാപ്യസ്ഥാനത്തേയും നോക്കിക്കാണ്മാൻ കഴിവില്ലാത്ത ഹ്രസ്വദൃഷ്ടികൾക്ക് അതിന്റെ മാഹാത്മ്യത്തേയും പ്രയോഗത്തേയും മനസിലാക്കാൻ സാധിച്ചില്ലെന്നുവരാം. ഇടുങ്ങിയ ദേശീയബോധം, വകതിരിവില്ലാത്ത വർഗാഭിമാനം എന്നീ സങ്കുചിത ചിന്താസരണിയിൽ സഞ്ചരിക്കുന്നവർ സ്വന്തം വീക്ഷണകോണിൽക്കൂടി സംസ്കാരത്തെ നോക്കിക്കാണുകയും തദനുകൂലങ്ങളായ വിശ്വാസപ്രമാണങ്ങളെക്കൊണ്ട് അതിനെ തടഞ്ഞുനിർത്തുകയും ചെയ്യുന്നതുകൊണ്ടാണ് അതു ക്രമേണ മതമായി മാറുന്നത്. ഇന്നേവരെയുള്ള ചരിത്രം നോക്കിയാൽ ഇതുകാണാം.

7

നിഷ്കർമകാമം

ഗീതയിൽ അനാസക്തിയോഗം എന്ന പ്രകരണത്തിൽ നിഷ്കാമ കർമത്തെപ്പറ്റി ഗഹനമായ ഒരു പരാമർശമുണ്ട്. എന്നാൽ ഞാനിവിടെ ചൂണ്ടുന്നതു നിഷ്കർമകാമത്തെപ്പറ്റിയാണ്. കർമയോഗത്തിന്റേയും ജ്ഞാനയോഗത്തിന്റേയും ഈറ്റില്ലമായ ഭാരതം കാലവൈപരീത്യത്താൽ നിഷ്കർമണ്യതയിലേക്കു തലകുത്തി വീഴുമ്പോൾ ഗീതാപ്രവചനത്തിന്റെ ഓർമ ഉണർന്നെങ്കിൽ അതു സ്വാഭാവികം മാത്രമാണ്. സ്വാതന്ത്ര്യസമരകാലത്ത് നാം വിഭാവനംചെയ്തിരുന്ന രാഷ്ട്രസങ്കൽപ്പം ഇന്നു റോമിനെപ്പോലെ കത്തിയെരിയുകയാണ്. ഭരണകക്ഷിയും പ്രതിപക്ഷ കക്ഷികളും നേർക്കുനേർ അണിനിരക്കുന്ന ഈ ചേരിപ്പോരിന്റെ പ്രത്യാഘാതം നാലാൾ കൂടുന്നേടത്തെല്ലാം ചൂടുപിടിച്ച വാദകോലാഹലങ്ങളാൽ മുഖരീകൃതമാവുകയാണ്. "എൻകൂട്ടരും പാണ്ഡവരും എന്തേ ചെയ്തതു സഞ്ജയാ?" എന്ന ചോദ്യം ഓരോ ചെവിയിലും പ്രതിധ്വനിക്കുകയാണ്. നിത്യോപയോഗസാധനങ്ങളുടെ തീപിടിച്ച വില, തൊഴിലില്ലായ്മ, വിദ്യാർഥി ബഹളം, ഗതാഗതതടസം സൃഷ്ടിക്കൽ, കള്ളപ്പണം, കത്തിക്കുത്ത്, പെൺകച്ചവടം, നിയമസഭയിൽ ചെരിപ്പേറ്—പ്രഭാതപത്രങ്ങൾ നിത്യവും പുറത്തിറങ്ങുന്നത് ഇത്തരം കലുഷതകളുമായാണ്. പണത്തിന്നും പദവിക്കുംവേണ്ടി ഉടലെടുക്കുന്ന കക്ഷിരാഷ്ട്രീയത്തിന്റെ കുപ്രചരണപ്രഹേളികയിൽ കുടുങ്ങാത്ത ഏതൊരാളും ഈ നാടിന് എന്തുപറ്റി എന്നു സ്വയം ചോദിച്ചുപോകും. അത്രയ്ക്ക് അവതാളത്തിലായിക്കഴിഞ്ഞിരിക്കുന്നു ഇവിടത്തെ ജനജീവിതം.

വിദേശഭരണകാലത്ത് നമുക്ക് അനുഭവപ്പെട്ടിരുന്ന നാടുവാഴിത്തവും ജന്മിത്തവും ഇന്നില്ല. പ്രായപൂർത്തി വോട്ടവകാശത്തിന്മേൽ അധിഷ്ഠിതമായ ഒരു ജനാധിപത്യഭരണം ഇവിടെ നിലവിൽവന്നു. ഭൂമി കർഷകന്റേ

തായി. വിദ്യാലയങ്ങൾ, ആരാധനാകേന്ദ്രങ്ങൾ, ഉദ്യോഗമണ്ഡലങ്ങൾ ഇങ്ങനെ പൊതുസ്ഥാപനങ്ങളിൽ ഉച്ചനീചത്വങ്ങൾ പാടില്ലെന്നു വന്നു. പാരമ്പര്യവഴിക്ക് അവശവിഭാഗത്തിൽപ്പെട്ട ജനവിഭാഗത്തിന് എല്ലാ ജീവിതരംഗങ്ങളിലും മുൻഗണനന അനുവദിക്കപ്പെട്ടു. വിദ്യുച്ഛക്തി, അണക്കെട്ടുകൾ, ജലസേചനം, വൈദ്യം, എഞ്ചിനീയറിങ്, ടെക്നോളജി തുടങ്ങിയ ആധുനിക ജീവിതവികാസത്തിന്റെ നന്മയ്ക്കും മേന്മയ്ക്കും വേണ്ടതായ ആളും ഉപകരണങ്ങളും നാൾതോറും വർധിച്ചുകൊണ്ടുവന്നു. ചുരുക്കത്തിൽ പരദ്രോഹത്തിനു വഴിവയ്ക്കാത്ത ഏതഭീഷ്ടവും സാക്ഷാൽക്കരിക്കാൻ വ്യക്തിക്കും സമൂഹത്തിനും സ്വാതന്ത്ര്യം നൽകുന്ന ഭരണസംവിധാനം കൈവന്നു. പ്രസംഗസ്വാതന്ത്ര്യം, സംഘടനാസ്വാതന്ത്ര്യം, ആരാധനാ സ്വാതന്ത്ര്യം, സ്വത്തു സമ്പാദിക്കാനും വിൽക്കാനുമുള്ള സ്വാതന്ത്യം ഇങ്ങനെ അധ്വാനശീലം വളർത്തി അഭിവൃദ്ധിയിലേക്കുയർത്തുന്ന എല്ലാ സാഹചര്യങ്ങൾക്കും അരങ്ങൊരുങ്ങിയിട്ടുണ്ട്. എന്നിട്ടും ജനതയുടെ ശ്രദ്ധ സമരങ്ങളിലേക്കും കലാപങ്ങളിലേക്കും തിരിച്ചുവിടുന്ന ശക്തി എന്താണ്? സോഷ്യലിസ്റ്റ് ജനാധിപത്യവ്യവസ്ഥയുടെ നന്മയും മേന്മയും ഉൾക്കൊള്ളാൻ ജനഹൃദയം പാകപ്പെടാത്തതിന് എന്താണു കാരണം? ഈ നാടിന്റെ ഭാഗധേയങ്ങൾക്കു വിധേയരായ മനുഷ്യസ്നേഹികളെ ഇരുത്തിച്ചിന്തിപ്പിക്കുന്ന പ്രശ്നമിതാണ്.

നമ്മുടെ മൂല്യബോധത്തിലും സമീപനത്തിലും വന്ന മാറ്റമാണ് ഞാനുദ്ദേശിക്കുന്നത്. ഒരാൾ ചെയ്യുന്ന പ്രവൃത്തിയുമായി അയാളുടെ വിശ്വാസങ്ങൾക്കു യാതൊരു പൊരുത്തവും ഇല്ലാതെവരുന്നതിന് ആത്മവഞ്ചന എന്നു പറയാം. ഈ ആത്മാർഥക്കുറവ് ഇന്നു ഭാരതീയരിൽ വളരെ വിപുലമായി കാണാം.

ജന്മിയെ പഴിക്കും. അയാളേക്കാൾ സാമ്പത്തികക്രൂരത മറ്റുള്ളവരുടെ നേരെ കാണിക്കും. ചാതുർവർണ്യത്തെ പുച്ഛിക്കും. എന്നാൽ വിവിധ മതവിഭാഗങ്ങളുമായി പൊരുത്തപ്പെടാനൊരുക്കവുമില്ല. നാസ്തികത്വം പ്രചരിപ്പിക്കും. ശബരിമലയ്ക്കു നോൽമ്പിടും. ദാനധർമങ്ങളെ പരിഹസിക്കും. എന്നാൽ വഴിപാടും കൈമടക്കും കൊടുക്കും. നെല്ലും പണവും പൂഴ്ത്തിവയ്ക്കും. രാജാവു പോയ കസാലയിൽ മന്ത്രിയുടെ കുപ്പായമിട്ടിരിക്കും. ജന്മി മരിച്ച മനയ്ക്കലും കോവിലകത്തും കയറിക്കൂടി തന്ത്രിയുടേയും വൈദികന്റേയും വൈഭവം ആസ്വദിക്കും. ഇല്ലാത്തവനെ ഉള്ളവനാക്കി ഉയർത്തുക എന്ന വൈശിഷ്ട്യത്തിന്റെ പേരിൽ ഉണ്ടായിരുന്നവനെ തേജോവധംചെയ്യും. ഈ ധിക്കാരത്തിനു സ്ഥിതിസമത്വമെന്നും പുരോഗമനമെന്നും മധുരിപ്പിക്കുന്ന പേരുകളിടും. ഇങ്ങനെ വിചാരവും വാക്കും പ്രവൃത്തിയും തമ്മിൽ കൂട്ടിയിണക്കാൻ കഴിയാത്ത മൂല്യബോധക്കുറവും അധ്വാനത്തിന്റെ വില മനസിലായ്കയുമാണ് ഈ കുഴപ്പത്തിന്റെയെല്ലാം ഉത്തരവാദി.

തൊഴിലാളിക്കു കൂലി പോര, ബോണസു പോരാ. എന്നാൽ, അയാൾ ചെയ്യുന്ന ജോലിയുടെ ഫലമായ ഉൽപ്പന്നം വിറ്റു കിട്ടുന്നതിനേക്കാൾ

കൂടുതലാണ് ആവശ്യങ്ങൾ. കർമത്തിൽ ശ്രദ്ധയും ശുഷ്കാന്തിയുമില്ല. കിട്ടേണ്ട കൂലിയെക്കുറിച്ചു മാത്രമേ വിചാരമുള്ളൂ. പൊതുജനസുഖത്തിനും ഹിതത്തിനുവേണ്ടി പ്രവർത്തിക്കേണ്ടവനും നേതാവായപ്പോൾ ജനതയെ മറന്നത് ഇതുകൊണ്ടുതന്നെ.

എന്നാൽ മനുഷ്യൻ ജാത്യാ കർമബദ്ധനാണ്. അവന്റെ ശരീരഘടനയും അതിനനുയോജ്യമാണ്. ഈ കർമവാസനയാണ് മനുഷ്യനെ ഈ പ്രപഞ്ചത്തിലെ ഏറ്റവും വലിയ അത്ഭുതജീവിയാക്കിത്തീർത്തതും. കൃഷി, കച്ചവടം ഇങ്ങനെ വ്യവസായയുഗത്തിലേക്കു കടന്നുവന്നതും കർമ്മപദ്ധതികൾകൊണ്ട് മണ്ണ് സ്വന്തമാക്കാൻ സാധിച്ചതും ഈ വാസനാബലംകൊണ്ടാണ്.

അഗ്നി എരിയുന്നതിന് ഇന്ധനം വേണം. കർമത്തിന്റെ വിറക് ഇച്ഛയാണ്. എല്ലാം ഇച്ഛയിലൂടെ ചെയ്യാനാണ് സൃഷ്ടിയുടെ കൽപ്പന. അങ്ങനെ അവൻ സ്വന്തം സുഖത്തിനും ദീർഘായുസിനും ആവശ്യമായ നന്മയും മേന്മയും പ്രകൃതിപ്രതിഭാസങ്ങളിൽനിന്നു വേർതിരിച്ചെടുത്തു. പ്രകൃതിയുടെ പ്രതിഭാസങ്ങളെ വലിയിരുത്തുകമാത്രമല്ല, അവയെ സ്വന്തം ആവശ്യത്തിനുവേണ്ടി ഉപയോഗിക്കാനും ത്രികാലജ്ഞാനമെന്ന ദിവ്യാനുഗ്രഹം സായത്തമാക്കാനും മനുഷ്യന് സാധിച്ചു. അങ്ങനെ പ്രകൃതിചൈതന്യങ്ങളാൽ ഭൂതഭവിഷ്യദ്വർത്തമാനങ്ങൾ ക്രോഡീകരിച്ച് ചിട്ടപ്പെടുത്തിയ ജീവിതരീതി കൈക്കൊള്ളുന്ന ഒരു ജനതയായിത്തീർന്നു മനുഷ്യസമുദായം.

കൊടുങ്കാറ്റ് തുടങ്ങിയ ആപത്തുകളിൽനിന്നും രക്ഷപ്പെടാനും വർഷം, ശരത്ത്, നിലാവ് തുടങ്ങി പ്രകൃതിയരുളിയ നല്ലതിനെയെല്ലാം ഉപയോഗിക്കാനും മനുഷ്യൻ പഠിച്ചു. അണക്കെട്ടുകൾ, മഹാത്ഭുതങ്ങൾ തുടങ്ങി ഭൂതകാലത്തിലേക്കു നോക്കുമ്പോൾ കാണുന്ന അഭിമാനിക്കാവുന്ന നേട്ടങ്ങൾ ഒടുങ്ങാത്ത ഈ കർമേച്ഛയുടെ, മനുഷ്യപ്രതിഭയുടെ, സ്മാരകങ്ങളാണ്. പ്രകൃതിയെ കീഴടക്കിക്കഴിഞ്ഞപ്പോൾ, ലാഭങ്ങൾ സുലഭമായപ്പോൾ, മനുഷ്യൻ ഊറ്റംകൊണ്ടു. ബുദ്ധിശക്തിയിലും കർമശേഷിയിലുമുള്ള മേന്മയും താഴ്മയുമനുസരിച്ച് ഇവിടെ ഉച്ചനീചത്വമുണ്ടായി. വർഗവിഭജനം നടന്നു. മതത്തിന്റെ പേരിലായാലും സമ്പത്തിന്റെ പേരിലായാലും അവ ഉൾപ്പിരിവുകളായിത്തന്നെ ഇന്നും നിലനിൽക്കുന്നു.

സമൃദ്ധിയുടെയും അഹന്തയുടെയും സന്തതിയാണ് അലസത. ആജന്മശുദ്ധനും ആഫലോദയകർമാവുമായ ദിലീപനിൽനിന്നു തുടങ്ങുന്ന രഘുവംശം അലസനും അംഗനാലോലുപനുമായ അഗ്നിപർണനിലാണല്ലോ അവസാനിക്കുന്നത്. രാജാവിനും ബ്രാഹ്മണനും ഗതികേടു വന്നതിങ്ങനെയാണ്. ഭൗതികസുഖവും ആത്മീയാനുഭവങ്ങളും നേടാൻ ഭാഗ്യം ലഭിക്കാത്ത തൊഴിലാളികളും അടിമവർഗങ്ങളും ആ സ്ഥാനങ്ങളിലേക്കു കയറിവന്നു. അവർക്കും തരമായി, അധികാരങ്ങളും പ്രതാപങ്ങളും. എന്നാൽ, ഈ സൗഭാഗ്യസിദ്ധി അവരുടെ ക്രിയാശക്തിയേയും തളർത്തി. ഇന്ധനശക്തി നഷ്ടപ്പെടുമ്പോഴാണല്ലോ വിളക്കുകൾ ഫ്യൂസാ

കുന്നത്.

കർമത്തിന്റെ വൈശിഷ്ട്യങ്ങളിൽ ആനന്ദിക്കാനും പ്രവർത്തനഫലം ആസ്വദിക്കാനും ഉള്ള കഴിവ് നഷ്ടപ്പെട്ടതിനാലാണ് ഈ വിപര്യയം സംഭവിച്ചത്. ശാസ്ത്രത്തിനു വികാസമുണ്ടായപ്പോൾ മനുഷ്യന് മോഹങ്ങൾ വർധിച്ചു. അലംഭാവവും പെരുകി. ചുരുക്കത്തിൽ അധ്വാനിക്കാതെ അന്തസിൽ ജീവിക്കുവാനുള്ള അഭിലാഷത്തിന്റെ ആപൽഫലമാണ് ഇന്നത്തെ ഇന്ത്യയുടെ പരാധീനത.

"കൂട്ടിയുണ്ണുവാൻ പപ്പടം കിട്ടണം
പിട്ടിടിച്ചിടും ജോലി നമുക്കില്ല"

എന്ന അവസ്ഥ നമ്മുടെ കർമക്ഷേത്രത്തിനു വരുത്തിവച്ച അപചയമാണ് ഇന്നത്തെ എല്ലാ കെടുതികൾക്കും കാരണം. ദിലീപനിൽനിന്നു തന്നെ വീണ്ടും നാം കർമപൂജ തുടങ്ങേണ്ടിയിരിക്കുന്നു.

കാമപൂർത്തിക്കുവേണ്ടി കർമം ചെയ്യുക എന്നത് മനുഷ്യസഹജമാണ്. കർമബദ്ധമായ ഇച്ഛയാണ് മനുഷ്യനെ പൂർണതയിലേക്കു നയിക്കുന്നത്. മഹാത്മജി മനുഷ്യനെ ഇങ്ങനെ ദേവത്വത്തിലേക്കുയർന്നു കാണുവാനാഗ്രഹിക്കുകയും ചെയ്തു. പക്ഷേ, നാമാകട്ടെ കർമം ചെയ്യാതെകണ്ട് മൃഗത്വത്തിലേക്കു മറിഞ്ഞുവീണു. മറ്റു രാജ്യങ്ങളെ തീണ്ടാത്ത ഒരു ദുഷ്പ്രവണതയാണ്. വയലിലും വ്യവസായശാലയിലും മറ്റെല്ലാ മേഖലകളിലും കർമത്തിന്റെ പുതിയൊരു പാഞ്ചജന്യമാണ് നാം കേൾക്കാൻ കൊതിക്കുന്നത്.

8

ഗാന്ധിമാർഗത്തെപ്പറ്റി ചില ചിന്തകൾ

ഇസങ്ങളുടെ കടന്നൽക്കൂട് ഇളകിക്കഴിഞ്ഞ കാലമാണിത്. ഏതു വഴിക്കു നടന്നുപോയാലും അതിന്റെ കടിയേൽക്കാതെ കടന്നുപോവാൻ പ്രയാസമുണ്ട്. കടിയേറ്റാലോ നേരത്തോടുനേരം നീറുന്ന വേദന നമുക്ക് അനുഭവിക്കേണ്ടതായിവരും. അങ്ങനെ ഈ ഇസങ്ങളുടെ സമ്മർദമേറ്റ് മനുഷ്യൻ ഞെങ്ങിഞെരുങ്ങുകയാണ്. താൻ കണ്ടെത്തിയ തത്വസംഹിതയുടെ നന്മയും മേന്മയും പൊതുജനഹൃദയത്തിൽ കുത്തിച്ചെലുത്തി സംഘടിതരൂപത്തിൽ അവരെ ആ ലക്ഷ്യത്തിലെത്തിക്കുകയാണ് ഈ ഇസങ്ങളുടെ ഉദ്ദേശ്യം. മനുഷ്യൻ സംഘടിതരൂപത്തിൽ ചിന്തിക്കുവാനും സാമൂഹ്യമായി സുഖദുഃഖങ്ങൾ പങ്കിട്ടെടുക്കുവാനും തുടങ്ങിയ കാലം മുതൽക്ക് ഇതാരംഭിച്ചുവെന്നുവേണം കരുതാൻ. സംഘടിതമതങ്ങളുടെ ആവിർഭാവംമുതൽ അതായത് മനുഷ്യന്റെ ദർശനങ്ങൾ സാമുദായിക സംഘടനകളായി രൂപംകൊള്ളാൻ തുടങ്ങിയതുമുതൽ ഇന്നുവരെ നിലനിന്നുപോന്നതാണ് ഈ സമ്മർദം. അന്ന് അതിന് ഇസമെന്നല്ല മതമെന്നാണു പേർ പറഞ്ഞിരുന്നത്. ഇന്നത്തെ ഇസങ്ങളും പഴയ മതതത്വങ്ങളും ഇടതട്ടിച്ചു പരിശോധിച്ചാൽ അറിയാം അവയ്ക്കുതമ്മിൽ നീതിയിലും നിയമത്തിലും അൽപ്പസ്വൽപ്പവ്യത്യാസങ്ങളേ ഉള്ളുവെന്ന്. എന്റെ മുഖത്തിനാണ് അഴക് എന്ന വാശി മതങ്ങളിലും ഇസങ്ങളിലും ഒരുപോലെ കണ്ടുവരുന്നുണ്ട്. എന്റെ മാർഗം മാത്രമാണ് ശരി, മറ്റെല്ലാം തെറ്റാണ് എന്ന മർക്കടമുഷ്ടി ആരുടേതായാലും അവഗണനാർഹമാണ്. നിസ്സന്ദേഹമായിട്ടൊരു നിഗമനത്തിലെത്താൻ ഒരുകാലത്തും ആർക്കും സാധ്യമല്ലെന്ന് ഞാനും വിശ്വസിക്കുന്നു. കാരണം, മനുഷ്യപുരോഗതിക്ക് ഒരതിർത്തിയില്ല. അതൊരിടത്ത് ഉറച്ചുനിൽക്കുന്നുമില്ല. പുരോഗതി ഇന്നേവരെ ഒരു മച്ചിപ്പയ്യായി ഇരുന്നിട്ടുമില്ല. നീണ്ടുനീണ്ടു പോകുന്ന ലക്ഷ്യത്തി

ന്നനുസരിച്ച് മാറിമാറി വരുന്ന യാത്രാസൗകര്യങ്ങൾ ഉണ്ടാക്കുകയെന്ന താണ് ഇന്നോളം മനുഷ്യസ്നേഹികളായ ബുദ്ധിജീവികൾ അനുവർത്തി ച്ചുപോന്നിട്ടുള്ള നയം. അതായത് സത്യത്തെ ലക്ഷ്യമാക്കി പ്രവർത്തി ക്കുകയാണ് ആവശ്യം. പൂർണസത്യം കൈവന്നുവെന്നു വിധിക്കുവാൻ നാമാരും അമാനുഷികരല്ലല്ലോ. ആ പശ്ചാത്തലത്തിൽനിന്നുകൊണ്ടാ യാൽ മാത്രമേ ഏതൊരു തത്വസംഹിതയെക്കുറിച്ചുള്ള ചർച്ചയ്ക്കും അർഥമുള്ളൂ.

ആധുനികകാലഘട്ടത്തിൽ മതപരമായ തത്വങ്ങൾ മുങ്ങിപ്പോവു കയും അനുഷ്ഠാനങ്ങൾ വെറും ആംഗ്യങ്ങളായി മാറുകയും ചെയ്തു. അതുകൊണ്ടുതന്നെ മതങ്ങളോട് മനുഷ്യന് മതിപ്പു കുറഞ്ഞു. ആധുനിക ശാസ്ത്രവും അതിന്റെ സാങ്കേതികവിദ്യയും ഒരുതരത്തിൽ ആ കുറ വിനെ നികത്താൻ ശ്രമിക്കുകയും ചെയ്തുതുടങ്ങി. വ്യക്തിയുടെ കസാ ലയിൽ സമൂഹം എന്ന സങ്കൽപ്പം കയറിയിരിപ്പായി. അപ്പോൾ പുരോഗതി, നന്മ എന്നൊക്കെ പറഞ്ഞാൽ അത് മനുഷ്യനുള്ളതല്ല സമൂഹത്തിനു ള്ളതാണ് എന്നു വന്നുകൂടി. അങ്ങനെ മനുഷ്യൻ കാണെക്കാണെ വിസ്മരിക്കപ്പെട്ടു. മതരംഗത്തിൽ പൗരോഹിത്യവും ആധുനികലിബ റലിസ്റ്റു സമ്പ്രദായത്തിൽ മുതലാളിത്തവും സോഷ്യലിസ്റ്റ് വ്യവസ്ഥയിൽ കമ്യൂണിസവും മനുഷ്യത്വത്തെ വെല്ലുവിളിച്ചുതുടങ്ങി. ഈ അനുഭവ ങ്ങളുടെ കയ്പുനിറഞ്ഞ പരിതഃസ്ഥിതിയിലാണ് മനുഷ്യനന്മയുടേയും മനുഷ്യസ്നേഹത്തിന്റേയും പാദകത്തിന്മേൽ സാമൂഹ്യജിവിതത്തെ പുനഃപ്രതിഷ്ഠിക്കാൻ മാർഗം എന്തെന്നു മഹാത്മജിക്ക് ആലോചിക്കേ ണ്ടിവന്നത്.

ശരിക്കു പറഞ്ഞാൽ ഗാന്ധിസം നമ്മെ സംബന്ധിച്ചിടത്തോളം ഒരു പുതിയ മാർഗമൊന്നുമല്ല. പൗരാണികകാലംതൊട്ട് ഭാരതീയ ദാർശനിക ന്മാരിൽ പലരും ഉപദേശിച്ച ആർഷധർമം തന്നെയാണത്. എന്നാൽ അവയ്ക്കു ദേശകാലസ്ഥിതികൾക്ക് അനുയോജ്യമായവിധം പുതിയ വ്യാഖ്യാനം കൊടുക്കാൻ മഹാത്മജിക്കു കഴിഞ്ഞു. ഇവിടെയാണ് ഗാന്ധി മാർഗം ഉടലെടുക്കുന്നത്. ഗാന്ധിമാർഗമെന്നു പറഞ്ഞാൽ ഗാന്ധിസമല്ലെ ന്നാണ് എന്റെ വിശ്വാസം. അത് ഗാന്ധിജിയുടെ ജീവിതാനുഭവങ്ങളിൽ നിന്ന് അദ്ദേഹം പെറുക്കിയെടുത്ത സത്യങ്ങളാണ്. സ്വന്തം ആത്മാവി ന്മേലിട്ട് ഉരച്ചുനോക്കുന്ന ഒരു സ്വർണപ്പണിക്കാരനു മാത്രം തിരിച്ചറിയാ വുന്ന മാറ്റാണ് ഗാന്ധിസം.

അടിസ്ഥാനപരമായി നോക്കിയാൽ ഗാന്ധിജി നടത്തിയത് പ്രകൃതി രഹസ്യങ്ങളിലേക്കുള്ള ഒരു തീർഥാടനമായിരുന്നു. ഈ തീർഥാടനം തന്നെയായിരുന്നു അദ്ദേഹത്തിന്റെ അഭിലാഷവും ലക്ഷ്യവും. കണ്ടകാ കീർണങ്ങളായ വനാന്തരങ്ങളിലൂടെ അങ്ങോട്ടുള്ള യാത്രയിൽ താൻ വെച്ച ഓരോ കാലടിക്കുഴിയിലും താമരപ്പൂക്കൾ വിടർന്നു വരുന്നതുകണ്ട് അദ്ദേഹം അത്ഭുതപ്പെടുകതന്നെ ചെയ്തു. എല്ലാം അദ്ദേഹത്തിനു പുതിയ അനുഭവങ്ങളായിരുന്നു. വെള്ളവും വളവുമന്വേഷിച്ചു വേരുകൾ

പായുമ്പോലെ വിജ്ഞാനമണ്ഡലം തേടിക്കൊണ്ട് മഹാത്മാഗാന്ധിയിലെ കൗമാരം അലഞ്ഞുതിരിയുമ്പോൾ ഇരുളും വെളിച്ചവും തമ്മിലിടകലർന്ന ആ പ്രാതഃസന്ധ്യയിൽ പലപ്പോഴും അദ്ദേഹം കാലിടറി വീണിട്ടുണ്ട്. അത്ഭുതമെന്നു പറയട്ടെ, ഓരോ വീഴ്ചയും താഴോട്ടു തള്ളിയിടുകയല്ലാ ഉൽബുദ്ധതയിലേക്ക് അദ്ദേഹത്തെ ഉയർത്തുകയാണുണ്ടായത്. ഒരു കളിത്തോഴനെ അന്ധമായി അനുഗമിച്ചതിന്റെ ഫലമായി, കുലനിഷിദ്ധ മെന്നറിഞ്ഞിട്ടും, ആ ശുദ്ധാത്മാവിന് അജമാംസം ഭക്ഷിക്കേണ്ടി വന്നു. അന്ന് അർധരാത്രിയിൽ അർധപ്രജ്ഞനായി ഉറങ്ങുമ്പോൾ വയറ്റിൽനിന്ന് ഒരാട്ടിൻകുട്ടിയുടെ ദയനീയരോദനം കേട്ട് അദ്ദേഹം ഞെട്ടിത്തെറിച്ചു. വൈരുധ്യാത്മകങ്ങളായ രണ്ട് അവസ്ഥാവിശേഷങ്ങൾ മനുഷ്യഹൃദയ ത്തിലുണ്ടെന്ന് അദ്ദേഹം അതോടുകൂടി കണ്ടറിഞ്ഞു. ഒന്ന് മാനുഷിക മൂല്യം, മറ്റേത് മൃഗീയത. മൊട്ടിട്ടുവരുന്ന സദ്‌വിചാരങ്ങളുടെ വലയം ഭേദിച്ച് അകത്തുകടന്നു നാശംചെയ്യുന്ന ആ മായാമൃഗത്തെ അദ്ദേഹം മെരുക്കിയെടുത്തു. വ്യക്തിയും സമുദായവും തമ്മിലുള്ള പരസ്പര ബന്ധം അദ്ദേഹം നോക്കിപ്പഠിച്ചു. നാനാത്വത്തിൽ ഏകത്വം എന്ന മഹത്വ ത്തിന്റെ മൂലകന്ദംവരെ അദ്ദേഹത്തിന്റെ ആലോചന ആണ്ടിറങ്ങി. അതിന്റെ പരിണതഫലമായി സമൂഹത്തിന്റെ ശുദ്ധീകരണത്തിനുവേണ്ടി അദ്ദേഹത്തിനു നിരാഹാരംവരെ കൈക്കൊള്ളേണ്ടിവന്നിട്ടുണ്ട്. ആത്മ നിഷ്ഠമായ ഈ തീവ്രതപശ്ചര്യയുടെ ഫലമായി അദ്ദേഹം ഈശ്വരനെ— അതിന്റെ പേർ സത്യമെന്ന് അദ്ദേഹം വിളിച്ചുപോന്നു—അവിദൂരഭാവ നയിൽ കണ്ടറിഞ്ഞു. ഐഹികജീവിതത്തിലെ ഓരോ ചലനവും തൽ സാന്നിധ്യത്തിലേക്കുള്ള കാൽവയ്പ്പായും ഓരോ കർമവും തദാരാധന യായും അദ്ദേഹം ആത്മാർപ്പണം ചെയ്തു. അങ്ങനെയാണ് ഗാന്ധിമാർഗം ഉടലെടുത്തത്. ഗാന്ധിജിയോളം ആരാധകവൃന്ദത്തെ സൃഷ്ടിച്ച മറ്റൊരു വ്യക്തിയും ഈ കാലഘട്ടത്തിലുണ്ടായിട്ടില്ല. വളരെയധികം ആരാധക ന്മാരെ സൃഷ്ടിച്ച മറ്റൊരാളും ഗാന്ധിജിയെപ്പോലെ ഇത്ര ക്ലിപ്തസിദ്ധി മാനായിരുന്നിട്ടില്ലെന്നുകൂടി നാം മനസിലാക്കിയേ കഴിയൂ.

എന്നാൽ, അദ്ദേഹത്തിന്റെ ഏറ്റവും അടുത്ത അനുയായികളിൽ പ്പോലും നന്നേ കുറച്ചുപേർക്കു മാത്രമേ ഗാന്ധിമാർഗവുമായി താദാത്മ്യം പ്രാപിക്കാൻ കഴിഞ്ഞുള്ളൂ. കഴിഞ്ഞ തലമുറയിലെ മതാചാര്യന്മാർക്കു ണ്ടായ ദുര്യോഗം മഹാത്മജിക്കും സംഭവിച്ചു. പാരാവാരപ്പരപ്പുപോലുള്ള അനുയായിവർഗത്തിന്റെ അന്ധമായ ആരാധന ഗാന്ധിജിയെപ്പറ്റി വളരെയധികം തെറ്റിദ്ധാരണകൾ സൃഷ്ടിച്ചിരിക്കുന്നു. ഇതു ഗാന്ധിജി യുടെ കുറ്റമല്ല. ആരാധനയിലുള്ള അന്ധതയുടെ അപരാധമാണ്. ഗാന്ധി ജിയെ ഒരു രാഷ്ട്രീയനേതാവായിട്ടല്ലാതെ സത്യാന്വേഷിയായ ഒരു സാധാരണമനുഷ്യനായി കാണാൻ കഴിയാഞ്ഞതാണ് അനുയായികൾക്ക് പറ്റിയ അബദ്ധം. അടുത്ത സുഹൃത്തുക്കളിൽ പലർക്കുംതന്നെ ഗാന്ധി മാർഗത്തെ ഒരു രാഷ്ട്രീയതത്വസംഹിതയായി കാണാനേ കഴിഞ്ഞുള്ളൂ. അടുത്തുവെന്നു ഭാവിക്കുമ്പോഴും അവർ അകലെത്തന്നെയായിരുന്നു.

പൊതുജീവിതത്തിൽ ധാർമികമൂല്യങ്ങൾക്ക്, അഥവാ മനുഷ്യന്റെ അന്തസ്സിന്, പ്രാമാണ്യം കൽപ്പിച്ചതാണ് ഗാന്ധിജിയുടെ മഹത്വം. ഈ വസ്തുത അദ്ദേഹത്തിന്റെ ജീവിതാന്ത്യത്തിൽ കൂടുതൽ പ്രത്യക്ഷീഭവിക്കുകയുണ്ടായി. തൽഫലമായി തന്റേതെന്നു കരുതപ്പെട്ട മണ്ഡലങ്ങളിൽനിന്ന് അദ്ദേഹം കുറേയൊക്കെ അകലുന്നുണ്ടായിരുന്നു. ആ അകൽച്ചയുടെ ആഴം വ്യക്തമാക്കുന്നതിനുമുമ്പ് അദ്ദേഹം വധിക്കപ്പെടുകയാണുണ്ടായത്. വർഗീയവികാരങ്ങളെപ്പോലെതന്നെ ദേശീയവികാരങ്ങളും ആപൽക്കരമാണ് എന്ന് നമുക്ക് ഇതിൽനിന്നു മനസിലാക്കുവാൻ സാധിക്കും. എന്നാൽ, നമ്മെ സംബന്ധിച്ചിടത്തോളം രാഷ്ട്രീയ മണ്ഡലത്തിൽ വർഗീയവികാരങ്ങളുടെ ഇരിപ്പിടങ്ങളിൽ ദേശീയവികാരങ്ങളെ കയറ്റിയിരുത്തിയെഴുന്നള്ളിക്കുകയാണുണ്ടായത്. ഈ കാര്യത്തിൽ നമ്മുടെ നാട്ടിലെ ദേശീയവാദികളും സോഷ്യലിസ്റ്റുകളും മാർക്സിസ്റ്റുകളും ആരും ഗാന്ധിജിയുടെ ഭാഗത്തായിരുന്നില്ല. അതിർകടന്ന ദേശീയ പരമാധികാരവാദം ആപൽക്കരവും നിരർഥകവുമാണെന്ന ബോധത്താലാണ് ഗാന്ധിജി ഇന്ത്യാവിഭജനത്തിനു കാരണമാക്കിയ തീരുമാനമെടുക്കാൻ ധൈര്യപ്പെട്ടത്. അദ്ദേഹത്തിന്റെ അനുയായികൾക്ക് ഇതൊട്ടും ദഹിച്ചിരിക്കുകയില്ല.

ദേശീയ പരമാധികാരവാദത്തിന്റെ അതിർകടന്ന പ്രകടനങ്ങൾ ഇന്ന് ലോകമൊട്ടുക്കും കാണും. ധർമബോധം പൊതുജീവിതത്തിനൊരു കള്ളനാണയമായി ഇന്നു കരുതപ്പെടുന്നു. യന്ത്രങ്ങൾക്കെതിരായി ഗാന്ധിജി മുറവിളികൂട്ടിയത് ഈ കാരണംകൊണ്ടാകുന്നു. യന്ത്രം മനുഷ്യനേയും യന്ത്രമാക്കുന്നു. യന്ത്രം മനുഷ്യന്റെ ഉപകരണമെന്നതിനു പകരം മനുഷ്യൻ യന്ത്രത്തിന്റെ ഉപകരണമായി അധഃപതിക്കുന്നതാപത്താണ്. സമൂഹവും വ്യക്തിയും തമ്മിലുള്ള ബന്ധത്തെ കടതല മാറ്റിപ്പിടിക്കരുതെന്ന് ഗാന്ധിജി നിഷ്കർഷിച്ചതും അതുകൊണ്ടാണ്.

ലക്ഷ്യവും മാർഗവും തമ്മിലുള്ള ബന്ധത്തെ നിർവചിക്കുന്നേടത്തും സവിശേഷമായ നിഷ്കർഷ അദ്ദേഹം ദീക്ഷിച്ചിരുന്നു. പരിശുദ്ധമായ ഒരു ലക്ഷ്യത്തിലേക്ക് പരിശുദ്ധമല്ലാത്ത ഒരു മാർഗമുണ്ടാകാൻ വയ്യ. ആധുനിക രാഷ്ട്രതന്ത്രത്തിലേക്ക് ഗാന്ധിജി നൽകിയ ഏറ്റവും മഹത്തായ സംഭാവനയാണിതെന്നതിൽ സംശയമില്ല. എന്തുകൊണ്ടെന്നാൽ, ലക്ഷ്യം വെറുമൊരു സങ്കൽപ്പമാണ്. അത് ചക്രവാളംപോലെ അപ്രാപ്യവുമാണ്. അതിലേക്കുള്ള പ്രയാണമാണ് ജീവിതം ആകെത്തന്നെ. അതിനാൽ മനുഷ്യജീവിതം കൂടുതൽ അർഥവത്താക്കിത്തീർക്കുന്ന ലക്ഷ്യത്തെച്ചൊല്ലി അതേ മനുഷ്യജീവിതം അനർഥമാക്കി മാറ്റുന്നൊരു മാർഗം സ്വീകരിക്കണമെന്ന വാദത്തെ അദ്ദേഹം തിരസ്കരിച്ചു. എന്നല്ല പരിശുദ്ധമായ ഒരു മാർഗം അപരിശുദ്ധമായ ഒരു സ്ഥലത്തെത്തിച്ചേരില്ലെന്നും അദ്ദേഹത്തിന് ഉറച്ച വിശ്വാസമുണ്ട്. ഇവിടെവച്ച് ബുദ്ധിയും വിശ്വാസവും ഒന്നായിത്തീരുന്ന ആ ബിന്ദു നമുക്കു കാണാം. വ്യക്തിയുടെ സ്വാതന്ത്ര്യത്തിന്മേലുള്ള അടിയുറച്ച ഈ നിലപാടാണ് അധികാരവികേ

ന്ദ്രീകരണത്തിന്റേയും ആത്മസാക്ഷാൽക്കാരത്തിന്റേയും നേരെ ഗാന്ധിജിയുടെ ശ്രദ്ധ തിരിച്ചത് എന്നുകൂടി നാം മനസിലാക്കേണ്ടിയിരിക്കുന്നു.

നമ്മുടെ നാട് അടുത്തകാലത്ത് സ്വാതന്ത്ര്യം സമ്പാദിച്ച രാഷ്ട്രമാണല്ലോ. യൂറോപ്പിലെ പ്രജാധിപത്യരാജ്യങ്ങളെപ്പോലെ പാർലമെന്ററി സമ്പ്രദായത്തിന്റെ ഒരു ദീർഘകാലപാരമ്പര്യം ഇവിടെ ഇല്ല. ആ നിലയ്ക്ക് ജനഭരണത്തിന്റെ ഒരു പുതിയ പരീക്ഷണമാണ് ഇവിടെ ആരംഭിക്കേണ്ടതെന്ന് മഹാത്മജിക്കു തോന്നി. അതുകൊണ്ടു കൂടിയാണ് അദ്ദേഹം സർവോദയാദർശത്തിനെപ്പറ്റി ചിന്തിച്ചത് എന്ന് എനിക്കു തോന്നുന്നു. പക്ഷേ, നമ്മുടെ രാഷ്ട്രീയനേതാക്കന്മാർ അതു കണ്ടറിഞ്ഞില്ല. പാശ്ചാത്യരാജ്യങ്ങളിലുള്ള സമ്പ്രദായങ്ങൾ അപ്പടി പകർത്തുകയും ചുണ്ടത്തു വികേന്ദ്രീകരണവും ഹൃദയത്തിൽ കേന്ദ്രീകരണവും പ്രതിഷ്ഠിച്ച് ഭരിക്കാൻ ശ്രമിച്ചു പരാജയപ്പെടുകയുമാണ് അവർ ചെയ്തത്.

ഒരു ഭാഗത്ത് ഗാന്ധിസം, മറുഭാഗത്ത് മാർക്സിസം. ഈ രണ്ടു കോണികളിലും കാലൂന്നിക്കൊണ്ട് അക്കരെപ്പറ്റാനുദ്യമിക്കുന്ന ഒരു പമ്പരവിഡ്ഢിയുടെ അപകടംനിറഞ്ഞ അവസ്ഥാവിശേഷത്തിലാണ് നാം ഇന്ന് അകപ്പെട്ടിരിക്കുന്നത്. പ്രത്യേകിച്ച് ശീതസമരത്തിന്റെ പ്രക്ഷുബ്ദമായ ഈ അന്തരീക്ഷത്തിൽ സാഹസികവും സംശയാസ്പദവുമായ ഈ സംരംഭം വിഡ്ഢിത്തത്തിന്റെ വിളയാട്ടമായിട്ടല്ല അഭ്യാസവിശേഷമായി പരിഗണിച്ച് സമാധാനിക്കണമെന്ന് എത്രതന്നെ ശാസിച്ചാലും ആ കലാകൗശലം കണ്ട് ആനന്ദിക്കുവാൻ കരളുറപ്പുണ്ടാകുന്നില്ല. വാക്കുകളുടെ അർഥവ്യാപ്തി എത്രതന്നെ പരിമിതപ്പെടുത്തിയാലും ലക്ഷ്യത്തിലും മാർഗത്തിലും പരസ്പരം പൊരുത്തപ്പെടാത്ത ഈ വൈരുധ്യത്തെ എങ്ങനെ ഇണക്കിക്കൊണ്ട് പോവാമെന്നതാണ് നമ്മുടെ മുമ്പിലിരിക്കുന്ന ഇന്നത്തെ പ്രശ്നം.

9

സത്യമെന്നത് ഇവിടെ മനുഷ്യനാകുന്നു

മുഖശ്രീ വർധിക്കുന്നതിനുവേണ്ടി നാം മൂർച്ചയുള്ള ക്ഷൗരക്കത്തി ഉപയോഗിക്കുന്നു. എന്നാൽ, ഇന്നു പല രാഷ്ട്രനേതാക്കളും മീശയോടൊപ്പം മൂക്കും ചെവിയും ചെത്തിക്കളയുന്നു. റഷ്യയും അമേരിക്കയും ഒരുപോലെ മനുഷ്യന്റെ സ്വതന്ത്രചിന്തയെ ഭയപ്പെടുന്നുവെന്നും ആ ഭയം വളർന്നുവളർന്നു വരുന്നുവെന്നുമാണ് ഓരോ പ്രഭാതപ്പത്തിപ്പുകളിലും നാം വായിക്കുന്നത്. ആഫ്രിക്കയിലാകട്ടെ തൊലിയുടെ നിറഭേദത്തെ ആധാരമാക്കിയാണ് മനുഷ്യനെ നായാടിപ്പിടിച്ചു വെടിവച്ചു കൊല്ലുന്നത്. സിലോണിലും അത്തരമൊരു പ്രവണതയുടെ ബീജാവാപമാണ് നാം കാണുന്നത്. തത്വശാസ്ത്രങ്ങളേക്കാൾ മനുഷ്യനാണു പ്രധാനമെന്ന് ആദ്യത്തെ വിഭാഗവും തൊലിയുടെ വർണഭേദം രക്തത്തിനില്ലെന്ന് രണ്ടാമത്തെ വിഭാഗവും മറന്നുപോയിരിക്കുന്നു.

ചിരപുരാതനമായ ഈ ഭൂമിക്കെന്തോ തകരാറുണ്ട്. മനുഷ്യവർഗം സംസ്കാരപരിഷ്കാരങ്ങളിലൂടെ പ്രയാണംചെയ്യാൻ തുടങ്ങിയതെന്നാണെന്ന് തിട്ടമായിപ്പറയാൻ ആർക്കും സാധിച്ചിട്ടില്ലെങ്കിലും പണ്ടൊരിക്കൽ കേവലവനേചരന്മാരായിരുന്നുവെന്നതിൽ പക്ഷാന്തരമില്ല. പച്ചമാംസത്തിനുവേണ്ടി കടിപിടികൂടിയിരുന്ന അവസ്ഥയിൽനിന്ന് ഫോർമോസാ ദ്വീപിന്റെ ചുറ്റുപാടും നീന്തിക്കളിക്കുന്ന സ്റ്റീംബോട്ടുകൾക്കുവേണ്ടി കടിപിടികൂടുക എന്ന ഘട്ടംവരെ നാം പുരോഗമിച്ചിരിക്കുന്നു. മറുഭാഗത്ത് വാല്മീകിമുതൽ മഹാത്മജിവരെയോ ഐൻസ്റ്റീൻവരെയോ ഉള്ള ഒരു നേർത്ത ചരടു കാണാമെന്നതു വാസ്തവംതന്നെ. പക്ഷേ, അതു സാർവത്രികമല്ല. ആയിരുന്നെങ്കിൽ ആറ്റം ശക്തികൊണ്ടു ബോംബല്ല, ഔഷധമാണ് മനുഷ്യൻ സൃഷ്ടിക്കുക.

തകരാറുള്ളതെവിടെയാണ്? എല്ലാ ഗുണവും കാഞ്ചനത്തെ ആശ്ര

യിക്കുന്നു എന്നൊരു ബോധം പരന്നുവശായിരിക്കുന്നു. ജീവിതത്തിന്റെ ചുക്കാൻ മനുഷ്യമനസിലെ മൂല്യങ്ങളല്ലാതായിത്തീർന്നിരിക്കുന്നു. ആത്മീയവാദമാണിതിനുത്തരവാദി എന്നൊരുപക്ഷം. അല്ല ഭൗതികവാദമാണ് എന്നൊരു മറുപക്ഷവും. അവ രണ്ടും വാദങ്ങളാണെന്ന വാസ്തവം നാം ഓർക്കുന്നില്ല. വാദമെന്നാൽ പറച്ചിലാണ്. പറച്ചിൽ സത്യമായിക്കൊള്ളണമെന്നില്ലല്ലൊ! ആത്മീയവാദി ഭരിച്ചിരുന്ന കാലത്ത് ഈ കുഴപ്പമുണ്ടായിരുന്നില്ല. മനുഷ്യനെ ദ്രോഹിക്കുന്നതു ദൈവത്തിനിഷ്ടമാവില്ല എന്നൊരു ഭയം അന്നുള്ളവരെ നിയന്ത്രിച്ചിരുന്നു. വേലി തന്നെ വിള തിന്നാൻ തുടങ്ങിയപ്പോൾ—ആത്മീയവാദിതന്നെ മനുഷ്യദ്രോഹത്തിന്റെ കുത്തകാവകാശിയായിത്തീർന്നപ്പോൾ—സ്ഥിതി മാറി. ഭൗതികവാദി വന്നു. അയാളും പോയത് ആത്മീയവാദിയുടെ കിടപ്പുമുറിയിലേക്കുതന്നെയാണ്. ചുരുക്കത്തിൽ വ്യക്തികളെ മദോന്മത്തരാക്കുന്ന ഒരു വസ്തുതയാണ് അധികാരമെന്നു മനസിലാക്കേണ്ടിയിരിക്കുന്നു. അതോടുകൂടി നമ്മുടെ മൂല്യബോധം വീണ്ടും മനുഷ്യനിലേക്കു പറിച്ചു നടുകയും വേണ്ടിയിരിക്കുന്നു. ആത്മീയവാദവും ഭൗതികവാദവും മനുഷ്യനിൽനിന്നുണ്ടായതാണ്. അതുകൊണ്ടുതന്നെ അവ രണ്ടിലും സത്യത്തിന്റെ അംശങ്ങളുണ്ടെന്നു വന്നുകൂടുന്നു. പക്ഷേ, രണ്ടും അപൂർണ സത്യങ്ങളാണ്. അപൂർണസത്യങ്ങൾ സത്യത്തിന്റെ കുപ്പായമിട്ടു ഞെളിയാൻ തുടങ്ങുന്നതോടുകൂടി അസത്യത്തേക്കാളേറെ ആപൽക്കരങ്ങളായി ഭവിക്കുന്നു.

സത്യമെന്നത് ഇവിടെ മനുഷ്യനാകുന്നു. അവന് ആത്മീയവും ഭൗതികവുമായ രണ്ടു ലോകങ്ങളിലുംകൂടിയ നിലനിൽപ്പാണുള്ളത്. രണ്ടും സമപ്രധാനങ്ങളാണ്; അവ ഇണങ്ങിച്ചേരുമ്പോഴേ സുഖജീവിതത്തിനു വേർ പായിക്കാവുന്നവിധം പാകപ്പെടുന്നുള്ളൂ. മനുഷ്യന്റെ നിലനിൽപ്പിന്റെ നിദാനം അവന്റെ ആത്മീയഭൗതികമൂല്യങ്ങളായതുകൊണ്ടാണ്, അവയെക്കുറിച്ചുള്ള ബോധം എല്ലാവരുടേതുമായിത്തീരുമ്പോഴല്ലാതെ കുഴപ്പം അവസാനിക്കില്ലെന്നു പറയേണ്ടിവരുന്നത്. അങ്ങനെയൊരു നല്ലകാലം വരുമോ എന്നു കണ്ടുതന്നെ അറിയണം. അതിനുവേണ്ടി ആശിക്കുകയും പ്രയത്നിക്കുകയുമാണ് മനുഷ്യവർഗത്തിനു ചെയ്യാവുന്ന സൽക്കർമം. അത്തരം പരിശ്രമത്തിന്റെ തുടക്കം സമുദായത്തിലെ എല്ലാ വ്യക്തികളേയും സ്വതന്ത്രരാക്കുകയെന്നതത്രേ! മാത്രമല്ല, ചിന്തിക്കുവാനും പറയുവാനും പ്രവർത്തിക്കുവാനും അങ്ങനെ വളരുവാനും കൂടിയുള്ള അവസരം നൽകുന്ന ഒരു തുറന്ന ആകാശത്തെയാണ് സ്വാതന്ത്ര്യമെന്ന വാക്ക് കുറിക്കുന്നത്. അവിടെ ഭയമാകുന്ന കഴുകന്റെ ചിറകടിശബ്ദം കേൾക്കുകയില്ല. എല്ലാവരും സംസ്കാരസമ്പന്നരായിത്തീരുന്നതുവരെ ഭരണകൂടം ആവശ്യംതന്നെ. പക്ഷേ, ഭരണകൂടം ഉണ്ടാവുന്നത് സമുദായത്തിലെ എല്ലാ വ്യക്തികളുടേയും സ്വാതന്ത്ര്യത്തെ സംരക്ഷിക്കാനാണ്, മറിച്ചല്ല. പാർലമെന്ററി ജനാധിപത്യമല്ലാതെ അതിന്നു വേറെ വഴിയില്ല. അധികാരം കേന്ദ്രീകൃതമാകുമ്പോൾ

വ്യക്തികളുടെ സുഖം ഹനിക്കപ്പെട്ടേ കഴിയൂ എന്നൊരു നിയമമൊന്നുമില്ലെന്നതു വാസ്തവംതന്നെ. രാജകീയഭരണം പലപ്പോഴും നല്ലതായിരുന്നിട്ടുണ്ട്. പക്ഷേ, അധികാരവാഞ്ഛ എന്ന രോഗബീജം മനുഷ്യനിൽ നിലനിൽക്കുന്നിടത്തോളംകാലം ഒരാളുടെ തല മറ്റൊരാളുടെ കൈയിലേൽപ്പിക്ക എന്നർഥമായ ഏകാധിപത്യം സ്വീകാര്യമല്ല. ബഹുഭൂരിപക്ഷത്തെ വളരെവർഷത്തോളം അമർത്തി ഭരിക്കാവുന്നവിധം മാരകങ്ങളായ ആയുധങ്ങൾ ഇക്കാലത്തെ മനുഷ്യന്റെ കൈയിലുണ്ടെന്നു നാം മറന്നുകൂടാ.

ചുരുക്കത്തിൽ മറ്റെല്ലാരാജ്യത്തുമെന്നപോലെ ഇന്ത്യയിലും പുതിയ ഒരു സാമൂഹ്യസംവിധാനം അടിയന്തരമായിത്തീർന്നിരിക്കുന്നു. ഭൂമി കൃഷിക്കാർക്കു വിട്ടുകൊടുക്കുകയും ഓരോ ആൾക്കും ഉപയോഗിക്കാവുന്ന പുതിയ യന്ത്രോപകരണങ്ങൾ കണ്ടുപിടിച്ചു വ്യവസായങ്ങളെ വളർത്തുകയും വേണ്ടിയിരിക്കുന്നു. ആ സഹകരണം ഒന്നുമാത്രമാണ് ഈ യുഗത്തിലെ കൃഷിയുടേയും വ്യവസായത്തിന്റേയും മാർഗം. ഉൽപ്പാദിപ്പിക്കാത്ത ഉപഭോക്താവും ഉപഭുജിക്കാത്ത ഉൽപ്പാദകനും ഇല്ലാതാവുകതന്നെവേണം. ലഘുജീവിതമല്ല, കൂടുതൽ ഒഴിവുസമയം തന്നെയാവണം നമ്മുടെ ലക്ഷ്യം. ആ സമയം കലാപ്രവർത്തനങ്ങളിലും വ്യായാമോത്സവങ്ങളിലും ചെലവഴിക്കുന്നപക്ഷം നമ്മുടെ സംസ്കാരം വളരുകതന്നെയാണു ചെയ്യുക. മനുഷ്യമനസിനെ കല ദേവഭാവങ്ങളിലേക്കുയർത്തുന്നു എന്ന പ്രൊഫസർ രാധാകൃഷ്ണന്റെ വാക്കുകൾ ഇവിടെ സ്മർത്തവ്യമാണ്. ഈ ദേവഭാവത്തിന്റെ അഭാവം തന്നെയാണ് ഇന്നു ലോകത്തിന്റെ മുഴുവൻ തലവേദനയ്ക്ക് ഹേതുവായിട്ടുള്ളതും.

ഈശ്വരനിലേക്കു മടങ്ങുക എന്നതല്ല വാദം. ഓരോ മനുഷ്യനും തന്നിലുള്ള ഈശ്വരത്വത്തെ കണ്ടറിയുക എന്നതാണ്. ആ ലക്ഷ്യത്തിലേക്ക് കുറുക്കുവഴികളില്ല.

(1953)

10

എന്റെ രാഷ്ട്രസങ്കൽപ്പം

രാഷ്ട്രം എന്നു പറയുമ്പോൾ ഭൂമിശാസ്ത്രപരവും ചരിത്രപരവുമായ കാരണങ്ങളാൽ വേർതിരിക്കപ്പെട്ട ജനതയുടെ ഭാഗധേയത്തെ കാത്തുപോരുന്ന ഭരണസമ്പ്രദായം എന്നായിരിക്കും നമ്മുടെ സങ്കൽപ്പം- മാഞ്ഞുപോയ നമ്മുടെ നാട്ടുരാജ്യങ്ങളെപ്പറ്റി ഓർക്കുമ്പോൾ പ്രത്യേകിച്ചും.

അടുത്തകാലത്ത് ഈ ഉരുണ്ട ഭൂഗോളത്തിൽ അനേകം സ്വതന്ത്ര രാഷ്ട്രങ്ങൾ ഉയിർത്തെഴുന്നേൽക്കുകയുണ്ടായി. ഉയിർകൊള്ളാൻ കാത്തു നിൽക്കുന്നവ വേറെയുണ്ടുതാനും. ജനസംഖ്യയുടെ കണക്കിൽ രാഷ്ട്ര ങ്ങൾ ചെറുതും വലുതുമായി കണക്കാക്കപ്പെട്ടേക്കാം. എങ്കിലും ഓരോ രാഷ്ട്രത്തിനും വേണം അതിന്റേതായ അന്തസ്സും ആഭിജാത്യവും. ദേശീയ പതാക, പാർലമെന്റ്, പട്ടാളം, വിദേശനയം, രാജ്യരക്ഷ, പ്രതിപുരുഷാ ലയം, നാണയമൂല്യനിർണയം ഇങ്ങനെ ദേശീയത്വത്തിന്മേൽ അധിഷ്ഠിതമായ പലതും. എല്ലാറ്റിനുംപുറമെ ഒരണ്വായുധക്കലവറ കരസ്ഥമാക്കാനുള്ള ബദ്ധപ്പാടിനെപ്പറ്റിയും വിസ്മരിക്കാവതല്ല.

കൊച്ചുകൊച്ചു രാഷ്ട്രങ്ങൾ ഇങ്ങനെ ആയുധസജ്ജീകരണങ്ങളാൽ അണിഞ്ഞൊരുങ്ങി ഭൂമുഖത്തു ചുരമാന്തിനിൽക്കുന്നതെന്തിനാണ്? മൂന്നാം ലോകമഹായുദ്ധത്തിന്റെ യവനിക ഉയരുമ്പോൾ പടനിലത്തു മരിച്ചുവീഴുന്ന സ്വന്തം ജനതയുടെ അധീശത്വം പ്രശംസിക്കപ്പെടാൻ!

മനുഷ്യന് പ്രകൃതാ മരണം ദുസ്സഹമാണ്. അതു നീട്ടിക്കൊണ്ടു പോകാൻ സ്വാഭാവികമായി അവൻ യത്നിക്കുകയും ചെയ്യുന്നു. എന്നാൽ, മറ്റെല്ലാ മാർഗങ്ങളും തന്റെ മുമ്പിൽ കൊട്ടിയടയ്ക്കപ്പെടുമ്പോൾ താൻ പുലർത്തിപ്പോരുന്ന മൂല്യത്തിനുവേണ്ടി മരണത്തെ സ്വാഗതംചെയ്യേണ്ടി വരുന്ന സന്ദർഭങ്ങൾ ഉണ്ടാകാം. യേശുമിശിഹായുടെ കുരിശാരോഹണം

മുതൽ ചരിത്രം രേഖപ്പെടുത്തിപ്പോന്ന ആത്മാർപ്പണങ്ങളുടെ അനേകം ഉദാഹരണങ്ങൾ ഇതിലേക്ക് എടുത്തുദ്ധരിക്കാനുണ്ട്. ആശയസംഘട്ടനങ്ങൾക്കിടയിൽ നടക്കുന്ന ഈ വെറും കൊലപാതകങ്ങൾ അപഹാസ്യങ്ങളാണ്. പക്ഷേ, ഈ ആസുരമായ ആന്ധ്യം ഒരു സാംസ്കാരിക നവോത്ഥാനത്തിന്റെ ദീപശിഖയിൽ നിർമാർജനം ചെയ്യപ്പെടേണ്ടതാണ്.

ജന്മവാസനയാൽ ജനത യുദ്ധം ഇഷ്ടപ്പെടുന്നില്ല. ലോകാധിപത്യത്തിനു വെമ്പുന്ന രാഷ്ട്രങ്ങൾ ജനതയെ യുദ്ധഭൂമിയിലേക്കു നയിക്കുകയാണ്. ജനത അതിനു വഴിപ്പെടേണ്ടിവരുന്നു. അങ്ങനെ യുദ്ധം ഒരു രാഷ്ട്രത്തിന്റെ തത്വശാസ്ത്രമായി മാറുന്നു.

മതാധിപത്യത്തിനും രാജാധിപത്യത്തിനുംവേണ്ടി ചരിത്രം പിന്നിട്ടു കഴിഞ്ഞ യുദ്ധപരീക്ഷണങ്ങൾ ഇനിയും ആവർത്തിക്കേണ്ടിവരുന്നത് സാഹസമാണ്. ഈ യുദ്ധക്കെടുതി വളർത്തിപ്പോരുന്നതു ജനാധിപത്യപ്രസ്ഥാനത്തിന്റെ നേർക്ക് ഉന്നയിക്കുന്ന വെല്ലുവിളിയാണ്. രാജ്യതന്ത്രജ്ഞന്മാർ, സൈന്യാധിപന്മാർ, വിദ്യാഭ്യാസവിദഗ്ധന്മാർ, കക്ഷിരാഷ്ട്രീയക്കാർ ഇങ്ങനെ ജനതയ്ക്കിടയിൽ പൊന്തിവരുന്ന തൽപ്പരകക്ഷികൾ മാരകായുധവ്യാപാരികളുടെ ഏജന്റുമാരായി മാറുമ്പോൾ യുദ്ധം അനിവാര്യമായിത്തീരുന്നു. രാജ്യത്തിന്റെ വിഭവസമൃദ്ധിയും ജനതയുടെ സർഗാത്മകചൈതന്യവും സമരമുഖത്തേക്ക് തിരിച്ചുവിടുക എന്ന ദുഷ്പ്രവണതയ്ക്കൊരറുതിവരണമെന്നാണ് ഉൽബുദ്ധജനത ഇന്നഭിലഷിക്കുന്നത്. പാർലമെന്ററി ജനാധിപത്യം, സോഷ്യലിസം, മതേതരത്വം, ചേരിചേരാനയം ഇതെല്ലാം ഈ ആശയത്തിൽനിന്ന് നിർഗളിക്കുന്ന മുദ്രാവാക്യങ്ങളാണ്. വിദൂരഭാവിയിൽ സാക്ഷാൽക്കരിക്കപ്പെടുമെന്നാശിക്കുന്ന വെറും സങ്കൽപ്പങ്ങൾ മാത്രം.

വ്യക്തിത്വത്തിന്റെ പ്രകാശനത്തിന് അനുയോജ്യമായ അവസരവും സ്വാതന്ത്ര്യവും അനുവദിക്കുന്ന ഒരു സാമൂഹ്യവ്യവസ്ഥിതി രൂപപ്പെടുത്തുക എന്നതാണ് ജനാധിപത്യത്തിന്റെ മൗലികലക്ഷ്യം. പരിഷ്കൃത ജനത മുഖവിലയ്ക്കെടുത്തിട്ടുള്ള ഇന്നത്തെ പാർലമെന്ററി ഭരണസമ്പ്രദായം ഈ ആശയത്തിന്റെ ഒരാരംഭം മാത്രമാണ്.

മറ്റുള്ളവരുടെ ഔദാര്യത്താൽ പാർപ്പുറപ്പിക്കുവാൻ വന്ന ഒരു അഭയാർഥിക്ക് പുരയിടത്തിന്റെ ശിൽപ്പഭംഗിയെപ്പറ്റി ആവേശംകൊള്ളാൻ സാധ്യമല്ല. കൈവന്ന സൗകര്യം ഉപയോഗിച്ച് ഒതുങ്ങിജീവിക്കുന്നതിലായിരിക്കും അയാളുടെ ജാഗ്രത. വോട്ടവകാശമുള്ള പൗരാവലി പാർലമെന്ററി ജനാധിപത്യവ്യവസ്ഥയുടെ കുത്തകമുതലാളികളായ കക്ഷിരാഷ്ട്രീയത്തിന്റെ അഭയാർഥികളായിത്തീരുന്നു. ഭക്ഷണം, വിദ്യാഭ്യാസം തുടങ്ങിയ ദൈനംദിനകുടുംബകാര്യങ്ങളെപ്പറ്റി ക്ലേശിക്കുക എന്നല്ലാതെ സാമൂഹ്യപരിവർത്തനത്തെയോ രാഷ്ട്രീയനവോത്ഥാനത്തെയോ രാഷ്ട്രസങ്കൽപ്പത്തെയോ മുൻനിർത്തി ആവേശംകൊള്ളാൻ അവർക്കു പ്രചോദനം കിട്ടുന്നില്ല. എന്നല്ല, തങ്ങളുടെ പ്രയത്നഫലം ചൂഷണചെയ്യപ്പെടുന്നതിലുള്ള നിസ്സഹായതയും പുലർത്തിപ്പോരുന്നുണ്ടാവാം. അപ്പോൾ,

അമ്പത്തൊന്നു ശതമാനം വോട്ടുകിട്ടിയ ഭരണകക്ഷിക്ക് പ്രതിപക്ഷത്തിൽപ്പെട്ട നാൽപ്പത്തൊമ്പതു ശതമാനത്തെ അവഗണിക്കാം. വേണമെങ്കിൽ തേജോവധം ചെയ്യാം. 'ഭൂരിപക്ഷഭൂരിസുഖ'മെന്ന പഴഞ്ചൻ ചിന്താഗതിയുടെ ഇഴഞ്ഞിഴഞ്ഞുനീങ്ങുന്ന ഇന്നത്തെ രാജ്യതന്ത്രം ഫലത്തിൽ ജനാധിപത്യമല്ല. സമഗ്രാധിപത്യമാണ്. ജനനേതാക്കൾക്കിടയിൽ വേരൂന്നിവന്നിട്ടുള്ള അതിരുകടന്ന ദേശീയാവേശമല്ലേ ജനാധിപത്യത്തിന്റെ പ്രതിബന്ധം എന്നു സംശയിക്കുന്നു.

അടിമത്തത്തിൽനിന്ന് ദേശീയത്വത്തിലേക്കുള്ള വികാസം വ്യക്തിയെ സംബന്ധിച്ചിടത്തോളം അഭികാമ്യമാണ്. സംശയമില്ല. പക്ഷേ, പരോളിൽ വിട്ട ജയിൽപ്പുള്ളിയെപ്പോലെ അവന്റെ വ്യക്തിസ്വാതന്ത്ര്യം ഭാഗികമായി മാത്രമേ ആസ്വദിക്കപ്പെടുകയുള്ളൂ. കാരണം, വോട്ടവകാശമുള്ള ഏതു പൗരന്റേയുംമേൽ രാഷ്ട്രത്തിന് ഒരധീശാവകാശമുണ്ട്. അവന്റെ മേധാബലം, ക്രിയാശക്തി, കലാമൂല്യം, അഭിരുചി ഇങ്ങനെ വ്യക്തിത്വത്തിന്റേതായ എല്ലാം രാഷ്ട്രത്തിന്റെ സമ്പത്താണ്. അവന്റെ നിർമാണങ്ങൾക്ക് വിലയിരുത്തുന്നതും നിയന്ത്രണം ചെലുത്തുന്നതും രാഷ്ട്രമാണ്. ഓരോ ജനതയും രാഷ്ട്രത്തിന്റേതായ നിയമാവലിക്ക് വിധേയമാവണം. സ്വന്തം താൽപ്പര്യത്തിന്റെ പേരിൽ പരസ്പരം സഹകരിക്കുവാൻ ഇടുങ്ങിയ ദേശീയാവേശം അനുവദിക്കപ്പെടുകയില്ല. ഇങ്ങനെ മാനവസമുദായത്തെ മുഴുവൻ ഏതെങ്കിലുമൊരു ദേശീയത്വത്തിന്റെ കീഴിൽ അമർത്തിനിർത്തുക എന്നത് ഈ അണുയുഗത്തിൽ അത്ഭുതകരമായിത്തോന്നുന്നു.

ഈ ഭൂമുഖത്ത് നിലവിലുള്ള എല്ലാ രാഷ്ട്രങ്ങൾക്കുമുപരിയായി ഒരു ഐക്യരാഷ്ട്രസംഘടനയും അതിന്റേതായ പ്രാഭവത്തോടെ വർത്തിക്കുന്നുണ്ടല്ലോ. രാഷ്ട്രങ്ങൾ തമ്മിൽ സ്വാഭാവികമായുണ്ടാവുന്ന വഴക്കുകൾ പറഞ്ഞുതീർത്ത് അവസാനിപ്പിക്കുക എന്നതാണ് ഈ സംഘടനകൊണ്ട് ഉദ്ദേശിക്കുന്നത്. പക്ഷേ, ക്രിയാത്മകമായി യാതൊന്നും ആ സംഘടന നേടിയിട്ടില്ല. ഒരണ്വായുധക്കരാറിൽ ഒപ്പിടുവിക്കാൻപോലും ഈ അഖിലലോകസൗഹാർദപ്രസ്ഥാനത്തിന് സാധിച്ചിട്ടില്ല. അപ്പോൾ രാഷ്ട്രം എന്ന സങ്കുചിതസംഘടനകൊണ്ട് മാനവസമുദായത്തിന്റെ സർവതോമുഖമായ ശ്രേയസിന് ഇത്തരം രാഷ്ട്രങ്ങളുടെ അസ്തിത്വം പ്രതിബന്ധമല്ലേ എന്നു തോന്നിപ്പോകുന്നു.

ഒരു സയന്റിസ്റ്റിന് സമുദായം, രാഷ്ട്രം, മതം എന്ന പരിധിയില്ല. പ്രപഞ്ചമാണ് അയാളുടെ സർഗാത്മകപരിധി. ആ ശാസ്ത്രജ്ഞനിൽനിന്ന് ഉരുത്തിരിയുന്ന പുതിയ പുതിയ ജീവിതോപകരണങ്ങളാണ് മാനവസമുദായത്തിന്റെ ഭാവുകത്തിന് അവലംബം. ഈ ശാസ്ത്രതത്ത്വാന്വേഷണപ്രക്രിയയ്ക്ക് ജനതയെ പാകപ്പെടുത്തുക എന്നതാണ് സാമൂഹ്യസേവനത്താൽ സാധിക്കേണ്ടത്. അങ്ങനെ ദേശീയത്വത്തേയും അന്തർദേശീയത്വത്തേയും അതിലംഘിച്ച് ഉയർന്നുവരുന്ന മനുഷ്യാഭിലാഷങ്ങൾക്കു പ്രോത്സാഹനകരമാകണം അഭ്യസ്തവിദ്യരായ ആദർശശാലികളുടെ ചിന്താഗതി എന്നു ഞാനാഗ്രഹിക്കുന്നു. ഈ വിശ്വത്തിലുള്ള എല്ലാ ഇരു

കാലികൾക്കും നാൽക്കാലികൾക്കും മംഗളമരുളാവുന്ന ഒരു നവോത്ഥാനം ഉൾക്കൊള്ളുന്ന ഒന്നാണ് എന്റെ രാഷ്ട്രസങ്കൽപ്പം.

ഇന്നലത്തെ സങ്കൽപ്പമാണ് ഇന്നത്തെ യാഥാർഥ്യം. ഇന്നത്തെ സങ്കൽപ്പം നാളത്തെ യാഥാർഥ്യമായിത്തീരുമോ?

11

ഒരേ പാത

പരദ്രോഹമൊഴിവാക്കിക്കൊണ്ട് മനുഷ്യനന്മയുടെ ദൃഢമായ അടിത്തറയിൽ മനുഷ്യൻ പടുത്തുയർത്തിയ ക്രമീകരണമാണ് സംസ്കാരം. മഹത്തായ ത്യാഗങ്ങളിലൂടെ മനുഷ്യവംശം നേടിയെടുത്ത ഈ ക്രമീകരണം ക്ഷേമൈശ്വര്യസമ്പൂർണമായ ജീവിതത്തിനുവേണ്ടിയായിരുന്നു.

ഇത്തരം ക്രമീകരണങ്ങൾക്കനുസൃതമായി മുന്നോട്ടുപോകുന്ന ജനത പുരോഗതി കൈവരിക്കുന്നതു കാണാം. കാളിദാസന്റെ *രഘുവംശ*ത്തിൽ ഇതു വ്യക്തമാക്കിയിരുന്നു.

ശൈശവേ്ഭ്യസ്തവിദ്യാനാം
യൗവനേ വിഷയൈഷിണാം
വാർധകേ മുനിവൃത്തീനാം
യോഗേനാന്തേ തനു ത്യജാം.

ബാല്യം വിദ്യാഭ്യാസത്തിനും യൗവനം ഭോഗത്തിനും വാർധക്യം സന്യാസത്തിനും നീക്കിവയ്ക്കണമെന്ന നിർദേശം അഗ്നിപർണൻ ഒഴിച്ചുള്ള മുഴുവൻ രഘുവംശരാജാക്കന്മാരും അനുസരിക്കുന്നുണ്ട്.

എന്നാൽ, അഗ്നിപർണൻ ഈ ക്രമീകരണമെല്ലാം തെറ്റിച്ച് തനിതാന്തോന്നിയായി ജീവിക്കുകയും ഒടുവിൽ നാശത്തിലെത്തുകയും ചെയ്ത ഈ അവസ്ഥയിലാണ് ഇപ്പോൾ മാനവസമൂഹം.

കഴിഞ്ഞകാല തലമുറ ആത്മത്യാഗത്തിലൂടെ നേടിയെടുത്ത ക്രമീകരണങ്ങളും ഈ ക്രമീകരണങ്ങൾക്ക് ആധാരമായ മൂല്യങ്ങളും ഇന്ന് തകർന്നിരിക്കുന്നു. തകർച്ചയിൽനിന്ന് തകർച്ചയിലേക്കു നീങ്ങിയ മനുഷ്യൻ ഇന്ന് കാടത്തത്തിലേക്കു തിരിച്ചുപോയിരിക്കുന്നു. രാവണന്റെ മാന്യതപോലും അന്യമായിരിക്കുന്ന ഒരു സമൂഹമാണ് ഇന്ന് നിലനിൽക്കുന്നത്.

മതരാഷ്ട്രീയ സാംസ്കാരികരംഗങ്ങളിൽ കടന്നുകൂടിയ അനീതിയുടേയും സ്വാർഥതകളുടേയും അടക്കിവാഴ്ചയാണ് ഈ സ്ഥിതിവിശേഷത്തിനു കാരണം. ജീവിതത്തിന്റെ ഉൽഗ്രഥനമാണ് സർവമതങ്ങളുടേയും ലക്ഷ്യം. ഈ ലക്ഷ്യം നേടിയെടുക്കാനാവശ്യമായ ക്രമീകരണങ്ങളും എല്ലാ മതങ്ങളും നിർദേശിക്കുന്നുണ്ട്. എന്നാൽ, മതങ്ങൾ ഇന്ന് യഥാർഥ ലക്ഷ്യത്തിൽനിന്ന് അകന്നിരിക്കുന്നു. ഈ അകൽച്ചയിൽ ആദ്യം തകർന്നുവീഴുന്നത് മാനവസ്നേഹത്തിലധിഷ്ഠിതമായ മൂല്യങ്ങളായിരുന്നു.

ഈ മൂല്യത്തകർച്ചയ്ക്കുള്ള ഉത്തരവാദിത്വം മതത്തിൽ സ്വാധീനം ചെലുത്തിയ പൗരോഹിത്യത്തിനാണ്. ലോഭിയും സ്വാർഥിയുമായ പുരോഹിതന്റെ ഭരണത്തിൽ മതം ഒരു ആയുധമായി മാറി. തന്റെ സ്വാർഥലാഭങ്ങൾക്കുവേണ്ടി അയാൾ ഈ ആയുധം ജനങ്ങൾക്കെതിരെ ഉപയോഗിക്കുകയും ചെയ്തു.

മതത്തിന്റെ തകർച്ചയിൽ പുതിയ മൂല്യബോധം വാഗ്ദാനം ചെയ്ത രാഷ്ട്രീയവും ഇതേ മൂല്യത്തകർച്ചയിൽ അവസാനിക്കുകയാണ് ഉണ്ടായത്. രാഷ്ട്രത്തിന്റെ വികാസങ്ങളിലൂടെ വളർന്ന മതനേതാവ് പുരോഹിതനെ കവച്ചുവയ്ക്കുന്ന ലോഭിയും സ്വാർഥിയുമായി മാറി. പുരോഹിതന്റെ കൈയിലെ മതംപോലെ നേതാവിന്റെ കൈയിൽ രാഷ്ട്രീയം ആയുധമായി മാറി.

ജനങ്ങൾക്കുവേണ്ടി ജനങ്ങളോടൊപ്പം പ്രവർത്തിക്കേണ്ട എളിയ ദാസനാകേണ്ട നേതാവ് ജനങ്ങളുടെ യജമാനനായി മാറി. ജനങ്ങളുടെ നിത്യപ്രശ്നങ്ങളിൽനിന്ന് ഇയാൾ ക്രമേണ അകന്നുമാറി. ഈ നേതാവിന് രാഷ്ട്രീയം ലാഭകരമായ ഒരു വ്യവസായം മാത്രമായി. സ്വന്തം താൽപ്പര്യങ്ങൾക്കുവേണ്ടി ഉപയോഗിക്കാവുന്ന ഒരു ആയുധം മാത്രമായി.

ധർമാധർമവിവേചനം നടത്താനും കർമത്തിന്റെ വിശുദ്ധി കാത്തുസൂക്ഷിക്കാനും രാഷ്ട്രീയക്കാരന് ബാധ്യതയുണ്ട്. ഇന്ത്യൻ രാഷ്ട്രീയത്തിൽ ഈ വസ്തുത സ്വന്തം പ്രവൃത്തികളിലൂടെ കാണിച്ച മഹാനാണ് ഗാന്ധിജി. പക്ഷേ, ഇന്ന് ഗാന്ധിജിയും അദ്ദേഹത്തിന്റെ ആശയങ്ങളും അസ്തമിച്ചിരിക്കുന്നു. ഗോഡ്സെയുടെ പിന്തുടർച്ചാവകാശികളാകാൻ മാത്രമേ ഇന്നത്തെ രാഷ്ട്രീയക്കാർക്ക് കഴിയുന്നുള്ളൂ.

ജീവിതത്തിന്റെ മൂല്യം ഉൾക്കൊള്ളാൻ ഇന്നത്തെ സാഹിത്യകാരന്മാർക്കും സാംസ്കാരികനായകന്മാർക്കും കഴിയുന്നില്ല. എല്ലാവരും ഉറങ്ങുമ്പോൾ ഉണർന്നിരിക്കേണ്ട സാഹിത്യകാരൻ എല്ലാവർക്കും മുമ്പേ ഉറങ്ങുന്നു. മൂല്യത്തകർച്ചയുടെ ആദ്യത്തെ ഞരക്കം കേൾക്കുകയും അവ ഉറക്കെ മാലോകരെ കേൾപ്പിക്കുകയും ചെയ്യേണ്ട സാഹിത്യകാരൻ ബധിരത നടിച്ചു കിടന്നു. പുരോഹിതനേയും രാഷ്ട്രീയക്കാരനേയും അതിശയിപ്പിക്കുന്ന സ്വാർഥത ഇവനേയും പിടികൂടി. ഇവൻ രാഷ്ട്രീയക്കാരന്റെ അടിമയായി മാറി.

സമരത്തിൽനിന്നാണ് ക്രിയാത്മകസാമൂഹ്യമാറ്റമുണ്ടാകുന്നത് എന്ന

ആശയത്തോട് യോജിക്കാൻ നിവൃത്തിയില്ല. സമരവും സംഘർഷവും നാശമാണ് വിതയ്ക്കുന്നത്. സഹകരണത്തിലൂടെ മാത്രമേ സാമൂഹ്യ പുരോഗതി സാധ്യമാവുകയുള്ളൂ.

വ്യക്തിയുടെ സീമാതീതമായ നന്മയുടെ അടിസ്ഥാനത്തിൽ മാത്രമേ ഈ സഹകരണം സാധ്യമാവുകയുള്ളൂ. വാക്കിലും പ്രവൃത്തിയിലും വിശുദ്ധി പ്രകാശിക്കണം. ഈ വിശുദ്ധിയുടെ വെളിച്ചത്തിൽ മാത്രമേ ഉദ്ഗ്രഥനം സാധ്യമാവുകയുള്ളൂ.

വാക്കുകൾക്ക് കർമത്തിന്റെ ചൈതന്യം കൊടുക്കാൻ സാഹിത്യ കാരന് ബാധ്യതയുണ്ട്. വാക്കും അർഥവും തമ്മിൽ ഇന്ന് ബന്ധമറ്റിരിക്കുന്നു. ഈ അവസ്ഥ സൃഷ്ടിച്ചതിൽ മതരാഷ്ട്രീയപൗരോഹിത്യത്തോടൊപ്പം സാംസ്കാരികനേതാക്കന്മാർക്കും പങ്കുണ്ട്. ഈ ബാധ്യത അവർ ഏറ്റെടുക്കുകയും തെറ്റു തിരുത്തുവാൻ തയാറാകുകയും വേണം.

മതരാഷ്ട്രീയബന്ധങ്ങളിലും സാമൂഹ്യവ്യക്തിബന്ധങ്ങളിലും സമഗ്രമായ ഉദ്ഗ്രഥനമാണ് ഇന്ന് ആവശ്യം. ഈ ഉദ്ഗ്രഥനത്തിലൂടെ മാത്രമേ ഇന്നനുഭവപ്പെടുന്ന സാംസ്കാരികശിഥിലീകരണം അവസാനിപ്പിക്കാനാകൂ.

സർവവിധചൂഷണത്തിനുമെതിരെയുള്ള ക്രിയാത്മകക്രമീകരണമായിരിക്കും ഈ ഉദ്ഗ്രഥനത്തിൽനിന്നു സംജാതമാകുന്നത്. ഇന്ന് നഷ്ടപ്പെട്ടുകൊണ്ടിരിക്കുന്ന മാനുഷികമൂല്യങ്ങളുടെ പുനഃപ്രതിഷ്ഠയോടെയായിരിക്കും ഈ പ്രക്രിയ ആരംഭിക്കുന്നത്. എങ്കിൽ മാത്രമേ ഇന്നു മനുഷ്യജീവിതത്തിൽനിന്ന് അന്യമായിരിക്കുന്ന രാഷ്ട്രീയവും മതവുമടക്കമുള്ള സാമൂഹ്യസ്ഥാപനങ്ങൾ ജീവിതത്തിൽ വേരുറയ്ക്കുകയുള്ളൂ.

പ്രകൃതിയുമായുള്ള തെറ്റിപ്പിരിയലല്ല ഈ പ്രക്രിയ, പ്രകൃതിയുമായി സഹകരിക്കലാണ്. പ്രകൃതിയുമായുള്ള ഈ സഹവാസത്തിലൂടെ മനുഷ്യമൂല്യങ്ങളുടെ അടിത്തറ ശക്തമായിത്തീരുന്നു. നമ്മുടെ പൗരാണികന്മാർ അനുഷ്ഠിച്ചുപോന്നിരുന്നതും ഇതാണ്.

ആത്മത്യാഗത്തിന്റെ തലമുറയ്ക്കേ ഈ കൃത്യം നിർവഹിക്കാനാവുകയുള്ളൂ. സ്വാർഥതയുടെ പുറംതോടുകൾ പൊട്ടിച്ച് പുറത്തു വരുന്നവർക്കേ മനുഷ്യസ്നേഹത്തിലും മനുഷ്യനന്മയിലും വിശ്വസിക്കാൻ കഴിയുകയുള്ളൂ. ഇവർക്കു മാത്രമേ ധാർമികമായ ധീരത ഉണ്ടാകുകയുള്ളൂ. ധാർമികധൈര്യം ഉൾക്കൊണ്ട തലമുറയ്ക്കേ ക്രിയാത്മക പരിവർത്തനത്തിന്റെ പാത വെട്ടിത്തുറക്കാനാകൂ. ഈ പാതയിലൂടെ മുന്നേറിയാൽ മാത്രമേ സാംസ്കാരിക ഉദ്ഗ്രഥനം സാധ്യമാവുകയുള്ളൂ.

12

എന്റെ മണ്ണ്

നമ്മുടെ സമാജത്തിന്റെ തകരാറ് എന്താണ്? ഭാരതത്തിന്റെ രോഗം എന്താണ്? അതിനെക്കുറിച്ച് സമഗ്രമായി ചിന്തിക്കേണ്ടതുണ്ട്.

നമ്മളിലോരോരുത്തർക്കുമുണ്ടാവാം ഏതെങ്കിലും വിധത്തിൽ ഒരു തത്വശാസ്ത്രാവബോധം. അതിന്റെ വെളിച്ചത്തിൽ ഓരോ വ്യക്തിയും തന്റേതായ കാഴ്ചപ്പാടിലൂടെ പ്രപഞ്ചത്തേയും ജീവിതത്തേയും നോക്കിക്കാണുകയും വിലയിരുത്തുകയും ചെയ്തുപോന്നു. അങ്ങനെ സ്വാഭാവികമായി നമ്മളിൽ ഉരുത്തിരിഞ്ഞുവന്ന അവബോധത്തെയാണ് നാം ആദർശാത്മകത എന്ന് അവകാശപ്പെടുന്നത്. മനുഷ്യൻ പ്രകൃത്യാ സമൂഹജീവിയാണ്. തന്റേതായ ഈ കാഴ്ചപ്പാടിന്റെയും നിഗമനത്തിന്റെയും അന്തസ്സത്ത മറ്റുള്ളവരെക്കൊണ്ട് അംഗീകരിപ്പിക്കണം. ആദരിക്കപ്പെടുകയും വേണം. ഈ ലക്ഷ്യം മുൻനിർത്തിക്കൊണ്ടു ചെയ്ത ചർച്ചകളുടെ ആകെത്തുകയാണ് മതം, ശാസ്ത്രം, കല എന്നീ പേരുകളിൽ നാം പുലർത്തിപ്പോരുന്ന സാമൂഹ്യബന്ധങ്ങൾ. പരസ്പരസഹായം തന്നെയാണ് എല്ലാറ്റിന്റെയും ലക്ഷ്യം. മഹാകവി കാളിദാസൻ തന്റെ *രഘുവംശ*ത്തിൽ 'സോഹമാജന്മശുദ്ധാനാം' എന്നാരംഭിക്കുന്ന ജീവിതവീക്ഷണവും ഈ ദേശീയബോധത്തിന്റെ നിദർശനമത്രെ.

ബുദ്ധൻ, ശ്രീശങ്കരൻ, വ്യാസൻ, വാല്മീകി തുടങ്ങി ലോകത്തിന് വെളിച്ചവും വിഭവവും നൽകിവന്ന ഒട്ടേറെ ചിരഞ്ജീവികളുടെ ജന്മം കൊണ്ടു പവിത്രമായതാണ് ഈ മണ്ണ്. ചരിത്രാന്വേഷികൾ, ഭൂഗർഭഗവേഷകർ, തത്വചിന്തകന്മാർ, സാമൂഹ്യപ്രവർത്തകന്മാർ, സംസ്കാരസമ്പന്നന്മാർ മുതലായ ജിജ്ഞാസുക്കളുടെ അന്വേഷണത്തിനും ആദരവിനും മാത്രമല്ല വിദേശീയരായ വണിക്പ്രവരന്മാരുടെ വ്യാപാരത്തിനും വിഷയീഭവിച്ച ഈ പ്രദേശം പല സവിശേഷതകളും ഉൾക്കൊണ്ടുപോന്നു.

ഹിന്ദു, മുസൽമാൻ, ക്രിസ്ത്യൻ ഇങ്ങനെ പലതായി പിരിഞ്ഞിട്ടുണ്ടെങ്കിലും മുപ്പിരിച്ചരടുപോലെ ബന്ധദാർഢ്യം പുലർത്തുന്ന വ്യത്യസ്ത ജനവിഭാഗങ്ങൾ, ഒരു സ്വതന്ത്രദേശത്തിന്റെ സ്വയംസമ്പൂർണതയ്ക്കാവശ്യമായ ഏതു പ്രസ്ഥാനത്തേയും വളർത്താനും വേണ്ടിവന്നാൽ വലിച്ചെറിയാനും വകതിരിവുള്ള ബുദ്ധിജീവികളുടെ പുതിയ തലമുറ സമരം നയിക്കാനും സമാധാനം പാലിക്കാനും സഹകരണാടിസ്ഥാനത്തിൽ സംഘടിച്ച വ്യവസ്ഥകൾ, കർഷകനും പുരോഹിതനും സമൂഹജീവിതത്തിലെ തുല്യഘടകങ്ങൾതന്നെ. അവർ തമ്മിൽ ഉച്ചനീചത്വമോ യജമാനദാസമനോഭാവമോ ഉണ്ടായിരുന്നില്ല. അതായത് ഒന്ന് മറ്റൊന്നിന്റെ അടിമയല്ല, ആശ്രിതനുമല്ല എന്ന അവസ്ഥ. നാനാത്വത്തിൽ ഏകത്വം എന്ന തത്വമനുസരിച്ചുള്ള പ്രവർത്തനം.

ഈ പൗരസ്ത്യപ്രതാപം പൊലിഞ്ഞ് ഒരരാജകത്വക്കൂരിരുൾ ഇവിടെ കരണ്ടുതിന്നാൻ തുടങ്ങിയത് എപ്പോഴായിരുന്നു? ആധിപത്യത്തിനുള്ള ആവേശത്താൽ വാശിമുഴുത്ത് പരസ്പരം പോരടിക്കാനും വെട്ടിപ്പിടിക്കാനുമുള്ള ദുര്യോഗം ബാധിച്ചതുമുതൽ സാംസ്കാരികജീവിതത്തിന്റെ മൂല്യം ഇങ്ങനെ വ്യക്തിപ്രഭാവത്തിന്നായി വിറ്റു വിലമാറിയ ഇവിടത്തെ നാടുവാഴിത്തം വിദേശാധിപത്യത്തിന്റെ തിരപ്പുറപ്പാടിന് പന്തം പിടിച്ചു. നാട് അവർക്ക് ഒറ്റിക്കൊടുത്തു. ചേരിപിരിഞ്ഞ പ്രഭുക്കളെയും രാജാക്കന്മാരെയും കൂട്ടിയുരയ്ക്കുന്നതിലായിരുന്നു പാശ്ചാത്യപ്പട്ടാളനായകത്വത്തിന്റെ ശ്രദ്ധ. ദാസ്യമനോഭാവം ത്യാഗത്തിന്റെ പര്യായമായി. ആറായിരം നാഴിക അകലെയുള്ള ആപ്പീസിലിരുന്ന് കൈലാസംമുതൽ കന്യാകുമാരി വരെയുള്ള ഭാരതത്തിന്റെ ധനശക്തിയും ജനശക്തിയും കൈയടക്കി നിർത്താൻ വിദേശാധിപത്യത്തിന് വിഷമമുണ്ടായില്ല. ഈ പരിവർത്തനം ജീവിതലക്ഷ്യത്തിലും സാംസ്കാരികസ്വഭാവത്തിലും മുമ്പുണ്ടായിരുന്ന ചിന്താഗതികൾക്ക് സാരമായ വ്യതിയാനം വരുത്തിവച്ചു. താങ്ങാനാവാത്ത നികുതിഭാരത്താൽ കർഷകൻ ജന്മിയുടെ നുകം ചുമക്കുന്ന മാടായി മാറി. ഉദ്യോഗസ്ഥവൃന്ദം ഉരുണ്ടുകൊഴുത്തു. നഗരങ്ങൾ ഉയിർത്തെഴുന്നേറ്റു. ഗ്രാമങ്ങൾ ചതഞ്ഞമർന്നു. ഈ കെടുതികൾ ഭാരതീയന്റെ സിരകളേയും തുടിപ്പിച്ചു. സ്വാതന്ത്ര്യത്തിന്റെ ഊഷ്മളതയ്ക്കുള്ള അന്തർദാഹം അവനെ ഉണർത്തി. ഗാന്ധിജിയുടെ നേതൃത്വത്തിൽ നടന്ന ഇന്ത്യൻ വിമോചന സമരം ഐതിഹാസികമായിരുന്നു. ഒറ്റയുണ്ടപോലും ഉതിർക്കാതെ രണ്ടു ലോകമഹായുദ്ധത്തിന്റെ സമരമധ്യത്തിൽനിന്നു ഭാരതത്തെ സ്വാതന്ത്ര്യത്തിലേക്കെത്തിച്ചു എന്നതായിരുന്നു അതിന്റെ സവിശേഷത. ഈ അസുലഭസൗഭാഗ്യം നേടിത്തന്ന മഹാത്മജിയുടെ ആത്മപ്രഭാവം ലോകരാഷ്ട്രീയാന്തരീക്ഷത്തിൽ നീണാൾ വെട്ടിത്തിളങ്ങുകയും ചെയ്തു.

പൊതുജീവിതത്തിൽ ധാർമികമൂല്യങ്ങൾക്ക് അഥവാ മനുഷ്യന്റെ അന്തസ്സിന് പ്രാമാണ്യം കൽപ്പിച്ചതാണ് മഹാത്മജിയുടെ മഹത്വം. മതരംഗത്തിൽ പൗരോഹിത്യവും ആധുനിക ലിബറലിസ്റ്റുസമ്പ്രദായ

ത്തിൽ മുതലാളിത്തവും സോഷ്യലിസ്റ്റ് വ്യവസ്ഥയിൽ കമ്യൂണിസവും മനുഷ്യത്വത്തിനെ വെല്ലുവിളിച്ച പരിതഃസ്ഥിതിയിൽനിന്ന് മനുഷ്യനന്മ യുടേയും മനുഷ്യസ്നേഹത്തിന്റേയും പാദകത്തിന്മേൽ സാമൂഹ്യജീവി തത്തെ പുനഃപ്രതിഷ്ഠിക്കാൻ മാർഗം എന്തെന്നാണ് ഗാന്ധിജി ആരാ ഞ്ഞത്. ആധുനികരാഷ്ട്രതന്ത്രത്തിലേക്ക് ഗാന്ധിജി നൽകിയ ഏറ്റവും മഹത്തായ സംഭാവനയാണിതെന്ന കാര്യത്തിൽ സംശയമില്ല.

യൂറോപ്പിലെ പ്രജാധിപത്യരാജ്യങ്ങളെപ്പോലെ പാർലമെന്ററി ഭരണ സമ്പ്രദായത്തിന്റെ ദീർഘകാലപാരമ്പര്യം ഇവിടെ ഇല്ല. ആ നിലയ്ക്ക് ജനഭരണത്തിന്റെ പുതിയ പരീക്ഷണമാണ് ഇവിടെ ആരംഭിക്കേണ്ടതെന്ന് മഹാത്മജിക്കു തോന്നി. അതുകൊണ്ടുകൂടിയാണ് അദ്ദേഹം സർവോ ദയാദർശത്തെപ്പറ്റി ചിന്തിച്ചത് എന്ന് എനിക്കു തോന്നുന്നു. പാശ്ചാത്യ രാജ്യങ്ങളിലുള്ള സമ്പ്രദായങ്ങൾ അപ്പടി പകർത്തുകയും ചുണ്ടത്ത് വികേന്ദ്രീകരണവും ഹൃദയത്തിൽ കേന്ദ്രീകരണവും പ്രതിഷ്ഠിച്ച് ഭരി ക്കാൻ ശ്രമിച്ചു പരാജയപ്പെടുകയുമാണ് ഇന്ന് ചെയ്യുന്നത്.

ഗാന്ധിജിയെ ഒരു രാഷ്ട്രീയനേതാവായിട്ടല്ലാതെ സത്യാന്വേഷിയായ സാധാരണമനുഷ്യനായി കാണാൻ കഴിയാത്തതാണ് അനുയായി കൾക്കു പറ്റിയ അബദ്ധം. അടുത്ത സുഹൃത്തുക്കളിൽ പലർക്കും തന്നെ ഗാന്ധിമാർഗത്തെ ഒരു രാഷ്ട്രീയതത്വസംഹിതയായി കാണാനേ കഴി ഞ്ഞുള്ളൂ. അടുത്തു എന്നു ഭാവിക്കുമ്പോഴും അവർ അകലെത്തന്നെയാ യിരുന്നു.

പാരമ്പര്യവഴിക്ക് തലമുറതലമുറകളായി വ്യത്യസ്തജീവിതരീതി കൈക്കൊണ്ടുപോന്ന ഭാരതീയജനത ഒരു യുഗപരിവർത്തനത്തിന്റെ പ്രവേശനദ്വാരത്തിൽച്ചെന്ന് മുട്ടിത്തിരിയുകയാണ് ഇന്ന്. സ്വാതന്ത്ര്യ ലബ്ധിക്കുശേഷം നാം പുതിയ ഒരു പരീക്ഷണഘട്ടത്തിലെത്തി നിൽക്കുക യാണ്.

പല പദ്ധതികളും ഇവിടെ പുരോഗമിച്ചിട്ടുണ്ട്. കൂടുതൽ പേർ വിദ്യാ ഭ്യാസവും ഉയർന്ന ജോലിയും സ്വീകരിച്ചിട്ടുണ്ട്. എന്നാൽ അടിസ്ഥാന പരമായ ഒരു മാറ്റവും ഇവിടെ വന്നിട്ടില്ല. ജ്ഞാനവും കർമോന്മുഖതയും യഥാർഥത്തിൽ വർധിച്ചിട്ടില്ല. ധർമമെന്താണ് അധർമമെന്താണ് എന്നു നാം മനസിലാക്കിയിട്ടുണ്ടോ? ടിക്കറ്റു വാങ്ങാൻ റെയിൽവെ സ്റ്റേഷനിലും വഴിപാടു നൽകാൻ അമ്പലത്തിലും കുറുക്കുവഴികൾ സ്വീകരിക്കുന്ന നമുക്ക് മനുഷ്യനും മനുഷ്യനും തമ്മിലുള്ള ബന്ധത്തെക്കുറിച്ചു ബോധ മുണ്ടോ? മനുഷ്യത്വം തികച്ചും ഒരങ്ങാടിച്ചരക്കായിത്തീർന്നിരിക്കുകയാണ് ഇന്ന്.

പഴയതെല്ലാം തകരുന്നു. പുതിയതിൽ പ്രാഗത്ഭ്യം നേടാൻതക്ക കരവിരുത് കൈവന്നിട്ടുമില്ല. ഇങ്ങനെ ദുരിതമനുഭവിക്കുന്ന അനേകം പേർ നമ്മുടെ സമുദായത്തിലുണ്ട്. അവർക്ക് ജീവിക്കാനാവശ്യമായ സൗകര്യങ്ങൾ ഒരുക്കിക്കൊടുക്കണം. സാമ്പത്തിക-സാമൂഹ്യപ്രതിബന്ധ ങ്ങളെ അകറ്റി അവരെ കർമനിരതരാക്കണം. നമ്മുടെ ജീവിതത്തിന്റെ

ലക്ഷ്യവും മൂല്യവും മറന്നിരിക്കുന്നു. കാരണം സ്വാതന്ത്ര്യലബ്ധിക്കുശേഷം ഭരണരംഗത്തെത്തിയ നേതാക്കൾക്കും കക്ഷികൾക്കും ഭാവിജീവിതത്തിലേക്കു വെളിച്ചം വീശുന്ന ലക്ഷ്യവും മാർഗവും കണ്ടെത്താൻ കഴിഞ്ഞിട്ടില്ല എന്നതാണ് സത്യം. വ്യക്തിത്വത്തിന്റെ പ്രകാശനത്തിന് അനുയോജ്യമായ അവസരവും സ്വാതന്ത്ര്യവും അനുവദിക്കുന്ന ഒരു സാമൂഹ്യവ്യവസ്ഥിതി രൂപവൽക്കരിക്കലാണ് ജനാധിപത്യത്തിന്റെ മൗലികമായ ലക്ഷ്യം. സമൂലമായ ആ പരിവർത്തനം വളർത്തുന്നത് രാഷ്ട്രീയത്തിൽ മാത്രംപോര. ആൾക്കൂട്ടമല്ല, സാമൂഹ്യബോധമുള്ള വ്യക്തികളും അവരുടെ സമൂഹവുമാണ് ഇവിടെ ഉണ്ടാകേണ്ടത്. ഭാരതീയന് അവൻ ജനിച്ച മണ്ണിനോടും സംസ്കാരത്തിനോടും കൂറും അഭിമാനവും ഉണ്ടാകണം.

മനുഷ്യന്റെ മാറ്റു നോക്കുന്ന ഒരു ഉരകല്ലാണ് സംസ്കാരം. പാരമ്പര്യവും പരിതഃസ്ഥിതിയും അതിന്റെ നിദാനങ്ങളാണ്. വ്യത്യസ്തകാലങ്ങളിൽ വ്യത്യസ്തവിഭാഗങ്ങളിൽ വിഭിന്ന ജീവിതാനുഭവങ്ങളിൽനിന്നു വാർത്തെടുക്കുന്ന ഈ നാണയങ്ങളുടെ വ്യാസവും തൂക്കവും വ്യത്യസ്തമായേക്കാം. വലുതും ചെറുതുമായ പലപല പർവതപ്രാന്തങ്ങളിൽനിന്ന് ഉറവെടുത്ത് വിശാലങ്ങളും നിമ്നോന്നതങ്ങളുമായ ഭൂവിഭാഗങ്ങളിൽക്കൂടിയൊഴുകി സമുദ്രത്തിൽച്ചെന്നു വിലയംപ്രാപിക്കുന്ന നദികളെപ്പോലെ ഈ സംസ്കാരങ്ങളെല്ലാം ഒന്നിച്ചലിഞ്ഞുചേരുന്നത് മനുഷ്യത്വത്തിലാണ്. ആ സംഗമസ്ഥാനത്ത് മനുഷ്യനേയുള്ളു.

ശാസ്ത്രജ്ഞന് സമുദായം, രാഷ്ട്രം, മതം എന്ന പരിധിയില്ല. പ്രപഞ്ചമാണ് അയാളുടെ സർഗാത്മകപരിധി. ശാസ്ത്രത്തിൽനിന്ന് ഉരുത്തിരിയുന്ന പുതിയപുതിയ ജീവിതോപാധികളാണ് മാനവസമുദായത്തിന്റെ ഭാവുകത്തിന് അവലംബം. വ്യക്തി, സമുദായം, രാഷ്ട്രം, കല, സാഹിത്യം—എല്ലാം അതിന്റെ വഴിത്താരകളാണ്. അങ്ങനെ ദേശീയത്വത്തേയും അന്തർദേശീയത്വത്തേയും ഉൾക്കൊള്ളാനുപകരിക്കുന്ന വിശാലവീക്ഷണമുള്ള വ്യക്തികളെ വാർത്തെടുക്കുന്ന ഭരണസംവിധാനക്രമമാണ് ഭാരതത്തിൽനിന്ന് ഞാൻ പ്രതീക്ഷിക്കുന്നത്.

ഭാരതം എന്റെ പിതൃഭൂമിയാണ്. അതിന്റെ വൃദ്ധിക്ഷയങ്ങളിൽ ഞാൻ പങ്കാളിയുമാണ്. അതിന്റെ ക്ഷേമൈശ്വര്യങ്ങൾക്കുവേണ്ടി എന്റെ വ്യക്തിത്വം അർപ്പണമനോഭാവത്തോടെ നൽകാൻ ഞാൻ തയാറാണ്. ഇങ്ങനെ ചിന്തിക്കുന്നവരാണ് യഥാർഥ രാജ്യസ്നേഹികൾ. ഇത്തരക്കാർക്ക് ഭൂരിപക്ഷമുള്ളേടത്ത് ജനാധിപത്യവ്യവസ്ഥ സ്വാഭാവികമായി ഉടലെടുക്കുകതന്നെ ചെയ്യും.

ആജന്മശുദ്ധാത്മാക്കളേയും ആഫലോദയകർമാക്കളേയും വളർത്തിയെടുക്കുന്നതിൽ ഭാരതം കൂടുതൽ ശ്രദ്ധിക്കുമാറാകണമെന്നാണ് എന്റെ ആശ.

ഭാഗം 2
പൊഴിഞ്ഞ പൂക്കൾ

പൊഴിഞ്ഞ പൂക്കൾ
ജീവിതം-എന്തിന്?
എന്റെ ആദ്യത്തെ ആരാധനാപാത്രങ്ങൾ
വെടിവട്ടം
ജീവിതം-എന്റെ നോട്ടത്തിൽ
എന്റെ ആസ്തിക്യവും നാസ്തിക്യവും
നാലപ്പാട്ട്-ഒരു ഉൽപ്പതിഷ്ണു
ഇരുപതാംനൂറ്റാണ്ടിലെ സോക്രട്ടീസ്
ശിഷ്യന്റെ തിലോദകം
എം സി
പ്രേംജി എന്ന പ്രിയങ്കരൻ
എം ആർ ബി

1

പൊഴിഞ്ഞ പൂക്കൾ

മേഴത്തൂരിൽ ഞങ്ങൾക്ക് ഊരായ്മയുള്ള ഒരമ്പലത്തിന്റെ മുക്കിലിരുന്ന് ഋഗ്വേദസംഹിത ഞാൻ കുണുങ്ങിക്കുണുങ്ങി ഉരുക്കഴിക്കുകയാണ്. മതിലകത്ത് കുട്ടികൾ കളിച്ചുതിമിർക്കുകയും. അവരുടെ ഇടയിലേക്ക് ഓടിച്ചെല്ലാൻ എനിക്കു ബദ്ധപ്പാടായി. പക്ഷേ, എന്തുചെയ്യും? ഒരിളംകിടാവിനെക്കൊണ്ട് എന്തിനിങ്ങനെ ഓത്തുചൊല്ലിക്കുന്നു എന്ന് ആരും ആലോചിക്കുന്നില്ല. എന്നെ അതിനു ഹോമിച്ച കാരണവന്മാരുടെ നേരെ എനിക്കു കലശലായ കാലുഷ്യം തോന്നി. "ആട്ടെ, ഈ തടങ്കൽപ്പാളയം ഒരിക്കൽ ഞാൻ തച്ചുതകർക്കും." ആരോ എന്റെ ഉള്ളിലിരുന്നു മുറുമുറുക്കുന്നതായി എനിക്കു തോന്നി.

അന്ന് ബ്രിട്ടീഷുഭരണം ഇവിടെ പൂവണിഞ്ഞു നിൽക്കുകയാണ്. സൂര്യന്റെ കീഴിലുള്ള എന്തും അവർക്ക് അധീനമാണ്. കടലിലും കരയിലും ആകാശത്തും ബ്രിട്ടീഷ് ആധിപത്യം നിറഞ്ഞു തുളുമ്പി. ഇവിടെ രാജാക്കന്മാരുണ്ട്, ജന്മികളുണ്ട്, കൃഷിക്കാരുണ്ട്, കച്ചവടക്കാരുണ്ട്, വ്യവസായികളുണ്ട്, കൈവേലക്കാരുണ്ട്, തൊഴിലാളികളുണ്ട്. ഒരു ക്ഷേമരാഷ്ട്രം കെട്ടിപ്പടുക്കുവാനാവശ്യമായ വിഭവസമൃദ്ധിയും സാഹചര്യവും ഇല്ലായ്കയില്ല. പക്ഷേ, എല്ലാം നിർവീര്യം, നിശ്ചലം! ഇംഗ്ലണ്ടിലെ പാർലമെന്റിന്റെ പ്രതിപുരുഷൻ ഡൽഹിയിലിരുന്ന് എല്ലാം നയിക്കുന്നു, നിയന്ത്രിക്കുന്നു.

കൊട്ടാരങ്ങൾ പ്രശാന്തമാണ്. ഡർബാർ ഇല്ല. നിവേദനങ്ങൾ ഇല്ല. നീരസനമില്ല. ഈസ്റ്റ് ഇന്ത്യാ കമ്പനിയുമായി ചെയ്ത ഉടമ്പടി പ്രകാരം സെക്രട്ടേറിയറ്റിന്റെ ആഭിമുഖ്യത്തിൽ ചിട്ടപ്രകാരം കാര്യങ്ങൾ നടക്കുന്നു. നീരാട്ടുകുളി, തൃക്കൺപാർക്കൽ, നിത്യനിദാനം, ബ്രാഹ്മണസദ്യ ഇങ്ങനെ ഓരോന്നും അതിന്റേതായ പഴമയും പ്രൗഢിയും

പരിരക്ഷിച്ചുകൊണ്ട് നിലനിൽക്കുന്നു. തമ്പുരാക്കന്മാർക്ക് ഒന്നിലും ഇടപെടേണ്ട ആവശ്യമില്ല. നേത്യാരമ്മയുടെ ദുർമുഖം ഒരു ശല്യമാണ്. സംശയമില്ല. സ്വന്തം ഉത്തരവാദിത്വത്തിൽ കൈകാര്യംചെയ്തു തീർപ്പു കൽപ്പിക്കേണ്ട ഭാരം—അതൊന്നുമാത്രം. അതിൽ അദ്ദേഹം പരാജയപ്പെട്ടുമില്ല.

അക്കാലത്തെ ജന്മികളും അതിഭാഗ്യവാന്മാരാണ്. കാലാകാലങ്ങളിൽ പാട്ടമിച്ചവാരങ്ങൾ പുതുക്കിച്ച് രശീതി വാങ്ങിച്ചു കുടിയാൻ സൂക്ഷിക്കേണ്ടതാണ്. വീഴ്ചവരുത്തിയാൽ കോടതി ജന്മിക്കനുകൂലമായിരിക്കും. എല്ലാറ്റിനുംപുറമെ 'മേൽച്ചാർത്ത്' എന്ന ദിവ്യായുധം കൈമോശപ്പെട്ടിരുന്നുമില്ല. സ്വന്തം മലവാരങ്ങളിൽ ആനപിടുത്തം, നായാട്ട്, കുതിരപ്പന്തയം—ഹോ എന്തെന്തു ചുമതലകൾ!

തപശ്ചര്യാനിരതരായ നമ്പൂതിരിബ്രാഹ്മണർ അന്നും തിടപ്പള്ളിയും ഊട്ടുപുരയുമായി കഴിഞ്ഞുപോന്നു. വേളിയും കുട്ടികളും വലിയേട്ടനു മാത്രം അവകാശപ്പെട്ടതാകയാൽ രസികന്മാരായ അപ്ഫന്മാർ തമ്പുരാക്കന്മാരുടെയും തമ്പുരാട്ടിമാരുടെയും സേവകന്മാരായി ഫലിതവും പറഞ്ഞു സുഖിച്ചു. കുളിക്കാൻ കുളം, ഉണ്ണാൻ ഊട്ടുപുര, ചേക്കേറാൻ മണിയറ—ഇത്രയുമായാൽ നമ്പൂതിരി പരമസംതൃപ്തനായി. ചതുരംഗം, ശീട്ടുകളി, സമസ്യാപൂരണം, അക്ഷരശ്ലോകമത്സരം, ഓത്തൂട്ട്, എട്ടുവാരം, കൂത്ത്, കൂടിയാട്ടം, ആട്ടക്കഥ, ആറാറുവർഷത്തിലൊരിക്കൽ പത്മനാഭസ്വാമിക്ഷേത്രത്തിൽ ഒരു മുറജപവും. തഥാസ്തു—അതാണ് പൂർണ്ണബ്രാഹ്മണ്യം.

തീയൻ, പാണൻ, പറയൻ ഇങ്ങനെ അകറ്റിനിർത്തപ്പെട്ട അവർണരെപ്പറ്റി പരാമർശമേ ഇല്ല. അവർ എവിടെയോ ഉണ്ട്. തീയൻ പന ചെത്തുന്നു, പുലയൻ പാടം പണിയുന്നു, നടുന്നു, കൊയ്യുന്നു. പായ, പനമ്പ്, കൊട്ട ഇത്തരം കൈവേലകളും മരംകേറലും അവരുടെ കുലത്തൊഴിലാണ്. അവരെങ്ങനെ ജീവിക്കുന്നു എന്നത് ഒരു പ്രശ്നമേ അല്ല.

"ട്ട്വോ, ഇട്ട്യാസൂ" വെറ്റിലയിൽ നൂറു തേച്ചുകൊണ്ടിരിക്കെ ഓതിക്കൻ പറയുകയുണ്ടായി: "പാണൻ, പുലയൻ ഈ വഹക്കാരിൽ ആരുടെ മുഖവും ഞാൻ നേരിട്ടു കണ്ടിട്ടില്ല. നമ്മെപ്പോലുള്ളവർ തന്നെയാണോ, എന്തോ? എനിക്കൊരു രൂപവും ഇല്ല. അല്ല, അന്വേഷിക്കേണ്ട ആവശ്യവും ഇല്യാച്ചോളു. എപ്പോഴെങ്കിലും വഴിവക്കിൽവെച്ചു കണ്ടെത്തിയാൽ അവർ ഓടിയൊളിക്കും." അവസാനം ഉറക്കെ ഒന്നു പൊട്ടിച്ചിരിച്ചു.

ഇരുപതാം നൂറ്റാണ്ടിന്റെ ഇതിഹാസം കേരളത്തിൽ അങ്ങനെ ആരംഭിച്ചു. ഏലം, കുരുമുളക്, വീട്ടി, തേക്ക്, ആനക്കൊമ്പ് ഇത്തരം മലഞ്ചരക്കുകൾ ഇംഗ്ലണ്ടിലേക്കും ഐ സി എസ്, ബാരിസ്റ്റർ, ഡോക്ടർ, എഞ്ചിനീയർ ആദിയായ ബിരുദധാരികൾ ഇവിടത്തെ സെക്രട്ടേറിയറ്റിലും ഗവൺമെന്റാഫീസുകളിലും സ്ഥലംപിടിച്ചു. ജന്മിമാരും ഉദ്യോഗസ്ഥന്മാരും ഇവിടെ തടിച്ചുകൊഴുത്തു. അവർ പരസ്പരം ഇണങ്ങിച്ചേർന്ന് 'ബാനർജിക്ലബി'ൽ വിഹരിച്ചു. കുടിയാന്മാരായ ഇടത്തരക്കാരും അധ്വാനശീലരായ തൊഴിലാളികളും മെലിഞ്ഞു. ആദ്യം പറഞ്ഞവർ ക്രമേണ

ഇവിടത്തെ രാജാക്കന്മാരായി. രണ്ടാമതു പറഞ്ഞവർ വിദേശങ്ങളിൽ ഹോട്ടൽത്തൊഴിലാളികളും എച്ചിൽക്കുപ്പത്തോണ്ടികളുമായി തുലഞ്ഞു.

ഞാൻ യുവത്വത്തിലേക്ക് എഴുന്നേൽക്കുമ്പോൾ ഇന്ത്യൻ ദേശീയ പ്രസ്ഥാനത്തിന്റെ ത്രിവർണപതാക നീലാകാശത്ത് ആടിക്കളിക്കുകയാണ്. ആഫ്രിക്കയിൽനിന്ന് തിരിച്ചെത്തിയ മഹാത്മജി ചെമ്പാരനിലെ നീലംകൃഷിക്കാരിൽനിന്ന് ഉയർന്നുവന്ന ആവലാതികൾക്കു പരിഹാരം ആരാഞ്ഞുനടക്കുകയാണ്. "എടോ ചെട്ട്യാരേ, ഒരുകെട്ടു പപ്പടംണ്ടോ വിൽക്കാൻ?" മേഴത്തൂരിലെ കണ്ടനിടവഴിയിൽവച്ചായിരുന്നു ഞാനാദ്യം അദ്ദേഹത്തെ കണ്ടെത്താനിടവന്നതെങ്കിൽ അങ്ങനെയൊരു വിഡ്ഢിത്തം കാട്ടുമായിരുന്നു. അത്രയ്ക്കു സാധാരണക്കാരിൽ വച്ചു സാധാരണക്കാരനാണ് അദ്ദേഹം. എല്ലാവരും അദ്ദേഹത്തെപ്പറ്റിയാണു പറയുന്നത്. ടിലാക്കിന്റെ മരണം, ചെമ്സ്ഫോർഡിന്റെ ഭരണപരിഷ്കാരം, ജാലിയൻ വാലാബാഗിലെ കൂട്ടക്കൊല, ഉദ്യോഗബഹിഷ്കരണം, വിദ്യാർഥികൾ കോളേജ് വിട്ട് ഇറങ്ങിവരൽ, മലബാറിലെ കലാപം ഇങ്ങനെ നിർണായകമായ ഏതു വഴിത്തിരിവിലും അദ്ദേഹം ശങ്കിച്ചുനിന്നില്ല. ഉറച്ച കാൽവയ്പ്പോടെ മുന്നോട്ടു നീങ്ങി. ഒരിടത്തും വഴിമുട്ടി പിന്തിരിയേണ്ട ഗതികേടും നേരിട്ടതായി കണ്ടില്ല.

മഹാത്മജി ഉന്നയിക്കുന്ന ജീവിതമൂല്യങ്ങളെപ്പറ്റിയുള്ള മിക്ക പ്രസ്താവനകളും ആവുന്നത്ര ഞാൻ ശ്രദ്ധിച്ചുകേട്ടു, എത്ര ലളിതം! പക്ഷേ, ഒരു തീവ്രതപസ്യതന്നെ വേണം അതാചരിക്കണമെങ്കിൽ. അന്നെനിക്കു തോന്നിയിട്ടുണ്ട് ഇദ്ദേഹം അഭിലഷിക്കുന്നത് ഇന്ത്യയുടെ പൂർണസ്വാതന്ത്ര്യമോ മനുഷ്യജീവിതത്തിന്റെ സാംസ്കാരികസമുദ്ധരണമോ എന്ന്. ഒരുപക്ഷേ, അദ്ദേഹത്തിന്റെ ദൃഷ്ടിയിൽ അതുരണ്ടും ഒന്നായിരിക്കാം.

സ്വാതന്ത്ര്യസമരചരിത്രത്തിലെ അതിപ്രധാനമായ ഒരധ്യായമാണല്ലോ ഉപ്പുസത്യഗ്രഹം. കാഴ്ചയിലും കാര്യത്തിലും അതിനിസ്സാരമായ ഒരു സംഭവം. നിരായുധരായ ഒരുപറ്റം വളണ്ടിയർമാർ കാൽനടയായി കടൽക്കരയിൽ ചെന്ന് ഒരുകുടന്ന ഉപ്പുവെള്ളം കുറുക്കി ഒരുപിടി ഉപ്പുണ്ടാക്കി വിതരണം ചെയ്യുക എന്ന നിയമലംഘനം. എന്നാൽ, അതിന്റെ പ്രത്യാഘാതമോ, ഏതു സ്വേച്ഛാധിപത്യത്തേയും മുട്ടുകുത്തിക്കുന്ന ധാർമികവിജയവും.

ദ്രവ്യം തൂക്കിയും അളന്നും വിലമതിക്കുന്നു. കർമമോ? അതിന്റെ പിന്നിലുള്ള ചൈതന്യമാണു മൂല്യം, സേവനത്തിന്റെ വിജയം ആത്മാർഥതയിലാണ്. അഭിലഷിക്കുന്നതു പറയുക, പറയുന്നതു ചെയ്യുക—ആദർശനിഷ്ഠ എന്ന അതിനെ വിളിക്കുന്നു. രാഷ്ട്രീയത്തിലെന്നല്ല ഏതു കാര്യത്തിലും അത് അവലംബിക്കുന്നതു നന്നായിരിക്കും. പൊതുപ്രവർത്തകരെ മുൻനിർത്തി ഗാന്ധിജി ഇങ്ങനെ അനുശാസിച്ചു.

ഭിന്നിപ്പിച്ചു ഭരിക്കുക എന്നത് ബ്രിട്ടീഷ്ഭരണതന്ത്രത്തിന്റെ മൂലക്കല്ലാണ്. ഇന്ത്യയാകട്ടെ ഒരേകജനതാസാമ്രാജ്യമൊട്ടല്ലതാനും. കൗതുകം

കൊണ്ടും കൈയൂക്കുകൊണ്ടും വ്യത്യസ്തകാലങ്ങളിൽ വിവിധ മേഖലകളിൽനിന്നു കയറിപ്പറ്റിയ ജനതയുടേതായ സങ്കലിതസംസ്കാരമാണ് ഇവിടെ പുലർന്നുവരുന്നത്. തൊട്ടാൽ ത്രസിക്കുന്ന വീണക്കമ്പിപോലെ ക്ഷണത്തിൽ തരളിതരാകുന്ന വികാരജീവികളും പരസ്പരസംഘർഷത്തിന് ഈ സ്വഭാവം വഴിവയ്ക്കുകയും ചെയ്യും. ഏതെങ്കിലുമൊരു ഭാഗത്തു ബ്രിട്ടനുണ്ടാവും. ക്ഷീണിതനിൽനിന്നു മുതലെടുക്കുകയും ചെയ്യും. ന്യൂനപക്ഷസംരക്ഷണത്തിന്റെ പേരിൽ മുസ്ലീങ്ങളെ ഇളക്കിവിടും. ആനുപാതികാവകാശത്തിനുവേണ്ടി സമരം ആരംഭിക്കും. ഹൈന്ദവനേതൃത്വത്തേക്കാൾ അഭികാമ്യം വൈദേശിക മേധാവിത്വമാണെന്നു മുസ്ലീങ്ങളെ ബോധ്യപ്പെടുത്താൻ ഇതിൽപ്പരം മെച്ചപ്പെട്ട വേറെ തന്ത്രം ഒന്നും ആവശ്യമില്ല. അങ്ങനെ സ്വാതന്ത്ര്യസമരത്തിന്റെ എല്ലാ പിരിമുറുക്കത്തേയും അവർ തളർത്തിക്കളയും.

"ഈശ്വര അള്ളാ തേരേ നാം" എന്ന മുദ്രാവാക്യത്തിന്റെ പിന്നിൽ ഒരവിഭക്തഭാരതത്തിന്റെ ആശയമാണ് സർവപ്രധാനമെന്നു ഞാൻ കരുതിപ്പോന്നു.

ഞാനാകുന്ന പടുമരം മുളച്ചുപൊന്തിയത് മനവളപ്പിലാണ്. അതിനാൽ നമ്പൂതിരി എന്ന പേരിൽ അറിയപ്പെടേണ്ടിവന്നു. എന്നല്ല 'ചാതുർവർണ്യം മയാ സൃഷ്ട'ത്തിന്റെ ഭർത്താവും പ്രഭുവും സാക്ഷിയും എന്റെ ഏതോ തലതൊട്ടപ്പനാണെന്ന ധാരണയാൽ ഒരെച്ചിൽക്കുട്ട എനിക്കു ചുമക്കേണ്ടതായും വന്നു. അതുകൊണ്ട് സ്വാഭാവികമായി എന്റെ അഭിമതം സാമൂഹ്യസാംസ്കാരികമേഖലകളിൽ ചുറ്റിത്തിരിഞ്ഞു. നമ്പൂതിരിയെ മനുഷ്യനാക്കാൻ ആഹ്വാനംചെയ്ത മഹാൻ ഞാനല്ല. എന്നാൽ അവരെ മനുഷ്യലോകത്തിലേക്കു ക്ഷണിച്ചിരുത്തി മറ്റുള്ളവരെപ്പോലെ ജീവിക്കുവാൻ വിഭവമൊരുക്കിക്കൊടുത്തതും തടസങ്ങൾ തട്ടിനീക്കിയതും ഞാനുൾപ്പെട്ട എന്റെ കൂട്ടാളികളാണ്. പൂണൂൽ പൊട്ടിച്ചത്, മറക്കുട തല്ലിപ്പൊളിച്ചത്, ചേലപ്പുതപ്പ് ചീന്തിയെറിഞ്ഞത്, കാമിക്കുന്നവരെ കല്യാണം കഴിക്കുവാൻ ആവശ്യമായ സാഹചര്യം സൃഷ്ടിച്ചത്—എല്ലാം സാമൂഹ്യപരിവർത്തന പ്രക്രിയയിലൂടെയാണ്. ഇതെല്ലാം എളുപ്പത്തിൽ സാധിച്ചതല്ല, വിശ്രമമെന്ന ഒന്നില്ലാതെ, സുഖമെന്ന ഒന്നാസ്വദിക്കാതെ, വീടുതോറും കയറിയിറങ്ങി തൊണ്ടകാറി പ്രസംഗിച്ചതിന്റേയും ഉറക്കമിളച്ചിരുന്നു സാഹിത്യം സൃഷ്ടിച്ചതിന്റെയും പരിണതഫലമാണ്. ഹരിജനങ്ങളുടെ സഞ്ചാരസ്വാതന്ത്ര്യത്തിനും ക്ഷേത്രപ്രവേശസംരംഭത്തിനും മിശ്രഭോജനത്തിനും വിവാഹത്തിനും അർപ്പിക്കപ്പെട്ട കണ്ണുനീരിന്റെ പുളിപ്പും ബന്ധുജനവിരഹത്തിന്റെ കയ്പും ഇന്നും മാറിക്കഴിഞ്ഞിട്ടില്ല.

ഞാൻ ഓർത്തുപോവുകയാണ്:

ഒരിക്കൽ ഭാര്യയുടെ അച്ഛൻ ഇടയ്ക്കാമ്പറമ്പത്തു വാസുദേവൻനമ്പൂതിരി ഞങ്ങളുടെ 'രസികസദന'ത്തിൽ വിരുന്നുവന്നു. ആ നാലുകെട്ടിന്റെ അന്തപ്പുരം സൗഹൃദത്തിന്റേയും സൽക്കാരത്തിന്റേയും സീൽക്കാര

ത്താൽ ശബ്ദായമാനമായി. ഉച്ചയ്ക്കുശേഷം ഒരു കാർ പടിക്കൽ വന്നു നിന്നു. എന്നെ കൂട്ടിക്കൊണ്ടുചെല്ലാൻ അക്കിക്കാവിൽ രാമൻ വൈദ്യർ കാർ കൊടുത്തയച്ചിരിക്കുകയാണ്. ഡ്രൈവർ കാറിന്റെ വാതിൽ തുറന്നു കാണിച്ചപ്പോൾ ഞാൻ ചോദിച്ചു: "ഇട്യാമ്പറമ്പും വരുന്നുവോ? ഇരുട്ടിന്നു മുമ്പേ തിരിച്ചെത്താം."

അദ്ദേഹം ഒന്നു സംശയിച്ചുനിന്നു. എന്റെ സുഹൃത്തായ വൈദ്യർ ഇതിനിടയിൽ തീർ വാങ്ങിയ പറമ്പിൽ പഴയ ഒരു ശിവക്ഷേത്രമുണ്ട്. അത് ഹരിജനങ്ങൾക്കായി തുറന്നുകൊടുക്കുകയാണ്. ഉദ്ഘാടകൻ ഞാനാണ്. ഒരു പൊതുയോഗവും ആശംസാപ്രസംഗങ്ങളും ഉണ്ടാവും.

'എന്നാൽ ഞാനും പോരാം.' അദ്ദേഹം കാറിൽ കയറി. വലിയ മുണ്ടു വിടർത്തിച്ചുറ്റി തോർത്തു തോളിലിട്ട് മാറിൽ തിളങ്ങുന്ന പൂണൂലും ശിരസിൽ പാറിപ്പറക്കുന്ന മുൻകുടുമയുമായി ക്ഷേത്രനടയ്ക്കൽ കാറിൽ നിന്നിറങ്ങിയ അദ്ദേഹം അവിടെ കൂടിയിരുന്ന ജനതയെ എന്നിലേക്ക് ആകർഷിച്ചു. ഹൃദ്യമായ വരവേൽപ്പ് അവിടെ ആചരിക്കപ്പെട്ടു.

നഗ്നപാദരായി ഞങ്ങൾ ക്ഷേത്രനടയ്ക്കൽ കൂപ്പുകൈയോടെ കാത്തുനിന്നു. ഒരീഴവസന്യാസി പ്രസന്നപൂജയ്ക്കു നട തുറന്നു: 'ഹര ഹര മഹാദേവ!' ഒരാരവം അവിടെ ഇരച്ചുപൊന്തി. ശാന്തി തീർഥജലവുമായി എന്നെ സമീപിച്ചു. ഞാൻ വലംകൈയിൽ അതു കൈക്കൊണ്ടു. എന്നെ ഉരുമ്മിനിൽക്കുന്ന വാസുദേവൻ നമ്പൂതിരിയുടെ നേരെ തിരിഞ്ഞു ശാന്തിക്കാരൻ. നമ്പൂതിരി എന്റെ മുഖത്തേക്കു സംശയഭാവത്തോടെ നോക്കി. "മേടിക്കൂ." ഞാനദ്ദേഹത്തിന്റെ ചെവിയിൽ മന്ത്രിച്ചു. അദ്ദേഹം അതനുസരിച്ചു. വീണ്ടും ഒരിതികർത്തവ്യതാബോധം അദ്ദേഹത്തിന്റെ മുഖത്തു നിഴൽപരത്തി. "സേവിച്ചോളൂ" ഞാൻ ഉപദേശിച്ചു—മറ്റൊരു സന്ദർഭത്തിലായിരുന്നെങ്കിൽ ഉപദേശം എന്ന വാക്ക് ഞാൻ പ്രയോഗിക്കുമായിരുന്നില്ല. തികച്ചും അതൊരു ഉപദേശംതന്നെയായിരുന്നു. അദ്ദേഹം തീർഥം സേവിച്ചു.

ആദ്യം വിധവാവിവാഹം ചെയ്യപ്പെട്ട ഉമ ഇദ്ദേഹത്തിന്റെ രണ്ടാമത്തെ മകളാണ്. കല്ലാട്ട് കൃഷ്ണനെ വിവാഹംചെയ്ത പ്രിയദത്ത ഇദ്ദേഹത്തിന്റെ ഒടുക്കത്തെ ഓമനമകളാണ്. വിപ്ലവത്തിന്റെ ഈറ്റില്ലമെന്നു വിശേഷിപ്പിക്കപ്പെടുന്ന ഇട്യാമ്പറമ്പത്തില്ലം ആധുനിക നവോത്ഥാനത്തിലേക്കുള്ള വഴിത്താവളമാണ്. പക്ഷേ, ഈ ഉമയുടെയും പ്രിയദത്തയുടേയും മാതാപിതാക്കൾ ഇതെഴുതുമ്പോൾ ജീവിച്ചിരിപ്പില്ല. എങ്കിലും സാമൂഹ്യവിപ്ലവ പരിവർത്തനചരിത്രത്തിന്റെ ശിലാഫലകത്തിന്മേൽ ആ മൺമറഞ്ഞ ദമ്പതികളുടെ പേരുകൾ മായാതെ നിലകൊള്ളും.

2

ജീവിതം-എന്തിന്?

നന്നാവാൻ പ്രശംസ, മാന്യതയ്ക്കും സുഖഭോഗങ്ങൾക്കും പ്രശംസ-പൂച്ച ആവശ്യമുള്ളത് അന്വേഷിക്കുന്നതുപോലെ നമ്മുടെ ഉള്ളിലെ ഒരു കരിമ്പൂച്ച ഉദരപൂരണത്തിനു നടക്കുന്നുണ്ട്. പ്രശംസ ബുഭുക്ഷയ്ക്കു കാരണമാക്കുമെന്ന് ഇന്നു ഞാനറിയുന്നു. ആർത്തി അജീർണംപിടിപ്പിക്കും. അതിനു വഴങ്ങിക്കൊടുക്കുന്നത് ആപത്തുണ്ടാക്കും. എന്നാൽ ഞാനും ഒരു മനുഷ്യനാണല്ലോ. പൂർണമായ മനസിന്റെ സംയമനശക്തി സമാർജിക്കാത്തതുകൊണ്ട് എന്റെ വാക്കിലും അഹന്തയുടെ അംശം കണ്ടെന്നുവരാം.

ഗ്രാമത്തിലെ കണ്ടനിടവഴികളിലൊന്നിലേക്കു കാലൂന്നിനിന്നിരുന്ന പഴയ തറവാടിന്റെ ജീർണിച്ച ഈറ്റില്ലത്തിലാണ് ഞാൻ ജനിച്ചുവളർന്നത്. സമ്പത്തിലോ സംസ്കാരത്തിലോ ഗ്രാമത്തിലെ മുഖ്യവിനോദമായ പകിടകളിൽപ്പോലുമോ പ്രശസ്തന്മാരായി ആരും അവിടെ കഴിഞ്ഞ കാലഘട്ടത്തിൽ ഉണ്ടായിട്ടില്ല. അതിനാൽ ഈ തറവാട് ഞാൻ കാരണം പുഷ്ടിപ്പെടണമെന്ന് കാരണവന്മാർ ആഗ്രഹിച്ചിട്ടുണ്ടാവാം. വ്യക്തിപരമായ യോഗ്യതയല്ല അവരുടെ അനുഗ്രഹമാണ് എന്നെ ഈ നിലയിലെത്തിച്ചത്. കരിങ്കല്ലിന് ജീവൻവച്ചപോലെ എന്റെ ഹൃദയത്തിൽ കുടികൊള്ളുന്ന ആ അദൃശ്യശക്തികളെ ഞാൻ നമസ്കരിക്കുന്നു.

ജീവിതത്തിലൂടെ കടന്നുപോകുമ്പോൾ വലിയവനേയും ചെറിയവനേയും വേർതിരിക്കുന്ന ചില സംഭവങ്ങൾ ഉണ്ട്.

ഉപനയനത്തിനുമുമ്പ്: ഞങ്ങളുടെ ഗ്രാമക്ഷേത്രമായ കുളങ്ങര തൃക്കോവിൽ ഇരമ്പിയ വാരം പതിവുണ്ട്. അന്ന് നമ്പൂതിരിമാർക്ക് അവിടെ മൃഷ്ടാന്നം ഉണ്ടാവും. രാത്രി ഊണുകഴിഞ്ഞ എന്നെ ഇല്ലത്തെത്തിക്കേണ്ട ഭാരം ഗോപാലേട്ടന്റേതാണ്. 'തമ്പാനേ, ഇന്നെത്ര കയ്യില്

പായസമമൃതേത്തു കഴിച്ചു' എന്ന അവന്റെ ചോദ്യം ഞാൻ മറന്നിട്ടില്ല. പായസം ഒരൊറ്റ തുള്ളിയും അവനില്ല. ആ ചോദ്യം സോഷ്യലിസത്തിന്റെ മണിനാദമായി എന്നിൽ അനുരണനം ചെയ്യുകയാണ് ഇന്നും. അങ്ങനെ ഓരോ ഘട്ടത്തിലും തരളിതനാക്കുന്ന വിവിധ സംഭവങ്ങൾ ഇവിടെ നടക്കുന്നുണ്ട്. ചേതനയെ ബന്ധിക്കുന്ന പല സംഭവങ്ങൾ ഇവിടത്തെ മണ്ണിലും വിണ്ണിലും പൂഴ്ന്നുകിടപ്പുണ്ട്. അഗ്നിഹോത്രിയുടേയും മറ്റും അപദാനങ്ങൾ അണ്ണാർക്കുട്ടന്റെ വിരൽപ്പാടുപോലെ എന്റെ മനസിനെ സ്വർണമയമാക്കുമാറ് പതിഞ്ഞുകിടപ്പുണ്ടാകാം.

ആറുവയസുമുതൽ ഉരുക്കഴിച്ചുപോന്ന നീണ്ട വേദാധ്യായനം എന്റെ തലയെ ചെനപിടിപ്പിച്ചു. സംസ്കൃതം പഠിക്കാൻ കൂടല്ലൂർ മനയിൽ ചെന്ന എന്നെ അപ്ഫൻ നമ്പൂതിരി അപഹസിച്ചു. "ഇത്ര പോന്നീട്ടും സിദ്ധരൂപം പഠിക്കേ? ശിവശിവ!" അവിടെ കണ്ട പുതുയുഗത്തിന്റെ സൈക്കിളിലായിരുന്നു എന്റെ കമ്പം.

ഞാനവിടെനിന്നും ചാടിപ്പോയി. അന്ന് എനിക്കു വയസ്സ് പതിനാറ്. ഭാരതപ്പുഴയുടെ വടക്കെ തീരത്തുള്ള ഒരയ്യപ്പൻകാവിലെ ശാന്തിക്കാരനായി മാറി. പുഴയുടെ തെക്കെ അറ്റത്തെ വെള്ളച്ചാലിൽനിന്നും വെള്ളം ചെപ്പുക്കുടത്തിൽ ഭേസിക്കൊണ്ടുവരലാണ് എന്റെ തൊഴിൽ. ക്ഷേത്രം ഊരായ്മക്കാർക്കു മൂത്രമൊഴിക്കാൻ ശൗചത്തിനുകൂടി ഞാൻ വെള്ളം കൊണ്ടുവരണം.

ഇന്നു നാട്ടിൻപുറത്തെ ശാന്തിക്കാരന് നാഴിയരിയാണ് കിട്ടുന്നത്. അന്ന് ഒരുപറ നെല്ല് എനിക്കു ശാന്തിവൃത്തിയായി കിട്ടിയിരുന്നു. പുറമെ ധാരാളം വഴിപാടും.

അങ്ങനെ കൂടുമ്പോൾ ഒരു തിയ്യാടിമരോളമ്മക്കുട്ടി നോട്ടുപുസ്തകവുമായി എന്റെ അടുത്തുവന്നു ചോദിച്ചു: "പട്ടേരി ഈ കണക്ക് ചെയ്തു തര്വോ?" കുനിയനുറുമ്പ് അരിച്ചതുപോലുള്ള അക്ഷരങ്ങൾ കണ്ട് ഞാനന്തംവിട്ടു. ക, ഖ, ഗ-പോലും വേർതിരിച്ചറിവില്ല. ഞാനവളെ സ്വകാര്യമായി വിളിച്ചു സ്ലേറ്റിൽ അക്ഷരമാല കുത്തിക്കുറിച്ചു. രാത്രിയിൽ ലോകം കൂർക്കം വലിച്ചുറങ്ങുമ്പോൾ ഞാൻ ആ അക്ഷരങ്ങൾ വായിലിട്ടു ചവച്ചു. നാലുദിവസത്തെ സാധന. പണപ്പായസം കൊണ്ടുവന്ന കടലാസിൽനിന്ന് ഞാനതു കണ്ടെത്തി. ഞാൻ കൂട്ടിവായിച്ചു-'മാൻമാർക്ക് കുട.'

ഉണങ്ങിയ ചപ്പിലകളിൽ തീപ്പൊരി വീണാൽ അത് ക്ഷണത്തിൽ ആളിക്കത്തും. ഭാഗ്യത്തിന് അതു വായിക്കാൻ കഴിഞ്ഞപ്പോൾ എന്നിൽ പൊട്ടിപ്പുറപ്പെട്ട ആ മഹാചൈതന്യം ക്ഷണത്തിൽ ആളിപ്പടർന്നു.

രാത്രി ഷൊർണൂരിലെ റെയിൽവേ ജീവനക്കാരുടെ ക്വാർട്ടേഴ്സിൽ യൂറോപ്യന്മാരായ കുട്ടികൾക്ക് പഠിക്കാനും ഏർപ്പാടുണ്ടായിരുന്നു. അവിടെ ഒരു വെള്ളക്കാരൻ സായ്പ് എന്റെ ഗുരുവായി. നാലു വയസുള്ള സന്ദരിയായ ഒരു മദാമ്മക്കുട്ടിയോടൊപ്പം എ, ബി, സി, ഡി പഠിച്ചു. ആ മദാമ്മക്കുട്ടിയും ഞാനും ആറുമാസം സതീർഥ്യരായെന്ന വസ്തുത സ്മരണീയമാണ്. യാദൃച്ഛികമായി നേടിയ ഈ അക്ഷരപരിചയം വിജ്ഞാനത്തിലേക്കു വാതിൽ തുറന്നു.

ഇംഗ്ലീഷ്പഠിക്കൽ ആവശ്യമാണെന്നു ധനാഢ്യർക്കും കാര്യസ്ഥന്മാർക്കും ബോധ്യപ്പെട്ട കാലം. ഡിസ്ട്രിക്ട് ബോർഡിലും താലൂക്കു ബോർഡിലും അംഗമാകാൻ സാധിച്ചാൽ നന്നെന്നു തോന്നിത്തുടങ്ങിയ കാലം. നാളികേരം അരയ്ക്കാൻ പട്ടർ, തേച്ചുകുളിപ്പിക്കാൻ വാലിയക്കാർ, രാവിലെ ഓത്തുചൊല്ലിക്കാൻ ഓതിക്കോൻ, ഉച്ചതിരിഞ്ഞാൽ എ ബി സി ഡി പഠിപ്പിക്കാൻ വേറെ ആളുകൾ—അങ്ങനെയായിരുന്നു പല ധനാഢ്യ ഗൃഹങ്ങളിലേയും മട്ട്.

എനിക്കും പഠിക്കാൻ മോഹം ഉണ്ടെന്നറിഞ്ഞപ്പോൾ ഒരു നമ്പൂതിരി പറഞ്ഞു: "സുകൃതം ഉണ്ടെങ്കിൽ നന്നാവാനതു മതി. അറിവോണ്ടു കാര്യല്ല്യ."

വേറൊരാൾ: "ജ്യേഷ്ഠനോടു ചോദിക്കൂ."

ജ്യേഷ്ഠൻ പറഞ്ഞതിതാണ്: "പഠിച്ചോണ്ടു തരക്കേടൊന്നൂല്യാ. പൂമുള്ളി അച്ഛൻനമ്പൂതിരിയുടെ പിറന്നാളാണ്. പരക്കെ പശുദാനം ഉണ്ട്. പൊയ്ക്കോളൂ."

അങ്ങനെ നമ്പൂതിരി വിദ്യാലയത്തിൽ വിദ്യാർഥിയായി ചേർന്നു. മുണ്ടുപോലും ഇല്ല. രണ്ടര കൊല്ലത്തോളം ഒറ്റമുണ്ടുകൊണ്ടു കഴിച്ചു കൂട്ടി. അതും മൂത്തിരിങ്ങോട്ടു ഭവത്രാതൻഭട്ടതിരിപ്പാട് തന്നത്.

ബ്രാഹ്മണൻ ദേവതാത്മാവും മാന്യനും പൂജ്യനുമാണ്. എന്നാൽ, ഇറ്റ് ആഹാരം കഴിക്കാൻ ഉണ്ടോ? അന്നത്തെ സാഹചര്യം അതായിരുന്നു. അത്തരം ജീവിതം എന്തിന്? ഞാൻ മനുഷ്യനോ മൃഗമോ? ആ ചിന്തയുടെ പ്രത്യാഘാതം എന്നെ അകംപുറം മറിച്ചു. ഒരു വ്യക്തി എവിടെ ജനിച്ചാലും അവന്റെ അവകാശാധികാരങ്ങൾ നേടിയെടുക്കാനുള്ള സ്വാതന്ത്ര്യം സമുദായം നൽകണമെന്ന് എനിക്കു തോന്നി.

ഇന്ന് സുഖമാണോ? എവിടേയും താമസിക്കാം, എന്തും ചെയ്യാം. ജീവിതം എന്തിന്, എങ്ങനെ എന്നാലോചിക്കാനും മാർഗം കണ്ടെത്താനും സമയമില്ല. പ്രശസ്തിക്കും പ്രാമാണ്യത്തിനും പ്രാഭവത്തിനും സാഹചര്യം പലതുണ്ട്. ഇന്ന കുലത്തിൽ ജനിച്ചു എന്നതു പ്രശ്നമാകരുത്. വളരാൻ കഴിയുന്നവർക്കൊക്കെ വികസിക്കാനും വഴിവേണം.

ദേശീയപ്രസ്ഥാനത്തിന് ചൊരിഞ്ഞ ത്യാഗമെല്ലാം വ്യക്തിനിഷ്ഠമായിരുന്നില്ല. സ്വന്തം താൽപ്പര്യമല്ല സമൂഹത്തിന്റേയും ദേശത്തിന്റേയും നന്മയാണ് അന്ന് മിക്കവരും കണ്ടത്. ഇന്നത്തെ രാഷ്ട്രീയപ്രസ്ഥാനങ്ങളുടെ പരമമായ ലക്ഷ്യം അവരവർക്കാണ്. രാജ്യത്തിനല്ല എന്ന പരിതാപകരമായ തിരിച്ചടി വന്നിരിക്കുന്നു. ക്ഷേത്രങ്ങളുടെ എണ്ണവും വർധിച്ചു. പണ്ട് ഇത്രയധികം ദേവാലയങ്ങൾ ഉണ്ടായിരുന്നില്ല. എല്ലായിടത്തും ജീവിതത്തിന്റെ നാനാമുഖമായ വികാസം വർധിച്ചു. ഇത് വ്യാവസായിക യുഗത്തിന്റെ പരിവർത്തനമോ, ദേശീയപ്രവർത്തനഫലമോ?

പണ്ട് പുണ്യപാപങ്ങളെ ആദരിക്കുകയും ഭയപ്പെടുകയും ചെയ്തിരുന്നു. പാപം ചെയ്താൽ പാപപരിഹാരത്തിനു പുണ്യദാനങ്ങൾ അനുഷ്ഠിച്ചാൽ മതി. ഇന്ന് നന്മയും തിന്മയും പോയി. പകരം ലാഭനഷ്ടങ്ങൾക്കു

മുൻതൂക്കം വന്നപ്പോൾ മാനുഷികമൂല്യങ്ങളെല്ലാം നഷ്ടപ്പെട്ടു. ഇന്നു വന്ന അധപ്പതനം അതാണ്.

ഈശ്വരൻ നിഗ്രഹാനുഗ്രഹശക്തിയുള്ള ഒരാളല്ല. അത്തരത്തിൽ അത്ഭുതചൈതന്യമുണ്ടെന്ന് എനിക്കു വിശ്വാസമില്ല. അവസാന വിശകലനത്തിൽ നന്മയിലുള്ള വിശ്വാസമില്ലാതെ ജീവിതത്തിനു മറ്റൊരവലംബമില്ല. വിജ്ഞാനവും വിശ്വാസവും നിലനിർത്തിയാൽ വ്യക്തിപരമായി പ്രതിനിധാനംചെയ്യുന്ന നന്മയ്ക്കു ഗുണം ചെയ്യും. വിശ്വാസം എന്നതു മൂഢവിശ്വാസമാവരുത്. യുക്തിക്ക് ഒരു ചക്രവാളമുണ്ട്. അവിടെ എത്താൻ വിശ്വാസം സഹായിക്കും. യുക്തി വെളിച്ചമാണ്. വിശ്വാസം ഊന്നുവടിയും. വെളിച്ചം കെടുമ്പോൾ ഊന്നുവടി സഹായകമാകും.

പൊതുപ്രാണിലോകത്തിന്റെ നന്മയ്ക്കു ചുറ്റുപാടു സൃഷ്ടിക്കുക എന്നതിൽനിന്നാണ് ആസ്തിക്യനാസ്തിക്യബോധങ്ങൾ ഉരുത്തിരിയുന്നത്. ഇന്നു നമ്മെ നയിക്കുന്ന പ്രലോഭനങ്ങൾ ക്ഷണികമാണെന്ന് നാടുവാഴിത്തം തകർന്നു മണ്ണടിഞ്ഞ കാലത്തുപോലും മനസിലാക്കാൻ സാധിച്ചില്ലെങ്കിൽപ്പിന്നെ എന്തു വിജ്ഞാനമാണു നാം നേടിയത്?

സ്വത്തു സ്വരൂപിച്ചുവയ്ക്കാനും അലസരെ വളർത്താനും അവരെ പ്രലോഭിപ്പിക്കാനും പാരമ്പര്യവഴിക്കു നമ്മിൽ ആഴ്ന്നുകിടക്കുന്ന സ്ഥാപിത താൽപ്പര്യമാണ് മുതലാളിത്തം. മുതലാളിയിലും രാജാവിലും മന്ത്രിയിലുമെല്ലാം ഈ അവശിഷ്ടം പൂണ്ടുകിടപ്പുണ്ട്. പ്രയത്നിക്കാനുള്ള ഭാഗധേയം സൃഷ്ടിക്കുകയാണ് ഇന്നത്തെ ആവശ്യം.

പഴയതു മുഴുവൻ തെറ്റല്ല. ആചാര്യന്മാരുടെ മന്ത്രങ്ങൾ പലതും ലോകസുഖത്തിനായി എഴുതിയ കവിതകളായിരുന്നു. 'ശം നോ അസ്തഃ ദ്വിപദേശം ചതുഷ്പദേ' (ഇരുകാലിക്കും നാൽക്കാലിക്കും മംഗളം ഭവിക്കട്ടേ) എന്നത് *ഋഗ്വേദ*ത്തിലെ മന്ത്രമാണ്. അതു തെറ്റാണോ? മതം, ജാതി തുടങ്ങിയവയുടെ പേരിൽ ഇവിടെ നടന്ന സംഭവവികാസങ്ങളിലെ നല്ലതും ചീത്തയും വിജ്ഞാനത്തിന്റെ വെളിച്ചത്തിൽ വിശകലനം ചെയ്തു ജീവിതത്തിലേക്കു പകർത്താനുള്ള വിശാലവീക്ഷണം കൈക്കൊണ്ടില്ലെങ്കിൽ ഇതൊക്കെ വെറും പറച്ചിലായേ കലാശിക്കൂ.

പണ്ട് ജന്മിമാർക്ക് അനേകം കാര്യസ്ഥന്മാർ ഉണ്ടായിരുന്നു. പാട്ടം പിരിവും ചന്തപ്പിരിവും മറ്റുമായിരുന്നു അവരുടെ തൊഴിൽ. ബ്രിട്ടീഷ് സർക്കാരിന്റെ കോടതികൾ വന്നപ്പോൾ യജമാനന്മാർ വക്കീലായി. കാര്യസ്ഥവർഗം പിന്നേയും വലുതായി, രാഷ്ട്രീയകക്ഷിയായി. ഈ ലോകത്തിന്റെ നന്മയ്ക്ക് പത്തോ പതിനഞ്ചോ മന്ത്രിമാരെക്കൊണ്ട് ഒരു ചുക്കും കൈവരാനില്ല. മന്ത്രിമാരെയല്ല, ചട്ടക്കൂടിനെയാണ് അപഹസിക്കുന്നത്. നാൽപ്പത്തൊമ്പത്-അമ്പത്തൊന്ന് ശതമാനം വ്യത്യാസംകൊണ്ട് ഇവിടെ എന്തു പരിവർത്തനം നടത്താം? നാൽപ്പത്തൊമ്പതിനെ വെള്ളം കുടിപ്പിക്കുന്നത് ജനാധിപത്യമല്ല.

ഞാനും നിങ്ങളും എന്റെ വീട്ടിലുള്ളവരും അയൽവീട്ടുകാരും ഒരുമിച്ചിരുന്ന് നാടിന്റെ നന്മയ്ക്ക് ഇവിടെ എന്തുവേണം, കഷ്ടപ്പെടുന്നത് ആര്,

ആർ നന്നാവണം എന്ന പരസ്പരധാരണയോടെയും മനുഷ്യസ്നേഹപരമായ കാഴ്ചപ്പാടോടെയും പ്രവർത്തിച്ച് ഇവിടത്തെ അനീതിയും അക്രമവും മാറ്റുവാൻ എന്നു സാധിക്കും, അന്നേ ഞാൻ മരിക്കൂ—എന്റെ ആഗ്രഹം അതാണ്. ദമയന്തിക്ക് അർധവസ്ത്രം പകുത്തുകൊടുത്തതുപോലെ ദരിദ്രന് നാഴിയരിയെങ്കിലും പകരുന്ന സമത്വസൗന്ദര്യം ഇവിടെ ഉണ്ടാകണം. ആരേയും ദ്രോഹിക്കാതെ വികേന്ദ്രീകൃതമായ ദേശീയപ്രസ്ഥാനത്തിലൂടെ ഇന്നു നടക്കുന്ന അസമത്വങ്ങളേയും കെടുതികളേയും പരിഹരിച്ച് ഒരു നവോത്ഥാനം ഉണ്ടായിക്കാണാൻ ഈ അതിവാർധക്യത്തിലും ഞാനാഗ്രഹിക്കുകയാണ്.

ഇവിടത്തെ ഓരോതരി മണ്ണിലും എന്റെ ആത്മാവ് ത്രസിക്കുന്നു. ആരു കണ്ണീരൊഴുക്കുമ്പോഴും എന്റെ വീട്ടുമുറ്റത്തിരുന്നു ഞാൻ കരയാറുണ്ട്. എന്റെ ഊറ്റമല്ല. ഓരോ ജീവാത്മാവിലും ഇത്തരത്തിലുള്ള ജീവിതാനുഭവങ്ങൾ ഉൾക്കൊള്ളുന്നുണ്ടാവും.

3

എന്റെ ആദ്യത്തെ ആരാധനാ പാത്രങ്ങൾ

നന്നെ കുട്ടിക്കാലത്ത് എന്നെ അത്ഭുതപരതന്ത്രനാക്കിയ ഒരു സംഭവമുണ്ടായി. ആ രംഗം ഇന്നും ഞാനോർക്കുകയാണ്. മഹാന്മാരെ മണത്തറിയാനും അവരെ മാനിക്കാനുമുള്ള ഒരഭിനിവേശം എന്നിലുണ്ടാക്കിയ സാഹചര്യത്തെയാണ് ഞാനിവിടെ വിവരിക്കുവാൻ ഉദ്ദേശിക്കുന്നത്.

അന്ന് എനിക്ക് എട്ടോ പത്തോ വയസു പ്രായമേ ആയിരുന്നുള്ളൂ. അങ്കമാലിക്കടുത്തുള്ള കൈപ്പിള്ളി ഇല്ലത്ത്—അവിടെയാണ് എന്റെ അമ്മാത്ത്—വിരുന്നുണ്ടു പാർക്കുകയായിരുന്നു ഞാനന്ന്. ഒരു ദിവസം അസ്തമയത്തിനടുത്ത് സമയത്ത് മഹാകവി കൊടുങ്ങല്ലൂർ കുഞ്ഞിക്കുട്ടൻ തമ്പുരാൻ യാദൃച്ഛികമായി അവിടെ എത്തിച്ചേർന്നു. ഈ വിശിഷ്ടാതിഥിയുടെ ആഗമനവാർത്ത ഒരവിചാരിതഭാഗ്യാനുഭവം പോലെ ക്ഷണത്തിൽ ആ പരിസരം മുഴുവൻ പരന്നു. കിടാങ്ങളായ ഞങ്ങളും കളി നിർത്തി അദ്ദേഹത്തെ കാണ്മാൻ ഓടിയെത്തി. പൂമുഖപ്പടിമേൽ ചമ്രം പടിഞ്ഞു ബലിഷ്ഠകായനായ ഒരാളതാ ഇരിക്കുന്നു. വീർത്ത കുടവയർ മടിയിലേക്കു കിഴിഞ്ഞിറങ്ങിയിട്ടുണ്ട്. തെളുതെളെ തിളങ്ങുന്ന തടിച്ച പൂണുനൂൽ ആ കുടവയറിന്മേൽ ചാഞ്ഞു വിശ്രമംകൊള്ളുകയാണ്. പ്രസന്നമായ മുഖഭാവം. തുമ്പുകെട്ടി പിന്നോക്കമിട്ട കുടുമ പിൻകഴുത്തു മുഴുവൻ മറച്ചുകൊണ്ടു തൂങ്ങിക്കിടക്കുന്നു. ഒരച്ഛൻനമ്പൂതിരിയുടെ മൂർത്തിസ്വരൂപം!

അത്ഭുതസ്തബ്ധരായി അങ്ങിങ്ങു മിഴിച്ചുനിൽക്കുന്ന ഞങ്ങളിൽ ഓരോരുത്തരെയായി ഒരമ്മാമൻ നേരമ്പോക്കെന്ന മട്ടിൽ പേരും സ്വഭാവവും വിവരിച്ചുകൊണ്ട് അദ്ദേഹത്തിനു പരിചയപ്പെടുത്തിക്കൊടുത്തു.

"ഈയാൾ" തെല്ലകലെ നാണിച്ചുനിന്നിരുന്ന എന്നെ ചൂണ്ടിക്കൊണ്ട്

അദ്ദേഹം തുടർന്നു, "ഇവിടത്തെ മരുമകനാണ്. വടക്ക് മാറ്റിദേശത്താണ് ഇല്ലം. കുറുത്തപട്ടേരില്ലത്തെ...."

കുറഞ്ഞൊരു പുഞ്ചിരിയോടുകൂടി തമ്പുരാൻ അഭിപ്രായപ്പെട്ടു: "സാക്ഷാൽ മാറ്റിദേശം അതല്ല. അതു ഗുരുവായൂർക്കു തെക്കാണ്. മേഴത്തോൾക്കാരേയും മാറ്റേന്മാരെന്നു പറയാറുണ്ട്. അവിടെ ചോപ്പൻ, വെളുപ്പൻ, ദശി ഇങ്ങനെ പേരായ പല ഇല്ലങ്ങളുണ്ട്.

ഇതിനെത്തുടർന്ന് അമ്മാമനും തമ്പുരാനും തമ്മിൽ മേഴത്തോൾ പ്രദേശത്തിന്റെ ഐതിഹാസികപ്രാമാണ്യത്തെപ്പറ്റി എന്തോ ചിലതുകൂടി സംസാരിച്ചു. വിജ്ഞാനപ്രദമായ ആ സംഭാഷണത്തിൽ നിന്ന് എനിക്കൊന്നും മനസിലാക്കാൻ കഴിഞ്ഞില്ല. അവസാനം ഓത്തുചൊല്ലലിനെപ്പറ്റി ചിലതു ചോദിച്ചശേഷം അടുത്തേക്കു വരുത്തി പുറത്തു കൊട്ടിക്കൊണ്ടദ്ദേഹം ഇങ്ങനെ ആശീർവദിച്ചു: "അഗ്നിഹോത്രിയുടേയും പാക്കനാരുടേയും മണ്ണിലല്ലേ പിറന്നത്? മിടുക്കനാവണം, ട്ടോ!" ഒരു മഹാക്ഷേത്രത്തിൽ ദർശനം നിർവിഘ്നം നിർവഹിച്ച കൃതാർഥത തോന്നി എനിക്കപ്പോൾ.

അന്ന് അത്താഴം കഴിഞ്ഞ് അതേ പൂമുഖത്തുവച്ചു നടന്ന വെടിവട്ടത്തിന്റെ പ്രതിധ്വനി ഇന്നും എന്റെ ചെവികളിൽ മാറ്റൊലികൊള്ളുന്നുണ്ട്. ശ്ലോകംചൊല്ലൽ, ഫലിതംപറയൽ, കൂട്ടത്തോടെയുള്ള പൊട്ടിച്ചിരി—എന്തുത്സാഹജനകമായ വെടിവട്ടം! പിറ്റേന്നത്തെ പ്രഭാതംമുതൽ തമ്പുരാന്റെ അപദാനങ്ങളെപ്പറ്റിയായിരുന്നു മുഖ്യമായ സംസാരം. അദ്ദേഹത്തിന്റെ നിമിഷകവിതകൾ ആ അന്തരീക്ഷത്തെ മുഖരിതമാക്കിയിരുന്നു.

ചാലക്കുടിമുതൽ ഇടപ്പള്ളിവരെ നീണ്ടുകിടക്കുന്ന ആ വിസ്തൃത ഭൂഖണ്ഡത്തിലെ മിക്ക കവികൾക്കും കലാകാരന്മാർക്കും ഉല്ലസിക്കാനുള്ള ഒരു സഹൃദയസങ്കേതമായിരുന്നു അക്കാലത്ത് ആ പ്രദേശം. വെണ്മണിമാർ, ശീവൊള്ളി, കൊടുങ്ങല്ലൂർ തമ്പുരാക്കന്മാർ, ഒറവങ്കര, നടുവം, കാത്തുള്ളി അച്ചുതമേനോൻ, കുഞ്ഞൻകർത്താ തുടങ്ങിയ പൂമരങ്ങളിൽനിന്നു കൊഴിഞ്ഞുവീണ സുരഭിലകുസുമങ്ങളുടെ നറുമണം ആ വായുമണ്ഡലത്തിൽ ഇന്നും തങ്ങിനിൽക്കുന്നുണ്ടാവാം. കവനകലയ്ക്കു വിളനിലമായ അവിടത്തെ മണ്ണിൽ കിളർത്തുണ്ടായ സൂര്യകാന്തിയല്ലേ സമൃദ്ധമായി പൂത്തുനിന്ന നമ്മുടെ മഹാകവി ജി ശങ്കരക്കുറുപ്പെന്നു ഞാൻ ശങ്കിക്കുന്നു.

നിർഭാഗ്യമെന്നു പറയട്ടെ, ആ ശൈശവദശയിൽ തെല്ലിട എന്നിലുണ്ടാക്കിയ സാഹിത്യാഭിരുചി പ്രതികൂലസാഹചര്യം നിമിത്തം ഇല കൊഴിഞ്ഞു വാടിപ്പോയി. ഓത്ത്, ചാത്തം, തേവാരം എന്നീ വൈദികാചാരങ്ങൾക്കായി ഞാൻ അർപ്പിക്കപ്പെട്ടു. സമ്മേളനം, അധ്യക്ഷൻ, പ്രമേയം, വോട്ട്, ഇറങ്ങിപ്പോക്ക് എന്നീ യോഗനടപടികൾ അന്ന് എനിക്ക് അപരിചിതങ്ങളായിരുന്നു. പകൽവെളിച്ചമാണെന്ന വ്യാമോഹത്താൽ പൗരോഹിത്യത്തിന്റെ പിൻനിലാവത്ത് ഒരു ശുഭകാലപ്രതീക്ഷയോടെ

ഞാൻ പിന്നോക്കം നടക്കുകയായിരുന്നു. ഒഴുക്കിനെതിരെയുള്ള ഒരു നീന്തൽ!

"പൗരുഷേണ പ്രയത്നേന
ദുർല്ലഭം കിം നുവിദ്യതേ"

പ്രത്യുഷഃകാലത്തെ സൂചിപ്പിക്കുന്ന ശംഖധ്വനിപോലെ അക്കാലത്ത് അടാട്ടു കുറൂർമനയ്ക്കൽനിന്നൊരു മുദ്രാവാക്യം മുഴങ്ങിക്കേട്ടു. യോഗക്ഷേമപ്രസ്ഥാനത്തിന്റെ സാരഥ്യംവഹിച്ചുകൊണ്ട് കുറൂർ ഉണ്ണിനമ്പൂതിരിപ്പാട് രംഗത്തെത്തി. സൂര്യൻ ഉദിച്ചു. പ്രാണികൾ ഉണർന്നു. ആലുവാപ്പുഴയുടെ തീരത്തുള്ള വൈദികാശ്രമത്തിന്റെ തിരുമുറ്റത്തുനിന്നു മുളച്ചുപൊന്തിയ യോഗക്ഷേമപ്രസ്ഥാനത്തെ ശാഖോപശാഖകളോടുകൂടി വളർത്തിക്കൊണ്ടുവന്നത് അദ്ദേഹമായിരുന്നു. അതിന്റെ ശീതളച്ഛായയിൽ കിളിർത്തുണ്ടായതാണ് മറ്റു സാമുദായിക സ്ഥാപനങ്ങളെല്ലാം. യോഗക്ഷേമംകമ്പനി, മംഗളോദയം പ്രസ്, നമ്പൂതിരിവിദ്യാലയം, പത്രം, വായനശാല, ബാങ്ക് എല്ലാംതന്നെ.

ഭാരതീഭൂഷണം എന്ന പേരിൽ തൃശ്ശൂരുള്ള വാസസ്ഥലത്തു വെച്ചാണ് ഞാനദ്ദേഹത്തെ ആദ്യമായി പരിചയപ്പെട്ടത്. ചുരുളൻമുടി, വെളുത്തു കൃശമായ ശരീരം, എതിരാളിയുടെ നിഗൂഢതാൽപ്പര്യങ്ങളുടെ ചൂള പറിച്ചെടുക്കാൻ കഴിവുറ്റ തീക്ഷ്ണനയനങ്ങൾ, ഒരിക്കലും മറക്കാനാവാത്ത പെരുമാറ്റം, ആരെയും മെരുക്കിയെടുക്കുവാൻ മിടുക്കുറ്റ വാഗ്വിലാസം ഇതാണ് എന്റെ മനസിൽ പതിഞ്ഞ അദ്ദേഹത്തിന്റെ ചിത്രം.

നമ്പൂതിരിമാരുടെ ശ്രേയസിനുവേണ്ടി ഇത്ര ഉഷ്ണിച്ചധ്വാനിച്ച ഒരു വ്യക്തി ശ്രീശങ്കരാചാര്യർക്കുശേഷം പരശുരാമക്ഷേത്രത്തിൽ കുറൂർ ദാമോദരൻ ഉണ്ണിനമ്പൂതിരിപ്പാടു മാത്രമേ ഉണ്ടായിട്ടുള്ളൂ. അക്കാലത്തെ സമുദായത്തെ ബാധിച്ച മാലിന്യങ്ങളെ നിശിതമായി നിരൂപണംചെയ്ത നേതാവും അദ്ദേഹം മാത്രമായിരുന്നു. ബ്രഹ്മസ്വംമഠത്തിലെ ഊണും വിജാതീയസംബന്ധവും തൊഴിലായി യൗവനം തുലച്ചു. വാർധക്യത്തിൽ ഇല്ലത്തെ പൂമുഖപ്പടിമാത്രം അവലംബിച്ചു കഴിഞ്ഞുകൂടിയിരുന്ന ഓത്തന്മാരായ അപ്ഫൻനമ്പൂതിരിപ്പാടന്മാരുടെ ദയനീയ ജീവിതചിത്രത്തെ വിവരിക്കുന്നതു കേൾക്കൂ:

"ആകിഞ്ചന്യാദതിപരിചയാൽ
ജായയോപേക്ഷ്യമാണഃ
ഭൂപാലാനാമനനുസരണാൽ
ബിഭ്രദേവാഖിലേഭ്യഃ
ഗേഹേ തിഷ്ഠൻ കുമതിരലസഃ
കൂപകൂർമ്മൈസ്സധർമ്മഃ
കിം ജാനീതേ ഭുവനചരിതം
കിം സുഖം ചോപഭുംക്തേ."

മൃഷ്ടാന്നം അഷ്ടികഴിച്ച് അച്ചിക്കൂട്ടവും ആനക്കൂട്ടവും ആട്ടക്കഥയും പറഞ്ഞ് ആയുഷ്കാലം വൃഥാ തുലയ്ക്കുന്ന അലസജീവികളെപ്പറ്റി അദ്ദേഹത്തിന്റെ ആക്ഷേപം ശ്രദ്ധിക്കൂ:

"കാവ്യം ന ശൃണ്വന്തി സമീരിതേപി
ദൃശ്യം ന പശ്യന്തി ച ദർശിതേപി
കാര്യം ന കുർവന്തി കൃതേപി സാഹ്യേ
കിമപ്യതോ ഹന്ത വിപത്തിഹേതു."

ഇംഗ്ലീഷ് മ്ലേച്ഛഭാഷയാണെന്നു വാദിച്ചു നടന്നിരുന്ന വൈദികബ്രാഹ്മണരുടെനേരെ അദ്ദേഹം തൊടുത്തുവിട്ട വജ്രായുധത്തിന്റെ മൂർച്ച നോക്കൂ:

"ശ്രിയം സ്ത്രിയം വോപനതാം വിലോക്യ
യേഷാം ന ചിത്തം ചലതീഹ കിഞ്ചിൽ
തേദ്ധ്യേതുമർഹാഃ പ്രണവം പുരാണം
പരേ തു ഹൗണീം പ്രണവം പ്രകുര്യുഃ"

ഇങ്ങനെ ധർമത്തിനും ജനക്ഷേമത്തിനും എതിരായി വർത്തിച്ചതിനാൽ ചൈതന്യശൂന്യമായിപ്പോയ ജന്മിത്വത്തേയും ബ്രാഹ്മണ്യത്തേയും നവകലശമാടിച്ചു പൊതുജനാരാധ്യമായുയർത്താൻ ആ നേതാവു ചെയ്ത പ്രയത്നം അന്യാദൃശമായിരുന്നു. ഒരു നവോത്ഥാനത്തിന്റെ നേതൃത്വം വഹിച്ച പിന്തിരിപ്പൻ ശക്തികളോടു പടവെട്ടി മുന്നേറിയ ആ അഭിനവാഭിമന്യു നമ്പൂതിരിമാരുടെ നിർഭാഗ്യമെന്നു പറയട്ടെ അകാലചരമത്താൽ അപ്രത്യക്ഷനായിപ്പോയി.

ഓരോകാലത്ത് ഓരോ നിലയിൽ തൊട്ടുനിന്ന് ഉപദേശിച്ചും വിട്ടുനിന്നു നിർദേശിച്ചും കാടത്തത്തിൽക്കൂടി സഞ്ചരിച്ചിരുന്ന എന്നെ നാഗരികതയിലേക്കു നാലടിയെങ്കിലും നയിക്കാൻ സഹായിച്ച ആരാധ്യപുരുഷന്മാരുടെ പല പേരുകളും ഇന്നെന്റെ മനസിൽ തേട്ടി വരുന്നുണ്ട്. സത്യത്തിന്റെ തൂവെളിച്ചത്തിൽ ജീവിതത്തെപ്പറ്റി ആത്മനിഷ്ഠമായി ചിന്തിക്കാനും സമാധാനത്തോടുകൂടി സ്വധർമം പാലിക്കാനും പ്രചോദനം നൽകിയ മഹാത്മജിയുടെ മഹത്വം മറ്റെന്തിനെക്കാളും വിസ്മരിക്കാവതല്ലതന്നെ.

"ഓരോകാലത്തുമോരോ നിലയിലുദി-
തനായ് ധർമരക്ഷാർഥമായി-
ട്ടോരോ മാർഗം തുറക്കുന്നിതു നിഖില
ജഗത്തിനുമാധാരഭൂതൻ
ഇന്നിക്കാണുന്നതെല്ലാമതിനുടെ വി-
ളയാട്ടങ്ങളെന്നുള്ള ബോധം
വന്നാലോ മർത്ത്യരേ നാം ജഗതി
വിജിതരായ് സർവമാരാധ്യമായി."

4

വെടിവട്ടം

വെടിപറയലും കേൾക്കലുമാണ് എനിക്കേറ്റവും ഇഷ്ടപ്പെട്ട പ്രവൃത്തി. അതിനുള്ള ഏതവസരവും ഞാൻ പാഴാക്കാറില്ല. അനുദിന ജീവിതത്തിലെ അലട്ടും അല്ലലുംകാരണം മനസ്സ് മലിനമായിത്തോന്നുന്ന സന്ദർഭങ്ങളിൽ എവിടെയെങ്കിലും കയറിച്ചെന്ന് എന്തെങ്കിലും ചിലതു സൊള്ളി സമയം പോക്കാനൊരാഗ്രഹം കൂടെക്കൂടെ എന്നിലുദിക്കാറുണ്ട്. അങ്ങനെ കുറെനേരം സൊള്ളിയിട്ടെഴുന്നേൽക്കുമ്പോൾ വൃത്തിയായൊന്നു മുങ്ങിക്കുളിച്ചാലത്തെ സ്വച്ഛതയും സുഖവും തോന്നുക പതിവാണ്. സുഹൃത്തുക്കളോടൊപ്പം പ്രശാന്തമായ ഒരന്തരീക്ഷത്തിൽ വട്ടമിരുന്നു സല്ലപിക്കാൻ കിട്ടുന്ന ഏതു സന്ദർഭവും ശുഷ്കിച്ച ഈ ജീവിതയാത്രയ്ക്കിടയിൽ കണ്ടെത്തുന്ന ഓരോ മരുപ്പച്ചയായി എനിക്കനുഭവപ്പെടുന്നു. അതുകൊണ്ടാണ് വെടിവട്ടം എനിക്കേറ്റവും ഇഷ്ടപ്പെട്ട പ്രവൃത്തിയാണെന്നു ഞാനിവിടെ പറയുന്നത്.

വെടിപറയൽ ഒരു പ്രവൃത്തിയേ അല്ലെന്നു വാദിക്കുന്നവരുണ്ടാവാം. ഒരളവുവരെ ആ വാദം ശരിയാണുതാനും. എന്നാൽ, ഭൗതികാവശ്യങ്ങൾക്കുവേണ്ടി പ്രതിഫലത്തിന്റെ പ്രത്യാശയിന്മേൽ നിറവേറ്റിപ്പോരുന്ന അധ്വാനശീലത്തെയല്ല, സ്വതന്ത്രവും വികാസോന്മുഖവുമായ മാനസിക വ്യാപാരത്തെയാണ് പ്രവൃത്തി എന്ന പദംകൊണ്ടു ഞാനിവിടെ വിവക്ഷിക്കുന്നത്. ഈ വിവക്ഷയെ സാധൂകരിക്കുന്ന ഒരു പഴയ പദ്യശകലം ഓർമവരുന്നതുകൂടി ഇവിടെ ഉദ്ധരിക്കട്ടെ:

“മനഃകൃതം കൃതം കർമ
ന ശരീരകൃതം കൃതം.”

ആർക്കുമുണ്ടല്ലോ ജീവിതത്തിനൊരു ശൈലി. എന്റെ ഈറ്റില്ലമായ നമ്പൂതിരിസമുദായത്തിന്റെ ശൈലി വെടിപറയലാണ്. ഈ സവിശേഷത കാരണം ദേവാലയങ്ങളുടെ ആൽത്തറകളും ബ്രഹ്മാലയങ്ങളുടെ പൂമുഖ

പ്പടികളും വിജ്ഞേയങ്ങളായ വെടിവട്ടത്തിനു വിഖ്യാതിയാർജിച്ച ഒരു കാലമുണ്ടായിരുന്നു. രസികശിരോമണികളായിരുന്ന നമ്പൂതിരിമാരുടെ അന്നത്തെ സരസസല്ലാപത്താൽ ആർദ്രഹൃദയയായി ഇല്ലങ്ങളുടെ നടുമുറ്റത്തെ മുല്ലത്തറമേൽ തഴച്ചുവിടർന്നു നിലകൊണ്ടിരുന്ന മുല്ലയുടെ മന്ദസ്മിതസമൃദ്ധിയേയും ഈ ഘട്ടത്തിൽ ഓർക്കാതെ വയ്യ.

അത്തരമൊരു നാലുകെട്ടിൽ പിറന്ന ഞാൻ ആദ്യം കണ്ണുതുറന്നു ചുറ്റും നോക്കിയ കാലത്ത് നാലു നമ്പൂതിരിമാരൊത്തുകൂടുന്നിടത്തെല്ലാം ഒരു വെടിവട്ടത്തിന്റെ അരങ്ങു തനിയെ ഒരുങ്ങുമായിരുന്നു. അതിന്റെ കേളി ആ പരിസരം മുഴുക്കെ മാറ്റൊലികൊള്ളുകയും ചെയ്യും. മൃഷ്ടാന്ന ഭക്ഷണവും മുറുക്കിത്തുപ്പാൻ പാകത്തിലൊരിരുത്തവും തഞ്ചപ്പെട്ടാൽ വിരാമമില്ലാതെ വെടിപറയുന്ന വിരുതന്മാർ അന്നു വിരളമായിരുന്നില്ല. വിശേഷദിവസങ്ങളിൽ വന്നുചേരുന്ന മാന്യാതിഥികൾ പൂമുഖപ്പടിമേൽ നിരന്നിരുന്ന് വലിയ നിലവിളക്കിന്റെ ഉജ്ജ്വലപ്രഭയിൽ മുറുക്കുചെല്ലം കൈമാറിക്കൊണ്ടു പുലരുംവരെ നടത്തിപ്പോന്നിരുന്ന വെടിവട്ടത്തിന്റെ അനുരണനങ്ങൾ എന്റെ ആസ്വാദനബുഭുക്ഷയെ ഇന്നും ഇക്കിളിപ്പെടുത്താറുണ്ട്. ഭക്ഷണവിഭവങ്ങൾ പാകംചെയ്യുന്ന അധ്വാനിക്കുന്ന ജന വിഭാഗം കത്തിയെരിയുന്ന കൂറ്റനടുപ്പുകളുടെ മധ്യത്തിൽ തോർത്തുമുണ്ടു തലയിൽ കെട്ടി അയഞ്ഞുലഞ്ഞ പൂണുനൂലിന്മേൽ മോതിരം കുടുക്കി ചിരകിയിടുന്ന മുറിഫലിതങ്ങളും സ്വാദിഷ്ഠങ്ങളായ ഭോജ്യവസ്തുക്കളെപ്പോലെ സുമധുരങ്ങളും പോഷകങ്ങളും ആവാറുണ്ടായിരുന്നു.

ഗഹനങ്ങളായ മാനുഷികപ്രശ്നങ്ങളെ ലാഘവബുദ്ധിയോടെ സമീപിക്കാനും ഗുരുതരങ്ങളായ കാര്യങ്ങൾ സരളമായി കൈകാര്യം ചെയ്യാനും ആവശ്യമായ ഒരു നർമബോധം വെടിവട്ടത്തിൽനിന്ന് നേടാൻ കഴിഞ്ഞിരുന്നു.

'വാരം കഴിഞ്ഞ വെടി' ചരിത്രപ്രസിദ്ധമാണ്. സദ്യകഴിഞ്ഞെത്തിയ സമുദായപ്രമാണികൾ ബലിക്കപ്പുരയിൽ ഒത്തുകൂടി ഉയർന്ന ബലിക്കല്ലിന്മേൽ കത്തിയെരിയുന്ന ഭദ്രദീപത്തിന്റെ തെളിനാളത്തിൽ നടക്കുന്ന വെടിവട്ടത്തിനാണ് ഈ വിഖ്യാതി കൈവന്നിട്ടുള്ളത്. എന്നാൽ വാധ്യാന്മാർ, വൈദികന്മാർ, അടിതിരി, ചോമാതിരി, അക്കിത്തിരി, ഓത്തന്മാർ, പണ്ഡിതന്മാർ, ഊരാളരായ ദേശപ്രമാണികൾ ഇങ്ങനെ ഉപരിതലത്തിൽ വർത്തിക്കുന്ന വിശിഷ്ടവ്യക്തികൾക്കൊപ്പം അനഭിജാതരും അപ്രശസ്തരുമായ പൊതുജനത്തിന് അക്കാലത്തെ വെടിവട്ടത്തിൽ പ്രവേശനാർഹതയോ മാന്യപദവിയോ ലഭിച്ചിരുന്നില്ല എന്നു പറയേണ്ടതുണ്ട്.

സാമൂഹ്യജീവിതത്തിൽ ഓളമിയറ്റുന്ന കാലികപ്രശ്നങ്ങളായിരുന്നു അന്നത്തെ വെടിവട്ടങ്ങളിൽ പ്രായേണ ചർച്ചാവിഷയം. സമുദായ മധ്യത്തിലേക്കു വലിഞ്ഞുകയറുന്ന വിലക്ഷണതകളും അത് അടിച്ചേൽപ്പിക്കുന്ന വികലന്മാരുമായിരിക്കും എപ്പോഴും ശരവ്യം. 'നസ്യ'മാണ് പ്രതിപാദനത്തിലെ സ്ഥായീഭാവം. തീയുണ്ടയുടെ തീക്ഷ്ണതയോടെ തൊടുത്തുവിടുന്ന ആ ബ്രഹ്മാസ്ത്രം ഏതു കരുത്തനേയും മലർത്തിയടിക്കാതെ പിന്മടങ്ങുകയില്ല. എന്നാൽ, പകപോക്കലിന്റെ വിഷാണുക്കൾ വായു

മണ്ഡലത്തിൽ വ്യാപിക്കുമായിരുന്നില്ലതാനും. എന്നല്ല, എല്ലാം കഴിഞ്ഞു നോക്കുമ്പോൾ ധാർമികരോഷത്താൽ ഘനീഭവിച്ച അനുകമ്പയുടെ നീരാവി അന്തരീക്ഷത്തിൽ തളംകെട്ടി നിൽക്കുന്നതായി അനുഭവപ്പെടുകയും ചെയ്യുമായിരുന്നു.

വഴിത്താരകളിൽ പതിയിരിക്കുന്ന ക്ഷുദ്രമൃഗത്തെ ആട്ടിയകറ്റി ധാർമികജീവിതത്തിന്റെ മാർഗം സുഗമമാക്കുകയായിരുന്നു ഈ നായാട്ടിന്റെ ലക്ഷ്യമെന്നു തോന്നുന്നു. നീതിബോധത്താൽ നയിക്കപ്പെടുന്ന ഈ 'വെട്ടിത്തെളി' തികച്ചും നിസ്വാർഥമായിരുന്നു എന്നതിന് എന്തായാലും സംശയമില്ല.

എല്ലാ വെടിവട്ടത്തിന്റേയും കാഴ്ചപ്പുറം കേവലമായ നേരമ്പോക്കാണ്. എന്നാൽ, വേണ്ടിവരുമ്പോൾ വമ്പിച്ച വിപ്ലവപ്രസ്ഥാനത്തെ വാർത്തെടുക്കുന്ന തീച്ചൂളയായും മാറും. കൂടുതൽ വ്യക്തമായി പറയുന്ന പക്ഷം ആ വെടിവട്ടപ്രസ്ഥാനത്തിന്റെ വികസ്വരരൂപമായിരുന്നു നമ്പൂതിരിസമുദായത്തിലെ വിപ്ലവപ്രസ്ഥാനംതന്നെ. യോഗക്ഷേമസഭയും യുവജനസംഘവും ഉടലെടുത്തത് തശൂർ ഓത്തന്മാർമഠത്തിന്റെ തെക്കിനിത്തറമേൽ നടന്ന വെടിവട്ടത്തിൽനിന്നാണെന്നു പറഞ്ഞാൽ തെറ്റാവുകയില്ല. ഞങ്ങളുടെ സാമൂഹ്യപ്രസ്ഥാനം പിരിമുറുകിവരുന്ന കാലത്തും തൃശൂർ നഗരമധ്യത്തിൽ അങ്ങിങ്ങു ജോലി ചെയ്തു പുലരുന്ന നമ്പൂതിരി യുവജനങ്ങൾ, ഇടയ്ക്കിടെ അത്താഴത്തിനുശേഷം യോഗക്ഷേമം ലോഡ്ജിൽ ഒത്തുകൂടുക പതിവായിരുന്നു. മേശവിളക്കിനുചുറ്റുമിരുന്നു ഞങ്ങൾ വെടിവട്ടമാരംഭിക്കും. ശൃംഗാരവീരകരുണങ്ങൾ മാത്രമല്ല, നഗരാർണവശൈലർത്തുക്കളടക്കമെന്തും ഞങ്ങളുടെ വായാടിത്തത്തിനു വിഷയീഭവിക്കാറുണ്ട്. ആ വെടിവട്ടത്തിൽനിന്ന് ചിതറിത്തെറിച്ച രസഗുണ്ടുകളെക്കൊണ്ടാണ് ഞാൻ *അടുക്കളയിൽനിന്ന് അരങ്ങത്തേക്ക്* എന്ന നാടകം വാർത്തെടുത്തത്.

നിളാനദീതീരത്തെനിക്കുണ്ടായിരുന്ന 'രസികസദന'ത്തിൽ കുടുംബസമേതം താമസിക്കുന്നകാലത്ത് ശ്രീ. നാലപ്പാട്ട് നാരായണമേനോൻ ഒരിക്കൽ അവിടെ നാലുനാൾ പാർക്കുകയുണ്ടായി. അസ്തമനവേളയിൽ നിളയുടെ വെണ്മണൽപ്പരപ്പിൽവച്ചു ഞങ്ങൾ തമ്മിൽ നടന്ന വെടിവട്ടത്തിൽനിന്നു കിളിർത്തുണ്ടായ ഒരാവേശത്തിന്റെ ഫലമാണ് നമ്പൂതിരിസമുദായത്തിലെ ആദ്യത്തെ വിധവാവിവാഹം. ഇതുപോലെ തിരൂരങ്ങാടിയിൽവച്ചു നടന്ന വെടിവട്ടത്തിന്റെ ഫലമായിട്ടാണ് നമ്പൂതിരിസമുദായത്തിലെ ഒരു പെൺകിടാവ്, എന്റെ സഹോദരി പാർവതി, ഒരു നായർ യുവാവിനെ ഭർത്താവായി സ്വീകരിക്കുവാനിടവന്നത്, അതേ, ആദ്യത്തെ മിശ്രവിവാഹമെന്ന ആശയം ജനിച്ചത്. ഇങ്ങനെ വെടിവട്ടത്തിൽനിന്നുടൽ പൂണ്ട വിപ്ലവാത്മകസംഭവങ്ങളുടെ ഉദാഹരണങ്ങൾ എന്റെ അനുഭവമണ്ഡലത്തിൽത്തന്നെ ഇനിയുമനേകമുണ്ട്; അതിനു പുറത്തുമുണ്ട്. *പാവങ്ങൾ* എന്ന വിശ്വപ്രസിദ്ധമായ ഗദ്യേതിഹാസത്തിൽ വിക്ടർ ഹ്യൂഗോ പരാമർശിച്ചിട്ടുള്ള എബിസി സുഹൃത്സംഘം അക്കാലത്തെ ഫ്രാൻസിലെ വെടിവട്ടമല്ലെങ്കിൽ വേറെയെന്താണ്? ക്രിസ്തുവിനു മുമ്പത്തെ ഗ്രീ

സിൽ ഏഥൻസുപട്ടണത്തിലെ തുറന്ന ചന്തസ്ഥലത്തുവെച്ച് സോക്രട്ടീസ് എന്ന കൽപ്പണിക്കാരൻ ചെയ്തിരുന്നത് വെടിപറയലല്ലെങ്കിൽപ്പിന്നെ മറ്റെന്താണ്?

വെടിവട്ടത്തിനു പ്രസിഡന്റും സെകട്ടറിയും ഖജാൻജിയും മെമ്പറുമില്ല. എഴുതിവച്ച നടപടിച്ചട്ടവുമില്ല. എങ്കിലും അതിൽ പങ്കെടുക്കുന്ന എല്ലാവരും അലിഖിതമായ ഏതോ നടപടിച്ചട്ടത്തെ അബോധമായി അനുസരിക്കുന്നു. സ്വയം പ്രസിഡന്റും സെക്രട്ടറിയും ഖജാൻജിയും മെമ്പറുമായി പ്രവർത്തിക്കുന്നു. ലോകത്തിലെ വലിയ സംഭവങ്ങളിൽ മിക്കതും ഒരുപക്ഷേ, അവയിൽനിന്നാണ് ഉണ്ടായിട്ടുള്ളത്. ഇന്നും നാം ചർച്ചായോഗങ്ങളും സിമ്പോസിയങ്ങളും സെമിനാറുകളും നടത്തുന്നതിൽ കൂടുതൽ താൽപ്പര്യം കാണിക്കുന്നുണ്ടെങ്കിൽ അതിനു കാരണം നമ്മിലുള്ള ഈ മഹത്തായ വെടിവട്ടപ്രിയംതന്നെയത്രേ. അത്തരം രംഗങ്ങളിൽ പയറ്റിത്തെളിഞ്ഞ വ്യക്തികൾ ഏതു വിപരീത പരിതഃസ്ഥിതികളേയും നേരിടാൻ കെൽപ്പുള്ളവരായിരുന്നിട്ടുണ്ട്. ഇതിനു ദൃഷ്ടാന്തമായി മലയാള സാഹിത്യത്തിലെ കൊടുങ്ങല്ലൂർകോവിലകത്തേയും വെണ്മണിപ്രസ്ഥാനത്തേയും രാജരാജവർമഗുരുകുലത്തേയും ചൂണ്ടിക്കാണിക്കാവുന്നതുമാണ്.

പ്രശസ്തിയാർജിച്ച ഈ വെടിവട്ടത്തിന്റെ ഉപജ്ഞാതാവ് ആരാണ്? എനിക്കറിഞ്ഞുകൂടാ. അതിന്റെ വികാസത്തെ ത്വരിതപ്പെടുത്തുവാനാവശ്യമായ ഗവേഷണങ്ങളും നിർദേശങ്ങളും നടന്നിട്ടുണ്ടോ? അതും വ്യക്തമല്ല. എന്നാൽ ഒന്നെനിക്കറിയാം. ശാലീനതയാർന്ന കാട്ടരുവിപോലെ ജനപഥത്തിലൂടെ പ്രവഹിക്കുന്ന ഈ സരസ്വതീസ്രോതസിൽ ഒരിക്കലെങ്കിലും ആണ്ടുമുങ്ങിയിട്ടില്ലാത്തവൻ നിർഭാഗ്യവാനാണ്. കവികളും കലാകാരന്മാരും കൂടെക്കൂടെ കൊളുത്തിവിടുന്ന ഈ അമിട്ടിന്റെ ശബളിതമായ രസഗുളികകൾ വായുമണ്ഡലത്തിൽ ഒളിവീശി മറയുന്നതു നോക്കികാണാത്തവൻ വിരസനാണ്.

ഉദ്ദീപകമായ ഭാവപ്രകടനം, ആഹാര്യകങ്ങളായ ആംഗ്യങ്ങൾ, വികാരോഷ്മളമായ ആവിഷ്കരണരീതി, ലളിതമായ ശൈലി, പൊട്ടിച്ചിരിപ്പിക്കുന്ന ഫലിതം—ഇങ്ങനെ നാടകീയമട്ടിൽ അരങ്ങേറുന്ന വെടിവട്ടം ഒരിക്കലും നിഷ്പ്രഭമല്ല, നിഷ്പ്രയോജനവുമല്ല.

അന്തഃക്രിയാത്മകമായ ഈ പ്രവൃത്തി വ്യക്തിഗതവും സാമൂഹ്യവുമായ സത്യങ്ങൾ കണ്ടെത്താനുള്ള തീർഥയാത്രകളാണ്. എവിടെയാണെന്നു നിശ്ചയമില്ലാത്ത ഏതോ ഒരു സ്ഥലത്തേക്കു പുറപ്പെടുന്ന 'കൊളമ്പസ്സു'മാരെല്ലാം പുതിയതും ആവാസയോഗ്യങ്ങളുമായ മണ്ഡലങ്ങളെ കണ്ടെത്തുന്നു; അവ തലമുറകൾക്കായി ദാനംചെയ്യുകയും ചെയ്യുന്നു. അകത്തും പുറത്തുമുള്ള ഈ സാഹസശീലമുണ്ടല്ലോ, അതിന്റെ 'പോരാ പോരാ' പാടലാണ് ഈ വെടിവട്ടം. അതെനിക്കിഷ്ടവുമാണ്. കാരണം, പുറത്തേക്കുപോയ അന്വേഷണം ആശ്വാസത്തെക്കൂടി കൊണ്ടുവരുന്നത് അവിടേക്കാണ്.

5

ജീവിതം-എന്റെ നോട്ടത്തിൽ

ജനനംകൊണ്ട് ഞാനൊരു ജന്മിയാണ്. കർമംകൊണ്ടൊരു തികഞ്ഞ ബ്രാഹ്മണനും. പക്ഷേ, പാരമ്പര്യവഴിക്ക് എനിക്കു കിട്ടിയ പൈതൃകമോ തേമാനംതട്ടി തൂക്കം കുറഞ്ഞ ഒരു പവിത്രമോതിരവും മുഷിഞ്ഞൊരു പൂണുനൂലും.

വിശാലമായ എന്റെ ഭാവിയുടെ മുറ്റത്തെ പൂഴിമണലിൽ പൂത്താങ്കോൽ കളിച്ചുകൊണ്ടു ശൈശവത്തെ ഞാൻ തരണംചെയ്തു. എന്നാൽ 'അരുതായ്മ'കളെക്കൊണ്ടും 'പാടില്ലായ്മ'കളെക്കൊണ്ടും പടുത്തുകെട്ടിയ നാലുകെട്ടിനുള്ളിൽ ഒതുക്കിനിർത്താവുന്ന ഒന്നല്ല എന്റെ ജീവിതാഭിലാഷങ്ങളെന്നു ക്രമേണ എനിക്കു ബോധ്യം വന്നു. പക്ഷേ, കർമത്തിന്റെ 'കഴല'യൂരി പുറത്തു കടക്കുവാൻ പാകത്തിലായിരുന്നില്ല എന്റെ കർത്തവ്യബോധം.

അക്കാലത്ത് സമുദായാങ്കണത്തിൽ പുണ്യപാപങ്ങളെ കൊത്തിവിഴുങ്ങിക്കൊണ്ട് പരതിനടക്കുന്നൊരു കോഴിക്കുഞ്ഞായിരുന്നു യോഗക്ഷേമസഭ. ഇരുപതാംനൂറ്റാണ്ടിന്റെ പഷ്കലകണ്ഠനാളത്തിൽനിന്നു പുറപ്പെട്ടിരുന്ന സമരകാഹളം കേട്ടാണു ഞങ്ങൾ ഞെട്ടിയുണർന്നത്. അടിമത്തത്തിന്റെ കരിമ്പടപ്പുതപ്പിൽ കൂർക്കംവലിച്ചുറങ്ങുന്ന ഉണ്ണിക്കിടാങ്ങളേയും ഞങ്ങൾ വിളിച്ചുണർത്തി. പരിവർത്തനത്തിന്റെ പുലരിക്കാറ്റു ഞങ്ങളെ ഉന്മിഷിതചിത്തരാക്കി. നൂറ്റാണ്ടുകളായി അടഞ്ഞു കിടന്നിരുന്ന സ്വാതന്ത്ര്യകവാടം തട്ടിത്തുറന്നു. മനുഷ്യത്വത്തിലേക്കുള്ള രാജമാർഗത്തിൽ ഞങ്ങൾ പദമൂന്നുകയും ചെയ്തു. അപ്പോഴത്രേ 'ഭ്രഷ്ടൻ! ഭ്രഷ്ടൻ!' എന്നാർത്തുവിളിച്ചുകൊണ്ട് സനാതനികൾ ഞങ്ങളുടെ വഴിമുടക്കിയത്. ഒരു രസംപിടിച്ച സമരം അങ്ങനെ നടന്നു. ജന്മിത്വവും വൈദികത്വവും ഞങ്ങൾക്കെതിരായി തോളുരുമ്മി നിന്നു.

എങ്കിലും സംസ്കാരത്തിന്റെ വിശാലവീഥിയിലൂടെ മഹത്വത്തിന്റെ സമുന്നതമേഖലയിലേക്ക് 'മാർച്ചു' ചെയ്യുന്ന ഇന്നത്തെ മനുഷ്യസമൂഹത്തെ കിനിഞ്ഞിറങ്ങുന്ന കണ്ണുനീരോടെ കണ്ടറിവാൻ തക്ക തെളിച്ചമുള്ളതാണ് ഇന്നെന്റെ കണ്ണുകൾ. ഞാനതിൽ അഭിമാനംകൊള്ളുന്നു.

ഇപ്പോൾ തിരിഞ്ഞുനോക്കുമ്പോൾ പരേതനായ കുറൂർ ഉണ്ണി നമ്പൂതിരിപ്പാടിൽനിന്ന് ഞാൻ കേട്ടുപഠിച്ച ഒരു പദ്യശകലമാണ് ഇക്കാലമത്രയും എന്റെ ജീവിതത്തെ മുമ്പോട്ടുന്തിക്കൊണ്ടുപോന്നതെന്നു ഞാൻ കാണുന്നു. അതായത്, 'പൗരുഷേണ പ്രയത്നേന ദുർല്ലഭം കിം നു വിദ്യതേ'. അതുകൊണ്ട് എന്തെങ്കിലുമൊന്നു പറയേണ്ടിവന്നപ്പോൾ അതുറക്കെപ്പറയാൻ ഞാൻ മടിച്ചില്ല. പറയുമ്പോഴാകട്ടെ അത് ഞാനാസ്വദിച്ചു. 'അയവർക്ക'ലോടുകൂടിയായിരിക്കുംതാനും. അതാതു സന്ദർഭത്തിലെ ഈ പറയലും ചെയ്യലുമെല്ലാം ജീവിതത്തെ അവസാനംവരെ നോക്കിക്കണ്ടശേഷവും, പരിണാമത്തെപ്പറ്റി തികച്ചും ബോധപൂർവമായിരുന്നുവോ? അത് ഇന്നു പറയാൻ വയ്യ.

ഒട്ടാകെ വ്യക്തിഗതമായ എല്ലാ അസംതൃപ്തികളും തോൽവികളും വച്ചുനോക്കിയിട്ടും ജീവിതത്തിലെ 'കൊയ്ത്തു' മോശപ്പെട്ടിട്ടില്ലെന്നാണ് എന്റെ ധാരണ. അതെനിക്ക് ആശയും വിശ്വാസവും തരുന്നു–ജീവിക്കണമെന്ന്, ജീവിതം കൊള്ളാവുന്നതാണെന്നും.

6

എന്റെ ആസ്തിക്യവും നാസ്തിക്യവും

നേരുപറയട്ടെ, ദേവ്യുപാസന പുലർത്തിക്കൊണ്ടാണ് ഞാൻ വളർന്നുവന്നത്. അതാകട്ടെ ഈശ്വരസാക്ഷാൽക്കാരത്തെ മുൻനിർത്തിയായിരുന്നില്ലതാനും. സമൂഹമധ്യത്തിൽ ആദരണീയമായ ഒരു വ്യക്തിത്വം കൈവരണമെന്നു മാത്രമായിരുന്നു എന്റെ അഭിലാഷം. ബ്രാഹ്മണ്യവും ജന്മിത്തവുമൊക്കെ പേരിന് എടുത്തുകാണിക്കാമെങ്കിലും തലമുറതലമുറയായി പണത്തിലും ജ്ഞാനത്തിലും കാണെക്കാണെ ക്ഷീണിച്ചുവന്ന എന്റെ കുടുംബപരിതഃസ്ഥിതികാരണം 'കിഴിഞ്ഞവൻ' എന്ന അപകർഷതാബോധം എന്നെ അവശനാക്കി. മറ്റു മാർഗമില്ലാത്തതിനാൽ ഞാൻ ഉപാസകനായി മാറി എന്നതാവും ശരി.

ഞാൻ കൈക്കൊണ്ടുപോന്ന ആ ഉപാസനാവൃത്തിയാകട്ടെ ഉള്ളു നീറി ചെയ്ത തപസ്യയുടേതായ എല്ലാ ക്ലേശസഹിഷ്ണുതകളും ഉൾപ്പെട്ടതായിരുന്നു. പിന്നീട് ശാന്തിയിലും അശാന്തിയിലും എന്റെ മനസ്സ് നീറുമ്പോഴെല്ലാം വിരോപണിയുമായി പണ്ടു ഞാൻ അനുഷ്ഠിച്ച ആ പ്രാർഥന കടന്നുവരാറുണ്ട്—ബോധപൂർവമോ അബോധപൂർവമോ ആണെങ്കിൽക്കൂടി.

അസ്തിത്വത്തിനായുള്ളതല്ല എന്റെ പ്രാർഥന. സുഖദുഃഖങ്ങൾ സങ്കൽപ്പഭേദങ്ങളാണ്. എന്റെ പക്വതക്കുറവ്, അഹന്ത, അക്ഷമത എല്ലാം എന്നെ വേദനിപ്പിക്കുന്നു. അപ്പോഴെല്ലാം പ്രാപഞ്ചികമായ വൈരുധ്യങ്ങളോട് താദാത്മ്യം കൈവരാനുള്ള ശ്രമം പ്രാർഥനയിലൂടെ നേടിയെടുക്കാൻ ഞാൻ ശ്രമിക്കാറുണ്ട്.

ഞാൻ ഒരാസ്തികനോ നാസ്തികനോ എന്നു തീർത്തുപറയാൻ വയ്യ. കാരണം ഇതു രണ്ടും വ്യക്തമായി വേർതിരിക്കാവുന്ന മഹദ്വ്യക്തികൾ ഇവിടെ വളരെ പരിമിതമായിട്ടു മാത്രമേ എനിക്കു കാണാൻ കഴി

ഞ്ഞിട്ടുള്ളു. നിഗ്രഹാനുഗ്രഹശക്തിയോ ഇഷ്ടാനിഷ്ടങ്ങളോ ഉള്ള ഒരീശ്വരൻ എന്റെ സങ്കൽപ്പത്തിലില്ല. ഈശ്വരനും ഞാനും രണ്ടല്ല എന്നു തന്നെയാണ് എന്റെ വിശ്വാസം. ആസ്തികനും നാസ്തികനും ഒരേ വേദിയിലിരുന്നു സത്യാന്വേഷണം നടത്തുന്നുവെങ്കിൽ നന്ന്. നമ്മുടെ ജീവിതാവലോകനപ്രക്രിയതന്നെ അത്തരത്തിലുള്ളതായിരുന്നു.

മനുഷ്യനന്മയ്ക്കുതകുന്ന എല്ലാ ചര്യാമര്യാദകളും ഇവിടെ പുലർന്നു പോരണമെന്നുള്ളതാണ് എന്റേയും പരമമായ ജീവിതാഭിലാഷം. ഇതിന്റെ ഉറപ്പിനും പ്രചോദനത്തിനുംവേണ്ടിയുള്ള അലച്ചിലിൽ യുക്തിവാദവും എനിക്ക് സഹായകമായിട്ടുണ്ട്. നന്മതിന്മകളും നീതിന്യായങ്ങളും ധർമാധർമങ്ങളും വിലയിരുത്തിയത് അതിന്റെ വെളിച്ചത്തിലാണ്. ഈശ്വരൻ എന്ന സങ്കൽപ്പത്തെ സമീപിക്കാനുള്ള കൽപ്പടവുകളാണ് ധർമാധർമങ്ങളും നീതിന്യായങ്ങളുമെല്ലാം.

'ജീവോ ജീവസ്യ ജീവനം' എന്ന സിദ്ധാന്തം അത്യന്തം ശ്രദ്ധേയമാണ്. അതീവ വിനയത്തോടെ സഹജീവികളെ സമീപിക്കുക എന്നതാണ് എന്റെ സ്വഭാവം. എന്തിനേയും എതിർക്കുകയും സങ്കുചിതത്വം മുഖമുദ്രയാക്കുകയും ചെയ്താൽ സത്യാന്വേഷണമാവില്ല. വിഗ്രഹഭഞ്ജനം ചെയ്തു പ്രശസ്തിനേടൽ സത്യാന്വേഷകന്റെ ഉന്നമല്ല. എല്ലാ ഔദ്ധത്യത്തോടും എനിക്ക് എതിർപ്പുണ്ട്.

ചുരുക്കത്തിൽ വിചാരവും വാക്കും പ്രവൃത്തിയും പൊരുത്തപ്പെടുത്തുന്നതിൽ ഇനിയുമിനിയും ശ്രദ്ധിക്കുവാൻ കഴിയണമെന്ന് ഞാൻ ആഗ്രഹിക്കുന്നു. ഇക്കാര്യത്തിൽ മഹാത്മജിയാണ് എന്റെ മാർഗദർശി. അദ്ദേഹം ഉന്നയിച്ച ജീവിതസിദ്ധാന്തങ്ങൾ സ്വാംശീകരിക്കുവാൻ ഞാൻ ശ്രദ്ധിച്ചുപോന്നിട്ടുണ്ട്. ദേശീയപ്രസ്ഥാനത്തിലൂടെ സാമൂഹ്യസേവനത്തിന് എനിക്ക് പ്രചോദനം നൽകിയത് അദ്ദേഹമാണ്.

ചുരുക്കത്തിൽ ഒന്നും അറുത്തുമുറിച്ചു പറയാൻ വയ്യാത്തവിധം അജ്ഞനാണ് ഞാൻ.

7

നാലപ്പാട്ട്-ഒരു ഉൽപ്പതിഷ്ണു

"ആറു ചാൺ നീളം, കറുത്തു കുറുതായ ദേഹം, ചെവിക്കുറ്റിയിൽ തേഞ്ഞ ഒരു പെൻസിൽകഷ്ണം, ആരെക്കണ്ടാലും സാഹിത്യകാര്യവും അതിലധികം സാമുദായികകാര്യവും സംസാരിക്കുന്ന സ്വഭാവം, നാവിൽ എപ്പോഴും നാലപ്പാടിന്റെ കവിത—ഇങ്ങനെ എപ്പോഴും ഓടിനടക്കുന്ന വി ടി യെ കണ്ടവരുണ്ടോ?"എന്നെഴുതിയ ഒരു കാർഡ് 1105–1106 കാലത്താണെന്നു തോന്നുന്നു ഉണ്ണിനമ്പൂതിരിയുടെ പത്രാധിപരായിരുന്ന ശ്രീ. കെ എൻ കുട്ടൻ നമ്പൂതിരിപ്പാടിന്റെ കൈയക്ഷരത്തോടുകൂടി എനിക്കു കിട്ടി. ശ്രീമാൻ നാലപ്പാട്ട് നാരായണമേനോന്റെ കവിതകളിലും ആശയങ്ങളിലും അന്നേക്കുതന്നെ ഞാൻ അത്രമാത്രം മുഴുകിക്കഴിഞ്ഞിരുന്നു എന്ന് ഇതിൽനിന്നു വ്യക്തമാണല്ലോ.

നാലപ്പാട്ടിനെ എനിക്ക് ആദ്യം പരിചയപ്പെടുത്തിത്തന്നത് 'സുലോചന'യാണ്. പൂരപ്പറമ്പിൽ അക്ഷരശ്ലോകം ചൊല്ലിനടക്കുന്ന കാലമായിരുന്നു അത്. അന്നുമുതൽക്കു നാലപ്പാട്ടിന്റെ കവിതകളിൽ ഞാൻ അലിഞ്ഞുചേരാൻ തുടങ്ങി. അങ്ങനെ നാലപ്പാട്ടിന്റെ കവിതകൾ കിട്ടാവുന്നിടത്തോളം ഞാൻ വായിച്ചു ഹൃദിസ്ഥമാക്കി. അതോടുകൂടി 'നാലപ്പാട്ടെന്നുവച്ചാൽ ഇന്ന തരത്തിലാവും' എന്നൊരു ചിത്രം ഞാൻ എന്റെ മനസിൽ എഴുതിവയ്ക്കുകയും ചെയ്തു. അപാരതയുടെ പെരുമ്പറ കൊട്ടുന്ന അറബിക്കടലിന്റെ തീരപ്രദേശത്തും, ആ ചരിത്ര പ്രസിദ്ധമായ വന്നേരി നാട്ടിലെ ചവിട്ടിയിലും ചളിപറ്റാത്ത വെണ്മണൽപ്പരപ്പിൽ, കനകക്കുടങ്ങൾ ചുമന്നു കടൽക്കാറ്റേറ്റു തലയാട്ടി നിൽക്കുന്ന കേരദ്രുമങ്ങളുടെ ഇടയിൽ, വേട്ടുവർ മുതൽ വിപ്രന്മാർവരെയുള്ള വിവിധജാതി ജനങ്ങളുടെ വ്യത്യസ്ത ജീവിതരീതികളുടെ മധ്യത്തിൽവച്ച് ഔദാര്യവും കുലീനതയും നിറഞ്ഞ ഒരിടത്തരം നായർ വീട്ടിലെ മനസ്വിനിയായ

മാതാവ് വിശ്രമവേളയിൽ തന്റെ ഓമനസ്സന്താനത്തെ മടിയിലെടുത്തുവച്ച് ഓമനിക്കുന്നു.

"അമ്മ മടിയിൽവെച്ചൊന്നു ചിരിക്കുകെ-
ന്നുമ്മവെച്ചെത്രയും കൊഞ്ചിക്കൊഞ്ചി
പിഞ്ചുകരങ്ങളാൽത്തപ്പുകൊട്ടിച്ചതു-
ണ്ടെൻ ചരിത്രത്തിലൊരധ്യായത്തിൽ"

എന്ന ആ വരികളിൽനിന്നാവണം ആ ചിത്രം ഞാൻ പകർത്തി വച്ചത്. അതാണ് അന്ന് എന്റെ നാലപ്പാട്ട്.

പിന്നീടൊരു ദിവസം വേനൽക്കാലത്തെ ചൂടൊന്നു കുറഞ്ഞ സമയത്ത് കാലിൽ മെതിയടിയും കണ്ണിൽ കൂളിങ്ഗ്ലാസ് കണ്ണടയും കൈത്തണ്ടമേൽ വളഞ്ഞവടിയുമായി പരിഭ്രമമോ ബദ്ധപ്പാടോ കൂടാതെ ഖദർധാരിയായ തുടുത്തുകൊഴുത്ത ഒരു മനുഷ്യൻ തൃശൂരിലുള്ള മംഗളോദയം പ്രസിലേക്കു കയറിവന്നു. അടുത്തിരുന്ന സഹപ്രവർത്തകൻ എനിക്കു ചൂണ്ടിക്കാണിച്ചുതന്നു: 'നാലപ്പാടൻ.'

അത്ഭുതാഹ്ലാദങ്ങളോടെ ഞാൻ അദ്ദേഹത്തെ കൺകുളുർക്കെ നോക്കിക്കണ്ടു. അദ്ദേഹത്തിന്റെ ഇഷ്ടം തോന്നിക്കുന്ന മുഖഭാവവും കുട്ടികളുടേതുപോലുള്ള നിഷ്കളങ്കത സ്ഫുരിക്കുന്ന കണ്ണുകളും പൊട്ടിച്ചിരിപ്പിക്കുന്ന ഫലിതങ്ങളും എന്നെ കമ്പംപിടിപ്പിച്ചു. ഭാഗ്യമെന്നു പറയട്ടെ, നാലപ്പാട്ടുമായി അത്രയുമടുത്തു പരിചയപ്പെടാൻ സാധിച്ചിട്ടുള്ള അൽപ്പം ചിലരിൽ ഒരാളായിത്തീർന്നു പിന്നീടു ഞാൻ.

ആരാണീ നാലപ്പാടൻ? മലയാളക്കരയിലെ മേലേക്കിടയിലുള്ള കവിയും തത്വചിന്തകനുമായി അദ്ദേഹം ഉയർന്നുവന്നതെങ്ങനെയാണ്? അദ്ദേഹത്തിന്റെ കലാസൃഷ്ടികൾക്കു പ്രേരകങ്ങളായിത്തീർന്ന സാഹചര്യങ്ങളെന്തൊക്കെയാണ്? അദ്ദേഹത്തിന്റെ ഭാവമണ്ഡലത്തെ പ്രഭാപൂരിതമാക്കാനും അത്രയ്ക്കു വ്യത്യസ്തമായ ഒരു വ്യക്തിത്വംകൊണ്ട് അദ്ദേഹത്തിന്റെ കലാവിദ്യയെ അലങ്കരിക്കാനും കാരണമായ ജീവിതാനുഭവങ്ങളെന്തൊക്കെയാണ്? അദ്ദേഹത്തിന്റെ കലാവ്യവസായത്തിനു നേരിട്ട ആഘാതപ്രത്യാഘാതങ്ങളെന്തെല്ലാമാണ്? ഞാനൊരു സാഹിത്യകാരനല്ലാത്തതിനാൽ ആ അസാധ്യമായ ശ്രമത്തിനു മുതിരുന്നില്ല.

എനിക്കു പറയാനുള്ളത് നാലപ്പാട്ടിന്റെ വിപ്ലവബോധത്തെപ്പറ്റിയും എന്റെ ജീവിതോദ്ദേശ്യമായി കരുതിയിട്ടുള്ള സമുദായപരിഷ്കരണ പ്രസ്ഥാനവും അദ്ദേഹവുമായുണ്ടായ ബന്ധത്തെപ്പറ്റിയുമാണ്. പ്രകൃതി സുന്ദരമെങ്കിലും പരിഷ്കാരത്തിന് അത്ര വേഗത്തിലൊന്നും കടന്നു ചെല്ലാൻ വയ്യാത്ത ഒരു കുഗ്രാമത്തിലാണ് നാലപ്പാട്ട് ജനിച്ചത്. ഒരു നിരത്തുപോലും അദ്ദേഹത്തിന്റെ നാട്ടിൽ ഉണ്ടായിരുന്നില്ല. നാടുവാഴി പ്രഭുത്വത്തിന്റേയും ബ്രാഹ്മണപ്രാമാണ്യത്തിന്റേയും മുൾക്കൈതകൾ നാലുപുറത്തും വളർന്നു പൊന്തകെട്ടിക്കിടന്നിരുന്നുതാനും. അങ്ങനെ എള്ളേതൊരുക്കിക്കൊടുത്ത ശ്രാദ്ധമൂട്ടി കൈ കുഴഞ്ഞും നമ്പൂതിരിയുടെ മുമ്പിൽ പഞ്ചപുച്ഛമടക്കിനിന്നു കാൽ കുഴഞ്ഞും ജീവിക്കേണ്ടിവന്നപ്പോൾ

അദ്ദേഹം ചിന്തിച്ചു. മണൽത്തരി നുള്ളി ഉള്ളംകൈയിലിട്ടു സൂക്ഷിച്ചു പരിശോധിച്ചു. ചക്രവാളത്തിന്റെ അപ്പുറംവരെ നോക്കിനോക്കിയിരുന്നു. ആകാശത്തിന്റെ അപാരതയിൽ തിരിഞ്ഞുകൊണ്ടിരിക്കുന്ന ഗോളങ്ങളെയെല്ലാം പറിച്ചെടുത്തു ഞരടിനോക്കി. ജനനത്തേയും ജീവിതത്തേയും മരണത്തേയും കൂട്ടിയിണക്കുന്ന ചരടുകളെല്ലാം അഴിച്ചുവലിച്ചു നോക്കാൻ അദ്ദേഹത്തിനു രസം തോന്നി. നാനാത്വത്തിലുള്ള ഏകത്വം—അതായിരുന്നു ഒടുവിൽ അദ്ദേഹം പിഴിഞ്ഞെടുത്ത പ്രധാന സത്യങ്ങളിലൊന്ന്. താൻ പിഴിഞ്ഞെടുത്ത സത്തകളെ അദ്ദേഹം ലോകത്തിന്റെ കാതിൽ വിളിച്ചു പറഞ്ഞു. പഴമയ്ക്ക് അതു സഹിച്ചില്ല. പഴമ ആക്രോശിക്കാൻ തുടങ്ങി: "അശ്ലീലം, ആഭാസം, ഭാഷ അപകടത്തിൽ."

ഇരുളടഞ്ഞ നമ്പൂതിരിത്തത്തിന്റെ ഇടനാഴിയിൽ കണ്ണുകാണാതെ തപ്പിത്തടഞ്ഞുനടക്കുകയായിരുന്നു അന്നു ഞാൻ. അദ്ദേഹം എന്റെ കൈപിടിച്ച് പുറത്തേക്കു കൊണ്ടുവന്നു. മനുഷ്യത്വത്തിന്റെ മാഹാത്മ്യം എനിക്കു മനസിലാക്കിത്തന്നു. എന്നല്ല ഇരുളടഞ്ഞ ആ ഇടനാഴിയെ തച്ചുതകർക്കലാവണം എന്റെ ജീവിതലക്ഷ്യം എന്ന് എന്നെ പഠിപ്പിക്കുക കൂടി ചെയ്തു. അന്നുമുതൽക്ക് പൂണുനൂലില്ലാതെ കുളിച്ചു വൃത്തിയാവാനും പ്രാണാഹുതിയിടാതെ ഉണ്ട് വയർവീർപ്പിക്കാനും ഞാൻ പഠിച്ചു. അമ്പലത്തിൽ ഒരു കരിങ്കല്ലുമാത്രമേ ഉള്ളുവെന്നും അന്തണനും അന്ത്യജനും തമ്മിൽ കൂടിച്ചേർന്നാൽ എളുപ്പത്തിൽ തീ പിടിക്കുന്ന പൊട്ടാസും മനയോലയുമല്ലെന്നും എനിക്ക് ബോധ്യമായി. നമ്പൂതിരിസമുദായത്തിൽ നടന്ന വിപ്ലവാത്മകമായ എല്ലാ സംഭവങ്ങളുടെയും- ഘോഷാബഹിഷ്കരണം, മിശ്രഭോജനം, വിധവാവിവാഹം, മിശ്രവിവാഹം തുടങ്ങിയ എല്ലാറ്റിന്റേയും—മുമ്പിൽ ഞാനായിരുന്നുവെങ്കിൽ പിന്നിൽ നാലപ്പാട്ടും ഉണ്ടായിരുന്നു.

നാലപ്പാട്ടിനെപ്പറ്റി പറയുമ്പോഴൊക്കെ എനിക്കോർമവരാറുള്ള അപ്രധാനമെങ്കിലും പ്രധാനങ്ങളായ ചില സംഭവങ്ങളുണ്ട്.

*പാഠങ്ങളു*ടെ പ്രൂഫ് പരിശോധിക്കാനായി അദ്ദേഹം തൃശൂരിൽ താമസിച്ചിരുന്ന കാലമാണ്. സമയം സുമാർ പകൽ നാലുമണിയായിട്ടുണ്ടാവണം. ഒരാൾ നാലപ്പാടനോടു വന്നുപറഞ്ഞു: "ആരോ പുറത്തു കാത്തു നിൽക്കുന്നു."

അദ്ദേഹം പുറത്തേക്കു പോയി കുറച്ചു കഴിഞ്ഞപ്പോൾ സഹജമായ പുഞ്ചിരിയോടെ മടങ്ങിവരികയും ചെയ്തു. നാലപ്പാട്ടും ഞാനും അന്ന് ഒരുമിച്ചാണ് താമസിച്ചത്. ഫലിതമയമായ വാദപ്രതിവാദങ്ങളിൽ ആ രാത്രി ഞങ്ങൾ കഴിച്ചുകൂട്ടി. പിറ്റേന്നുച്ചയ്ക്കാണ് എനിക്കു മനസിലായത്, തലേന്നു വന്നത് ഒരു വാറണ്ടുശിപായിയായിരുന്നുവെന്നും എന്നെ ബുദ്ധിമുട്ടിക്കരുതെന്നു കരുതി ആ സംഗതി ഒളിച്ചു വയ്ക്കുകയാണുണ്ടായതെന്നും.

മറ്റൊരവസരത്തിൽ—നാലപ്പാട്ട് *ഉൽബുദ്ധകേരള*ത്തിൽ ഉണ്ടായിരുന്ന സമയം. രാവിലത്തെ ചായകഴിഞ്ഞ് ഞങ്ങളെല്ലാവരും കൂടി വെടി

പറഞ്ഞിരിക്കുകയാണ്. നാലപ്പാടിനെ കാണാനായി എത്തിച്ചേർന്ന ശ്രീമാൻ അരപ്പനാട്ടു ദിവാകരൻഭട്ടതിരിപ്പാടും ഉണ്ടായിരുന്നു കൂട്ടത്തിൽ. സ്വതവേ ശുദ്ധപഴമ, ആവശ്യത്തിന് ഉൽപ്പതിഷ്ണുത്വവും—ഇതായിരുന്നു അരപ്പനാടിന്റെ സ്വഭാവം. അറുപതിലേറെ പ്രായമായ അദ്ദേഹത്തിന്റെ നരച്ച ഊശിക്കുടുമയും എങ്ങോട്ടുപോകുമ്പോഴും ചുറ്റാറുള്ള മുട്ടു മറയാത്ത തോർത്തുമുണ്ടും കഴുത്തിലെ തടിച്ച പൂണുനൂലും ഒരിക്കൽ കണ്ടാൽപ്പിന്നെ ആരും മറക്കുകയില്ല.

അദ്ദേഹവും നാലപ്പാട്ടും തമ്മിൽ ഹിന്ദുമതത്തെപ്പറ്റി പറഞ്ഞു പറഞ്ഞ് തീവ്രമായ വാദമായി കലാശിച്ചു. അവസാനം നാലപ്പാട്ടിന്റെ സംഭാഷണചാതുര്യംതന്നെ ജയിച്ചു. പൂണൂൽ ഒരനാവശ്യകതയാണെ ന്നുവരെ അദ്ദേഹം വാദിച്ചുറപ്പിച്ചു. എന്നിട്ടദ്ദേഹം ചോദിച്ചു: "എന്നാൽ അവിടേക്ക് ആ പൂണൂൽ പൊട്ടിച്ചുകൂടേ?" അരപ്പനാടു "ദാ" എന്നൊരു വലി വലിക്കലും പൂണൂൽ പൊട്ടലും ഒപ്പം കഴിഞ്ഞു. ഞങ്ങളെല്ലാവരും സ്തംഭിച്ചുപോയി. അരപ്പനാടിനെ സംബന്ധിച്ചിടത്തോളം അതൊരു ബ്രഹ്മാണ്ഡത്തകർച്ചതന്നെയായിരുന്നു.

ഇനിയൊരവസരത്തിൽ ചാവക്കാട്ടുകാരനായ ഒരു തിയ്യപ്പണിക്കരും ഞാനുംകൂടി ഒരാവശ്യത്തിനായി സന്ധ്യയോടുകൂടി നാലപ്പാട്ടു കയറിച്ചെന്നു. കാര്യങ്ങളെല്ലാം സംസാരിച്ചുതീർന്നപ്പോൾ പണിക്കർ ചൂട്ടു കൊളുത്തി പുറപ്പെടുവാനുള്ള വട്ടമായി. നാലപ്പാട്ടു പറഞ്ഞു: "ഈ അസ മയത്തു പോവേ?"

പണിക്കർ പരുങ്ങി.

"ഹൈ, പോണ്ട." നാലപ്പാട്ട് ഉറപ്പിച്ചു പറഞ്ഞു.

അങ്ങനെ ഞങ്ങൾ രണ്ടുപേരും അന്നവിടെ താമസിച്ചു. പതിവു പോലെ പത്തുമണിക്ക് ഉണ്ണാൻ ക്ഷണിച്ചു. പണിക്കർ പറഞ്ഞു: "ഞാനിവിടെ കൂടിക്കോളാം."

"അല്ല ഇങ്ങോട്ടു വരണം." നാലപ്പാട്ട് ഞങ്ങളെ തെക്കിനിയിലേക്കു കൂട്ടിക്കൊണ്ടുപോയി. ഞങ്ങൾ ഉണ്ണാനിരുന്നു. ഊണിനിടയ്ക്ക് നാലപ്പാട്ടിന്റെ വിപ്ലവബോധത്തെപ്പറ്റി ഞാനാലോചിച്ചു. ഉള്ളിപോലും ഉപ യോഗിക്കാത്ത ഒരു നായർത്തറവാട്. നമ്പൂതിരിമാരും തമ്പുരാക്കന്മാരു മല്ലാതെ അടുത്തകാലംവരെ അവിടെ സംബന്ധം പതിവുണ്ടായിരുന്നില്ല. ആ നാലുകെട്ടിനും ആ കുളക്കടവിനും ആ അടുക്കളയിൽ പചിച്ച വിഭവ ങ്ങൾകൂടിയും നമ്പൂതിരിത്തത്തിന്റേതായ കൂട്ടുണ്ടായിരുന്നു. ചുരുക്ക ത്തിൽ നാലപ്പാട്ടെന്നുവച്ചാൽ പൂണൂലില്ലാത്ത ഒരു നമ്പൂതിരി. അവി ടത്തെ സ്ത്രീകളെന്നുവച്ചാൽ ചെറുതാലി കെട്ടാത്ത അന്തർജനങ്ങളും. അവിടത്തെ തെക്കിനിയിലാണ് ഇന്ന് നമ്പൂതിരിയും നായരും ഈഴവനും ഒരേ പുൽപ്പായിരിലിരുന്നുണ്ണുന്നത്! നാലപ്പാട്ടിന്റെ അറുപതാം പിറന്നാൾ അമ്മവിളമ്പിത്തരികയും! നാലപ്പാട്ടിന്റെ സമുദായപരിഷ്കാരം നാവിന്മേ ലല്ല നാലുകെട്ടിനകത്താണ്.

നാലപ്പാട്ട് ഒരു സാമുദായികസംഘടനയിലേയും അംഗമല്ല. രാഷ്ട്രീയ

സംഘടനയിലെ പ്രവർത്തകനുമല്ല. പ്ലാറ്റ്ഫോറത്തിൽ കയറി പ്രസംഗിക്കാറുമില്ല. തന്റെ അഭിപ്രായം മറ്റുള്ളവരുടെമേൽ വെച്ചുകെട്ടാനായി ഒരു പ്രമേയവും അവതരിപ്പിച്ചിട്ടുമില്ല. പക്ഷേ, നാലപ്പാട്ട് മറ്റാരുടേയും പിന്നിലല്ലാത്ത ഒരു വിപ്ലവകാരിയാണ്.

എല്ലാവരും നാലപ്പാട്ടിനെ അറിയുന്നത് ഒരു തത്വചിന്തകനും കവിയുമായിട്ടായിരിക്കാം. ഞാനോ ഒരു വിപ്ലവകാരിയെന്ന നിലയിൽ; മനുഷ്യസ്നേഹിയെന്ന നിലയിലും.

8

ഇരുപതാം നൂറ്റാണ്ടിലെ സോക്രട്ടീസ്

"**നാ**ളെ രാവിലെ ഇടശ്ശേരി പൊന്നാനിയിൽനിന്ന് തൃശൂർബസിൽ കയറും. അക്കിത്തം കുമരനല്ലൂരിൽനിന്ന്, വി ടി തൃത്താലയിൽ നിന്നും" -ഇക്കഴിഞ്ഞ ഡിസംബർ 15-ാം തീയതി വൈകുന്നേരം എനിക്കിങ്ങനെ ഒരു കത്തു കിട്ടി. ഞാനറിയാതെ എന്റെ പ്രോഗ്രാമൊക്കെ നിശ്ചയിച്ചതാരാണ്? എങ്ങോട്ടാണ് ഈ ത്രിമൂർത്തികളുടെ യാത്ര? ഏതായാലും തണുത്ത തിരുവാതിരക്കാറ്റുള്ള ആ വെളുപ്പാൻകാലത്ത് ഒരു ചുടുകാപ്പിയും ദോശയും അകത്താക്കി ചക്രവാളത്തിൽനിന്ന് ഒരുവാര ഉയർന്നു കഴിഞ്ഞ ശുക്രനക്ഷത്രത്തിന്റെ നറുംനിലാവിൽ ആ റോഡുവക്കത്ത് ഞാനങ്ങനെ അക്ഷമനായി തെല്ലിട കാത്തുനിന്നു. വൃശ്ചികക്കാറ്റുപോലെ ഇരമ്പിപ്പാഞ്ഞുവരുന്ന ബസിന്റെ മുന്നിൽ ഞാൻ കൈനീട്ടി. "ഇങ്ങോട്ടു വരാം." മുൻസീറ്റിൽനിന്ന് ഒരു വിളി കേട്ടു. മൊട്ടച്ചിയമ്യാരെപ്പോലെ മൂടിപ്പുതച്ചുകൊണ്ടുള്ള ഇടശ്ശേരിയും, മഫ്ളറിന്റെ പഴുതിൽക്കൂടി തുറിച്ചു നോക്കുന്ന കെ ബി മേനോനും, എണ്ണ തേച്ചുകുളിച്ചു ധവളവേഷധാരിയായി മുറുക്കിച്ചോപ്പിച്ചുകൊണ്ട് അങ്ങേ അറ്റത്തിരിക്കുന്ന അക്കിത്തവും ഒരു പൊട്ടിച്ചിരിയോടുകൂടി എന്നെ സ്വീകരിച്ചു. നല്ല തിരക്കുണ്ടായിരുന്നെങ്കിലും ആ സീറ്റിലങ്ങോട്ടമർന്നിരുന്നപ്പോൾ ഉടലാകെയൊന്നു ചൂടുപിടിച്ചു. ഞങ്ങൾ സംഭാഷണവുമാരംഭിച്ചു. സൗഹാർദത്തിന്റെ മുറുക്കത്തിൽ സഹയാത്രക്കാരെക്കൂടി ഞങ്ങൾ മറന്നുപോയി. "അപ്പോൾ എങ്ങോട്ടാ ഈ ജാഥ?"

"ശബരിമലയ്ക്കാവില്ല, തീർച്ച. ബാലകൃഷ്ണപിള്ളസാറിനെ കണ്ടിട്ടില്ലല്ലോ വി ടി?"

എനിക്കു കാര്യം മനസിലായി. എ ഡി ക്കപ്പുറമുള്ള ചരിത്രാതീത സത്യങ്ങളെ വല്ല പാഴ്മടകളിൽനിന്നും തോണ്ടിയെടുത്തു കൊണ്ടുവന്ന്

എളുപ്പത്തിൽ മനസിലാക്കാൻ സാധിക്കാത്തതുകൊണ്ട് ആരെയും ആകർഷിക്കാത്തവിധത്തിൽ എല്ലാവരുടെയും നേർക്കു വലിച്ചെറിയുന്ന ആ അരസികൻ ബാലകൃഷ്ണപിള്ളയുടെ അടുത്തേക്ക്.

"അലയടിച്ചീടുന്നു മലയാളക്കരയിലെ-
ക്കളഗാനമിരുളാണ്ട പാതിരാവിൽ"

എന്നു തുടങ്ങുന്ന അക്കിത്തത്തിന്റെ വരികൾ എന്റെ മനസിൽ പൊന്തിവന്നതുകൊണ്ടു ഞാൻ ആ വികാരം പ്രകടിപ്പിച്ചില്ല. എന്നല്ല *സമദർശി*, *കേസരി* എന്നീ പ്രസിദ്ധീകരണങ്ങളിലൂടെ ഒരു കാലത്ത് നാടുവാഴിത്തത്തോടും പൗരോഹിത്യത്തോടും പടപൊരുതിയിരുന്ന ആ നേതാവിനെ ഞാൻ എത്രയോ മുമ്പുതന്നെ സന്ദർശിക്കാതിരുന്നത് ഒരു നാണക്കേടായി തോന്നുകയും ചെയ്തു. ചിരിയിലും ചിന്തയിലും ആണ്ടു മുഴുകിപ്പോയ ഞാൻ വഴിവക്കത്തു ചെമ്മണ്ണണിഞ്ഞു നിൽക്കുന്ന ചെടിപ്പടർപ്പുകളേയും വിളഞ്ഞ വയലുകളേയും പിന്നിട്ടുകൊണ്ടുള്ള ആ യാത്രയിൽ മാറിമാറിവരുന്ന മുഖാകൃതികളെ നോക്കിപ്പഠിക്കാൻ മറന്നുപോയി. അങ്ങനെ ആവേശത്തിന്റെ വേലിയേറ്റം അവസാനിക്കുന്നതിനു മുമ്പായി ഞങ്ങൾ ആലുവായിലെത്തിച്ചേർന്നു. പിന്നെ പറവൂർക്കുള്ള ബസായി. ആദ്യം മൂട്ടകടിയാണ്. പിന്നെ ബസു നീങ്ങി. ഒരു പഴഞ്ചൻ മുനിസിപ്പൽ കൗൺസിലറുടെ മുഷിപ്പൻ പ്രസംഗം കേട്ട് ഇരുന്നേ കഴിയൂ എന്ന മട്ടിൽ, അകപ്പെട്ടുപോയ ഒരു നീങ്ങുന്ന ടൗൺഹാളായിരുന്നു ആ ബസ്. എന്തു പറ്റി എന്നെനിക്കറിഞ്ഞുകൂടാ—അതിലെ മിക്ക യാത്രക്കാരും താടിക്കാരായിരുന്നു. ഒരാൾ പറഞ്ഞതു ഭക്ഷണക്ഷാമത്തെക്കുറിച്ചായിരുന്നു. മറ്റൊരു താടിക്കാരൻ പറഞ്ഞത് അന്തരിച്ചുപോയ പട്ടേലിനെപ്പറ്റിയും. കേട്ടു കേട്ടു മടുത്തതുകൊണ്ടായിരിക്കാം ഇടശ്ശേരി ഇടയ്ക്കൊരു ഫലിതം പൊട്ടിച്ചു: "ബാലകൃഷ്ണപിള്ളസാറിന്റെ നാട്ടിൽ താടിപ്രസ്ഥാനത്തിന്നു നല്ല പ്രചാരമുണ്ടല്ലോ?"

"അതയ്യപ്പന്മാരാണങ്ങുന്നേ" കെ ബി മേനോൻ തിരുത്തി.

കൃത്യം മണി പന്ത്രണ്ടിന് ഞങ്ങൾ പറവൂരിലെത്തി.

ആദ്യം കണ്ടെത്തിയ ആളോട് ഞങ്ങൾ ബാലകൃഷ്ണപിള്ളസാറിന്റെ വീട്ടിലേക്കുള്ള വഴി ചോദിച്ചു. "അറിയാൻമേല." അയാൾ അലക്ഷ്യഭാവത്തിൽ നടന്നുകളഞ്ഞു. "ഏത് ബാലകൃഷ്ണപിള്ള?" ഒരു പീടികക്കാരൻ ആ ചോദ്യം തിരിച്ചടിച്ചു. ഇതു പറവൂരല്ലായിരിക്കുമോ? എനിക്കു പരിഭ്രമമായി. ഒടുക്കം *കൊച്ചിൻ എക്സ്പ്രസും മലയാളമനോരമ*യും വിൽക്കുന്ന ന്യൂസേജൻസിയെ ശരണം പ്രാപിച്ചു. ഏതായാലും ഒരു പത്രഏജൻസിയിലുള്ളവർക്കു ബാലകൃഷ്ണപിള്ളയെ അറിയാതെ വരില്ല! പക്ഷേ, ആ ആപ്പീസിലെ ഭേദപ്പെട്ട ഒരു ഉദ്യോഗസ്ഥൻ സംശയം തീർക്കുകയാണ്: "കച്ചേരിയിലുള്ള ആ തടിയൻ ബാലകൃഷ്ണപിള്ള സാറിനെയല്ലേ കാണേണ്ടത്?" കഷ്ടം! സാക്ഷാൽ ദേശാഭിമാനി രാമകൃഷ്ണപിള്ളയ്ക്കുശേഷം രാജാധികാരത്തിനെതിരായി ആയുഷ്കാലമത്രയും സമരംചെയ്ത് ആരോഗ്യവും ഐശ്വര്യവും ബലിയർപ്പിച്ച

കൂട്ടിലകപ്പെട്ട വൃദ്ധസിംഹത്തെപ്പോലെ തന്റെ തൂലികാഗർജനംകൊണ്ട് കേരളക്കര മുഴുൻ ഇന്നും മാറ്റൊലികൊള്ളിക്കുന്ന ശ്രീ. ബാലകൃഷ്ണ പിള്ളയെ പറവൂർ പട്ടണത്തിൽ ആർക്കും അറിഞ്ഞുകൂടപോലും! അത ങ്ങനെയേ വരൂ. വിളക്കിന്റെ അടിയിലല്ലേ അതിന്റെ നിഴലും എന്നു ഞങ്ങൾ സമാധാനിച്ചു. മാടവനപ്പറമ്പ് എന്ന പേർ ഞങ്ങൾക്കോർമവന്നു. ഭാഗ്യം! ആ പേരിന്റെ പിന്നിൽ പൊന്തിവന്ന ഒരു മില്ലിനെ ലക്ഷ്യംവച്ചു ഞങ്ങൾ പട്ടണത്തിൽനിന്ന് തെക്കോട്ടു നടന്നു. ഗ്രാമീണഗൃഹങ്ങളുടെ ഇടയിൽക്കൂടെ വളഞ്ഞു പിരിഞ്ഞു പോകുന്ന ഒറ്റവണ്ടിപ്പാത ഒരു മഹാക്ഷേത്രത്തിന്റെ നടയിൽ ചെന്നുമുട്ടി. ഉച്ചപ്പൂജകഴിഞ്ഞ് അമ്പലം ഉറക്കം തൂങ്ങുകയായിരുന്നു. ഒരു പടുകൂറ്റൻ പേരാൽ ഒരു വൃദ്ധതാപ സനെപ്പോലെ വേരിറങ്ങി നടയ്ക്കൽ നിൽക്കുന്നുണ്ട്. അതിന്റെ ചുവ ട്ടിലൂടെ ഞങ്ങൾ ശ്രീ. ബാലകൃഷ്ണപിള്ളയുടെ വസതിക്കു മുമ്പിൽ എത്തിച്ചേർന്നു. ഗെയിറ്റ് ആർക്കും എളുപ്പത്തിൽ തുറക്കാവുന്ന മട്ടിൽ അടച്ചിരുന്നു. ഉമ്മറത്താരുമില്ല. തെല്ലിട ഞങ്ങൾ സംശയിച്ചുനിന്നു. ആ പരിസരം ഞങ്ങൾ ഒന്നു നോക്കിക്കണ്ടു. അടിയിൽ വെൺമണൽ, മുക ളിൽ നീലാകാശം, ചുറ്റുപാടും വിടർന്നുനിൽക്കുന്ന പൂവിട്ട ചെടികൾ, ശാന്തമധുരമായ ഒരന്തരീക്ഷം.

ഉമ്മറത്തൊരു തട്ടികയുണ്ട്. ഞങ്ങളുടെ കാൽപ്പെരുമാറ്റം കേട്ട് ആ തട്ടികയുടെ ഉള്ളിൽനിന്ന് വെൺചാമരംപോലെ മിന്നുന്ന വെളുത്ത ഒരു താടി അതാ പുറത്തേക്കു നീളുന്നു. "ലക്ഷ്യം പിഴച്ചില്ല," ഞങ്ങൾ ആഹ്ലാ ദമത്തരായി. ആ തട്ടികയുടെ പിന്നിൽ ഒരു ചാരുകസാലയിലമർന്നിരുന്ന് തന്റെ കുറിപ്പുപുസ്തകത്തിനു ചട്ട ഒട്ടിച്ചുകൊണ്ട് അതാ ഇരിക്കുന്നു ഇതുപതാംനൂറ്റാണ്ടിലെ സോക്രട്ടീസ്. ഞങ്ങൾ കൈകൂപ്പി. പ്രത്യേകം യാതൊന്നും സംഭവിക്കാത്തമട്ടിൽ അദ്ദേഹം മെല്ലെ എഴുന്നേറ്റ് വിടർന്ന പുഞ്ചിരിയോടുകൂടി ഞങ്ങളെ സ്വീകരിച്ചു. "ഇരിക്കാം." ആ ഇടുങ്ങിയ കോലായയിൽ തനിക്കഭിമുഖമായിട്ടിരുന്ന കസാലകളെ ചൂണ്ടി അദ്ദേഹം ഞങ്ങളെ സ്വാഗതം ചെയ്തു.

"എവിടുന്നാ?" ഒരു ഈണത്തിലദ്ദേഹം ആരംഭിച്ചു.

"പൊന്നാനിയിൽ നിന്ന്—അക്കിത്തം."

"ഓഹോ," അദ്ദേഹത്തിന്റെ ആഹ്ലാദം ഒന്നോളംവെട്ടി.

"ഇദ്ദേഹം?"

"ഇടശ്ശേരി, കെ ബി മേനോൻ, വി ടി." ഞങ്ങളെല്ലാവരും പരിചയ പ്പെട്ടു. പരീക്ഷയിൽ പ്രശസ്തമാംവണ്ണം വിജയിച്ച സ്വന്തം ശിഷ്യന്മാരെ ഒരധ്യാപകൻ കണ്ടുമുട്ടിയാലത്തെപ്പോലെയുള്ള ആഹ്ലാദഭാവമാണ് അദ്ദേഹത്തിൽ ഞാൻ കണ്ടത്. എഴുതിവരുന്ന ഒരു പുസ്തകത്തിലെ പുതിയൊരധ്യായം തുടങ്ങുന്ന മട്ടിൽ ആ സംഭാഷണം മെല്ലെയങ്ങു തുടങ്ങി. അദ്ദേഹം ഉപയോഗിക്കുന്ന ചാരുകസേലയിൽ ഒന്നിലധികം തല യിണകളുണ്ട്. ചുറ്റും അനവധി പുസ്തകങ്ങളും മുമ്പിൽ ഒരു വെറ്റില ത്താമ്പാളവും.

അഞ്ചുമണിക്കൂർ നീണ്ടുനിന്ന ആ സംഭാഷണത്തിൽ ആയിരമായിരം സംവത്സരങ്ങളിലൂടെ വളർന്നുവന്ന് ഈ ബ്രഹ്മാണ്ഡത്തിന്റെ നാനാമുഖങ്ങളും ഞങ്ങൾക്കദ്ദേഹം തൊട്ടു കാണിച്ചുതന്നു. അദ്ദേഹത്തിന്റെ കൈകൾ അതിൽ സ്പർശിച്ചപ്പോൾ ജഡപ്രായമായ ഓരോ മുഖത്തിന്റേയും ആകൃതിതന്നെ ആകെപ്പാടെ മാറി എന്നു മാത്രമല്ല, അവയിൽനിന്ന് അപ്രതീക്ഷിതമായ ചൈതന്യപ്രവാഹങ്ങൾ ഒറുപ്പൊട്ടുകയും ചെയ്തു. ഞങ്ങളുടെ ഹൃദയത്തിലെ പുരാണപ്രതിഷ്ഠിതങ്ങളായ പല വിഗ്രഹങ്ങളും ഉടഞ്ഞുതകർന്നു. ഐതിഹ്യമാലയിൽപ്പോലും സ്ഥാനം ലഭിക്കാത്ത പല കരുമാടിക്കുട്ടന്മാരും പൂജാർഹങ്ങളാകത്തക്ക വിധം പെട്ടെന്നുയിർത്തെഴുന്നേൽക്കുകയും ചെയ്തു. ഞങ്ങളുടെ ഹൃദയത്തിൽ ജാതീയവും മതപരവുമായ സ്വാർഥതാൽപ്പര്യങ്ങളിലിട്ട വരമ്പുകളെ തന്റെ കാലഗണനാസമ്പ്രദായത്തിലെ ചില അക്കങ്ങളെക്കൊണ്ടദ്ദേഹം ചുരണ്ടിക്കളഞ്ഞു. അങ്ങനെ പരശുരാമന്റേയും ശ്രീശങ്കരന്റേയും പെരുന്തച്ചന്റേയും വായില്ലാക്കുന്നിലപ്പന്റേയുമെല്ലാം തോളിൽ കൈയിട്ടുനിന്നുകൊണ്ട്, ഞാൻ ഇടശ്ശേരിയെക്കുറിച്ചെന്നപോലെ, അദ്ദേഹം സംസാരിക്കുമ്പോൾ ഞങ്ങൾ അത്ഭുതസ്തബ്ധരാകാതെ നിർവാഹമില്ലല്ലോ. എങ്ങനെയിതു സാധിക്കുന്നു? പക്ഷേ, അദ്ദേഹത്തിനതു പത്തും അഞ്ചും കൂട്ടിയാൽ പതിനഞ്ചാണെന്നതുപോലെ ലഘുതരമാണ്. കാരണം അദ്ദേഹം പറഞ്ഞു: “ചരിത്രം ഒരു സയൻസാണ്.” താൻ പുതുതായി സ്ഥാപിച്ചിട്ടുള്ള കൽപ്പഗണനാസമ്പ്രദായത്തെ അതിസ്ഥൂലമാംവിധം വിവരിച്ചതിനുശേഷം അതിനോടൊപ്പിച്ച് ചരിത്രത്തിന്റെ ചില പ്രത്യേക സ്വഭാവങ്ങളെ കൂട്ടിയിണക്കുകയും ഭൂപടത്തിലെ അതിർത്തിരേഖകൾ ചിരകാലമായി ചാലിട്ടു തിരിച്ചുപോന്ന ദേശീയമനോഭാവത്തെ തുടച്ചുനീക്കുകയും ചെയ്യുമ്പോൾ ആയിരത്താണ്ടുകൾക്കപ്പുറത്തെ കൂരിരുട്ടിനപ്പുറം മറഞ്ഞുകിടക്കുന്ന സംഭവങ്ങളേയും വ്യക്തികളേയും നമുക്ക് ശരിക്കു നോക്കിക്കാണാൻ കഴിയുമെന്നദ്ദേഹം വിശ്വസിക്കുന്നു. ഈ കൽപ്പഗണനാസമ്പ്രദായത്തെ വിവരിച്ചുകൊണ്ടദ്ദേഹം പറഞ്ഞു: “ഇത് ഇന്നു ജീവിച്ചിരിക്കുന്നവരിൽ എനിക്കു മാത്രമേ ചെയ്തുതീർക്കുവാൻ സാധിക്കുകയുള്ളൂ. കാരണം ഭൂപരിണാമം വരേക്ക് ഗവേഷണം ചെയ്തുപോകുന്ന ഇതരശാസ്ത്രകാരന്മാരുടെ ഗണനരീതി ഇതിൽനിന്നു തുലോം വിഭിന്നമാണ്.'' അതെ, അതാണതിന്റെ വാസ്തവം. ചരിത്രമാർഗത്തിൽ അദ്ദേഹം അഭൂതപൂർവമായ ഒരു വിപ്ലവത്തിന്റെ കൊടുങ്കാറ്റാണ് അഴിച്ചുവിട്ടത്. ലവൻ ശ്രീരാമന്റെ സന്താനമാണ്; കുശനാകട്ടെ സീതയ്ക്കു വാല്മീകിയുടെ അനുഗ്രഹത്താലുണ്ടായ സന്താനവും. ഇത് രാമായണശ്ലോകം ഉദ്ധരിച്ചുകൊണ്ടദ്ദേഹം സ്ഥാപിച്ചപ്പോൾ ഞങ്ങൾ ഞെട്ടി. കാരണം സീത ഒരാദർശവനിതയും കീർത്തിലോഭിയുമാണെന്ന കുട്ടികൃഷ്ണമാരാരുടെ നിഗമനം ഉൽപ്പതിഷ്ണുത്വത്തിന്റെ പരമകാഷ്ഠയാണെന്നായിരുന്നു ഞങ്ങളുടെ ധാരണ. ബാലകൃഷ്ണപിള്ള അതാകെ കമഴ്ത്തിക്കൊട്ടി. നോക്കൂ, നാം

പേറിനടക്കുന്ന ഈ വിജ്ഞാനം എത്രമാത്രം അബദ്ധജടിലമല്ല, അപൂർണമല്ല!

മൂന്നുനാലു ഭയങ്കര വ്യാധികളാൽ കരണ്ടുതിന്നപ്പെടുന്ന ആ ജീവിതം എത്ര അശക്തം! കൂടെക്കൂടെ മുറുക്കിത്തുപ്പാനായി എഴുന്നേൽക്കുമ്പോൾ വല്ലാത്ത മുൻതൂക്കമുള്ള ഒരു തുലാസിന്റെ വേദനാമയമായ ചിത്രമാണ് എന്റെ മനസിൽ പൊങ്ങിവന്നത്. ഞങ്ങൾ എത്ര തന്നെ വേണ്ടെന്നു പറഞ്ഞിട്ടും സമ്മതിക്കാതെ അദ്ദേഹം തയാറാക്കിയ വിഭവസമൃദ്ധമായ സ്വാദേറിയ ആതിഥ്യം ഞങ്ങളാസ്വദിച്ചു. അപ്പോഴെല്ലാം ഒരു കൊച്ചുകുഞ്ഞിന്റെ നിഷ്കളങ്കമായ ആഹ്ലാദപ്പുളപ്പോടുകൂടി അദ്ദേഹം ഞങ്ങൾക്കരികെ നിന്നു. ഇരിക്കാൻ പറഞ്ഞിട്ടും കേട്ടില്ല.

അവസാനം ഞങ്ങൾ യാത്രചോദിച്ചു. വിനയംനിറഞ്ഞ ഭാവത്തോടും ഭാഷയോടുംകൂടി അദ്ദേഹം ഞങ്ങളെ യാത്രയാക്കിയപ്പോൾ ദുഃഖമൂകമായ ആ അന്തരീക്ഷം അസഹ്യമായ എന്തെല്ലാമോ വിചാരങ്ങളിലേക്കു ഞങ്ങളെ വലിച്ചിഴച്ചു. ഞങ്ങൾ ആ രംഗത്തിൽനിന്ന് പോവുകയല്ല. ആ രംഗം ഞങ്ങളിൽനിന്ന് മറയുകയാണു ചെയ്തത്. ആ ഓടിട്ട ചെറിയ വീട്ടിന്നും അതിന്നു മുമ്പിലുള്ള ഗൃഹാങ്കണത്തിലെ മണൽത്തരികൾക്കും പൂച്ചെടികൾക്കുമെല്ലാം നാലപ്പാടന്റെ വസതിയോട് അഭേദ്യമായൊരു സാദൃശ്യമുണ്ട്; ആ രണ്ടു കൂറ്റൻ വ്യക്തികൾക്കും. പക്ഷേ, മാടവനപ്പറമ്പിനു ലാളിത്യം കൂടും. നാലപ്പാടൻ ഒരുറച്ച കസാലയിൽ തലയെടുപ്പോടുകൂടി അമർന്നിരുന്ന പൂർണമായ വാചകങ്ങളിൽ ഗംഭീരമായ ആശയങ്ങൾ കലാവിരുതുള്ള കരചലനങ്ങളോടുകൂടി ആവിഷ്കരിക്കുമ്പോൾ, ബാലകൃഷ്ണപിള്ള ഓരോ തവണയും കുരയ്ക്കുമ്പോഴും ഇളകുന്ന ഒരു കൊച്ചുകസാലയിൽ മുറിഞ്ഞുമുറിഞ്ഞു വീഴുന്ന വാചകങ്ങളിൽ മഹത്തായ കാര്യങ്ങൾ യാതൊരാർഭാടവും കൂടാതെ നമുക്കു പറഞ്ഞു തരുന്നു. നാലപ്പാടൻ നിലാവണിഞ്ഞുനിൽക്കുന്ന ഒരു വെള്ളാമ്പൽപ്പൂവാണെങ്കിൽ ബാലകൃഷ്ണപിള്ള ഒരു വാടാമല്ലികയാണ്. എന്നാൽ, ഷഷ്ടിപൂർത്തി കഴിഞ്ഞ ആ രണ്ടു മഹാരഥന്മാരെ താരതമ്യപ്പെടുത്തുന്നതു സൂക്ഷിച്ചുവേണം. നാലപ്പാടൻ കാഴ്ചയിൽ ഇന്നും ഒരു യുവാവാണ്. ബാലകൃഷ്ണപിള്ള ഒരു വൃദ്ധനും. സ്വഭാവത്തിൽ നാലപ്പാടൻ ഇരുത്തം വന്ന നേതാവാണ്, ബാലകൃഷ്ണപിള്ളയോ ഉച്ഛൃംഖലനായ ഒരു യുവാവും.

നാലപ്പാടൻ അടുക്കിവച്ച മഹനീയതകളെ ഓരോന്നും ഒരു മാന്ത്രികന്റെ ചടുലതയോടെ തൊട്ടുകാട്ടിക്കൊണ്ട് പരമമായ ലക്ഷ്യത്തിന് സുഖവിശാലമായ ചക്രവാളത്തെക്കൊണ്ട് ചട്ടക്കൂടിട്ടുതരുന്നു. ബാലകൃഷ്ണപിള്ളയാകട്ടെ വിശേഷിച്ചു യാതൊന്നും ചൂണ്ടിക്കാണിക്കാതെ ചക്രവാളത്തിനുമപ്പുറത്ത് ചക്രവാളങ്ങളുണ്ടാവാമെന്നു സ്ഥാപിച്ച് അങ്ങിങ്ങു തേടിപ്പോവാൻ നമ്മുടെ കാലുകൾക്കു ശക്തിതരുകയാണ്. എന്നിട്ടു പറയുന്നു: “എല്ലാം നീതന്നെ നോക്കിക്കാണുക. എല്ലാം എവിടേയും ഉണ്ട്.” ഈശ്വരമഹത്വത്തെക്കുറിച്ചും മന്ത്രശാസ്ത്ര

ങ്ങളെക്കുറിച്ചും കേട്ടു നാം നാലപ്പാട്ടുനിന്നിറങ്ങിപ്പോരുമ്പോൾ ജാജ്വല്യമാനമായ ലൗകികതയിലേക്കാണ് ഓരോ അടിയും എടുത്തുവയ്ക്കുന്നതെന്നു തോന്നിപ്പോകുന്നു. പക്ഷേ, ഈശ്വരനില്ല എന്നുറപ്പിച്ചുറപ്പിച്ചു പറയുന്ന ബാലകൃഷ്ണപിള്ളയോടു യാത്രപറഞ്ഞു പിരിയുമ്പോൾ ഒരു ഋഷിവാടത്തിൽനിന്ന് ഇറങ്ങിപ്പോരുമ്പോളുണ്ടാകുന്ന മധുരമായ വേദനയോടുകൂടി അലൗകികതയിലേക്കാണ് കാലൂന്നിപ്പോകുന്നതെന്നത്രേ തോന്നുക.

(1950)

9

ശിഷ്യന്റെ തിലോദകം

"**ഹാ**വൂ, അതും കഴിഞ്ഞു," സ്റ്റേജിൽനിന്നിറങ്ങി നിൽക്കുമ്പോൾ അദ്ദേഹം തിരിഞ്ഞുനിന്ന് എന്നെ നോക്കിപ്പറഞ്ഞു. "ബാധ്യത തീരുമ്പോൾ മനസിന് എന്തൊരു ലാഘവമാണ്! ഇനി സ്ഥലം വിടണം. വി ടി ക്കും ഈ വഴിതന്നെയല്ലേ പോകേണ്ടത്? എന്റെ ഈ അരണ്ട വെളിച്ചത്തിൽ കൂടെപ്പോരാമെങ്കിൽ ഇന്ന് ഇല്ലത്തു വിശ്രമിക്കാം. നേരം അസമയമല്ലേ? കാലത്തു ഞാൻ ബസുകയറ്റി അയക്കാം, തിടുക്കമുണ്ടെങ്കിൽ." അദ്ദേഹം കൂട്ടിച്ചേർത്തു.

നാട്ടിൻപുറത്തുള്ള ആ വായനശാലാപൊതുയോഗത്തിൽ അധ്യക്ഷ്യംവഹിച്ചതു ശ്രീ. കെ വി എം ആയിരുന്നു; ഉൽഘാടകൻ ഞാനും. എന്നാൽ അദ്ദേഹത്തിന്റെ ക്ഷണം അന്നു ഞാൻ കൈക്കൊള്ളുകയുണ്ടായില്ല. അങ്ങനെ ഒരു വമ്പിച്ച ജനക്കൂട്ടത്തിനിടയിലൂടെ അദ്ദേഹത്തെ ഞങ്ങൾ യാത്രയാക്കി. ഇരുളിലൂടെ ഇഴഞ്ഞുനീങ്ങിയ അദ്ദേഹത്തിന്റെ പദയാത്രയെ തെല്ലിട അസ്വാസ്ഥ്യത്തോടെ ഞാൻ നോക്കിനിന്നു. പിന്നീടു ഞാനദ്ദേഹത്തെ കണ്ടിട്ടില്ല. ഒരാറുമാസത്തിനുശേഷം അദ്ദേഹം ദിവംഗതനായി. ആ വേർപാട് അവസാനത്തേതാകുമെന്ന് ഞാനെങ്ങനെ പ്രതീക്ഷിക്കും? അദ്ദേഹം വാർധക്യസഹജമായ വിശ്രമം പ്രതീക്ഷിച്ച് സ്വന്തം ഇല്ലത്തു താമസമുറപ്പിച്ചിരുന്ന കാലത്ത് അനേകം അവസരങ്ങളിൽ ഞങ്ങൾ പരസ്പരം കൂടിച്ചേരാറുണ്ട്. അവസാനത്തെ യോഗം ഇങ്ങനെയൊരു 'ദുര്യോഗ'ത്തിന്റെ നാന്ദിയാവുമെന്നു ഞാൻ ഓർത്തതേയില്ല. ഇന്ന് തിരിഞ്ഞുനോക്കുമ്പോൾ ഞങ്ങൾ തമ്മിലുണ്ടായിരുന്ന ഗുരുശിഷ്യബന്ധത്തിന്റെ നിഴലും നിലാവും മനസിൽ പ്രതിബിംബിച്ചുവരുകയാണ്.

ദേശീയത്വംകൊണ്ടു ഞങ്ങൾ അയൽപക്കക്കാരാണ്. പക്ഷേ, ഈ സുഹൃത്ബന്ധം കാലേകൂട്ടി പുലർത്താൻ സാഹചര്യം ഞങ്ങളെ

അനുവദിച്ചില്ല. വിജ്ഞാനത്തിന്റെ പുലരിപ്രഭ ശ്രീനീലകണ്ഠഗുരുകുലത്തിൽ വാർന്നുവീഴുമ്പോൾ മാമൂലിന്റെ മുറിയിൽ ഞാൻ കതകടച്ചു കിടന്നുറങ്ങുകയായിരുന്നു. പ്രശസ്തിയുടെ ദീപാരാധനയ്ക്ക് അദ്ദേഹം നടതുറന്നുവച്ചപ്പോൾ ഞാൻ കുളക്കടവിലാണ്. ക്ഷേത്രനടയ്ക്കൽ പ്രസാദത്തിനായി ചെന്നുചേർന്നപ്പോൾ അദ്ദേഹം നട അടച്ചു സ്ഥലം വിട്ടിരിക്കുന്നു. വേണ്ട സമയത്തു വേണ്ടതു ചെയ്യാതിരുന്നതിനാൽ ഈ സഹയാത്രികനിൽനിന്ന് കൈവരിക്കാമായിരുന്ന ജീവിതവിജയം ഞാൻ നഷ്ടപ്പെടുത്തിക്കളഞ്ഞു. കെ വി എം ജീവിച്ചിരിക്കുമ്പോൾ അദ്ദേഹത്തിന്റെ സഹപ്രവർത്തകനാകാനുള്ള ഭാഗ്യം എനിക്കുണ്ടായിട്ടുണ്ട്. പക്ഷേ, അലസതമൂലം അദ്ദേഹത്തിൽനിന്നു കൊഴിഞ്ഞുവീണ വിജ്ഞാനത്തിന്റെ ഉതിർമണികൾ കൊത്തിവിഴുങ്ങാനുള്ള വ്യഗ്രത എനിക്കുണ്ടായില്ലതാനും.

തൃശിവപേരൂരിൽ പഴയ യോഗക്ഷേമം കെട്ടിടത്തിന്റെ മുറ്റത്തുവച്ച് നമ്പൂതിരിയുവജനങ്ങളുടെ ഒരു പൊതുയോഗം കൂടുകയാണ്. യോഗക്ഷേമപ്രസ്ഥാനത്തിന്റെ തലമൂതിർന്ന നേതാക്കളായിരുന്നു യോഗഭാരവാഹികൾ. ഞാനും ഒരു മുക്കിൽച്ചെന്നു സ്ഥലംപിടിച്ചു. 'നമ്പൂതിരിമാരും നവീനവിദ്യാഭ്യാസവും' എന്നതായിരുന്നു അന്നത്തെ ചർച്ചാവിഷയം. "ഇനി കെ വി എം സംസാരിക്കും" എന്ന് അധ്യക്ഷസ്ഥാനത്തുനിന്ന് ഒരാഹ്ലാദശബ്ദം പൊട്ടിവിടർന്നു. ഉൽക്കണ്ഠയോടെ ഞാൻ തിരിഞ്ഞുനോക്കി. പരത്തിയിട്ട മുൻകുടുമയും തെളുതെളെ തിളങ്ങുന്ന പൂണുനൂലുമായി ഒരു മുപ്പതുകാരൻ വാതിൽക്കൽ അതാ ഒതുങ്ങിനിൽക്കുന്നു. ക്ഷണത്തിൽ സദസിനിടയിലൂടെ ഒരു വഴിച്ചാൽ വിടർന്നുവന്നു. ചുറ്റിയ മുണ്ട് ഒതുക്കിപ്പിടിച്ചുകൊണ്ട് അദ്ദേഹം രംഗത്തെത്തി. അന്ന് അദ്ദേഹം ചെയ്ത പ്രസംഗത്തിന്റെ പ്രതിധ്വനി ഇന്നും എന്റെ ചെവിയിൽ മാറ്റൊലിക്കൊള്ളുന്നുണ്ട്.

നിളാനദീതീരത്തെ കരിമ്പനക്കാട്ടിൽ ദീർഘകാലം തപസിരുന്ന് അർജുനൻ പാശുപതമെന്നപോലെ പുന്നശേരി ശ്രീ. നീലകണ്ഠഗുരദേവനിൽനിന്നു കൈക്കൊണ്ട ദിവ്യായുധമേന്തി കേരളഭാഷാവൻകാട്ടിൽ അദ്ദേഹം ശങ്കാഹീനം സഞ്ചരിക്കുന്ന കാലമാണ് അന്ന്. ആ സവ്യസാചിയുടെ ആവനാഴിയിൽനിന്ന് ഗദ്യപദ്യോഭയരൂപത്തിൽ നിർഗളിച്ചിരുന്ന ഖണ്ഡനമണ്ഡനങ്ങളുടെ ഉജ്ജ്വലപ്രഭയാൽ അന്നത്തെ സാഹിതീനഭോമണ്ഡലം ഊഷ്മളമായിരുന്നു. ആര്യഭാഷയായ ഗീർവാണിയിലും മാതൃഭാഷയായ മലയാളത്തിലും മാത്രമല്ല, ദ്രാവിഡഭാഷാകുടുംബത്തിന്റെ അമ്മറാണിയായ തമിഴിലും അദ്ദേഹത്തിന് സ്വാധീനതയുണ്ടായിരുന്നു.

ഈ പ്രശസ്തപണ്ഡിതനെ ഞാൻ പിന്നീട് കണ്ടത് *മംഗളോദയ*ത്തിൽവച്ചാണ്. അന്നവിടെ പ്രൂഫ് റീഡറായിരുന്ന അദ്ദേഹത്തിന്റെ ഒരു അസിസ്റ്റന്റായി ഞാനും നിയമിക്കപ്പെട്ടു. അങ്ങനെ ഞങ്ങളിരുവരും ഒരു മേശയ്ക്കപ്പുറവും ഇപ്പുറവുമായി ഇരുന്നു സംവത്സരങ്ങളോളം ജോലി ചെയ്തിട്ടുണ്ട്. അദ്ദേഹവുമായുണ്ടായ അന്നത്തെ സാഹചര്യമാണ് എന്നിൽ സാഹിതീസപര്യാസമുൽസുകത വളർത്തിയതെന്ന് ഇന്നു

ഞാനഭിമാനിക്കുന്നു.

തോളിലൊരു തോർത്തും മനസിൽ വിടർന്നുപൊന്തുന്ന വികാരങ്ങളുമായി വിശ്രമവേളയിൽ അദ്ദേഹം എന്നെ സമീപിക്കും. ഒരു ചൂടു ചായ മോന്തി ഒന്നു മുറുക്കിക്കഴിഞ്ഞാൽ അദ്ദേഹം ആരംഭിക്കുകയായി: "പണ്ട് ഉത്തരഭാരതത്തിൽ കന്യാകുബ്ജമെന്ന് വിശ്രുതമായ ഒരു പട്ടണമുണ്ടായിരുന്നു." ഇങ്ങനെ ആഖ്യാനവും പ്രത്യാഖ്യാനവുമായി ഒരു അരമുക്കാൽ മണിക്കൂർ നീണ്ടുകഴിയുമ്പോഴേക്കും അദ്ദേഹം ക്ഷീണിക്കും. "ഇന്ന് ഇത് മതി, ഇനി നാളെ." അദ്ദേഹം എഴുന്നേൽക്കും. എഴുതിക്കൂട്ടിയ കോപ്പികൾ വാരിക്കൂട്ടി ബദ്ധപ്പെട്ടു പ്രസിൽനിന്നു പോകും. ക്ഷണത്തിൽ വെറുംകൈയോടെ മടങ്ങിവരുകയും ചെയ്യും. ഫോറത്തിനു രണ്ടോ മൂന്നോ രൂപ പ്രതിഫലത്തിൽ ശ്രീ. കെ വി എം അനേകം പുസ്തകങ്ങൾ എഴുതിവിറ്റിട്ടുണ്ട്. അത്രയെങ്കിലും സാധിച്ചതിൽ അന്ന് ഒരുപക്ഷേ, അദ്ദേഹം സംതൃപ്തനുമായിരിക്കും.

ശ്രീ. കെ വി എമ്മുമായുണ്ടായ ഈ സാഹചര്യം ചിലതെഴുതുവാനുള്ള പ്രചോദനം എന്നിലുളവാക്കി. ലേഖനം, ചെറുകഥ ഇങ്ങനെ എഴുതിത്തീർത്ത ഉരുപ്പടികൾ ഞാനദ്ദേഹത്തെ കാണിക്കും. ക്ഷമയോടെ അദ്ദേഹം അതു പരിശോധിക്കും. ഗുണദോഷിക്കും. ഇങ്ങനെ ശിഷ്യവാത്സല്യത്തോടെ എന്റെ സാഹിതീസപര്യയെ അദ്ദേഹം പ്രോൽസാഹിപ്പിച്ചു.

വിപ്ലവാത്മകമായ സാമുദായികപ്രസ്ഥാനത്തിന്റെ ജിഹ്വകളായിരുന്ന *ഉണ്ണിനമ്പൂതിരി*, പാശുപതം തുടങ്ങിയ പ്രസിദ്ധീകരണങ്ങളിലേക്കു നിർല്ലോഭമായ സഹായം ഞങ്ങൾക്ക് അദ്ദേഹത്തിൽനിന്നു സിദ്ധിച്ചിട്ടുണ്ട്. ഞങ്ങളുടെ നവീനപ്രസ്ഥാനത്തെ എതിർത്തുകൊണ്ട് പിന്തിരിപ്പൻ ചേരികളിൽനിന്ന് *സുദർശനം* എന്ന ഒരു പത്രം പുറത്തുവന്നു. ആ *സുദർശന*ത്തിന് ഞങ്ങൾ ഒരു *പാശുപത*വും തൊടുത്തുവിട്ടു. പഴമക്കാർക്ക് കുന്നത്തു ജനാർദനമേനോനായിരുന്നു സാഹിതീസഹായം നൽകിയിരുന്നത്. ഇതിനെ സ്പർശിച്ചുകൊണ്ട് ഒരു ലേഖനത്തിന് ഞങ്ങൾ ശ്രീ. കെ വി എമ്മിനോട് ആവശ്യപ്പെട്ടു. *പാശുപത*ത്തിന്റെ മേടംലക്കത്തിലേക്കാണ് ലേഖനം വേണ്ടിയിരുന്നത്. കെ വി എം ആകട്ടെ 'കുജസംക്രമണം' എന്നൊരു ഹാസ്യലേഖനം എഴുതി. കുന്നത്തു ജനാർദ്ദനമേനോൻ എന്നതിന്റെ ചുരുക്കമാണ് 'കു. ജ' എന്നു പറയേണ്ടതില്ലല്ലോ. ജനാർദ്ദനമേനോന്റെ സ്വകാര്യജീവിതത്തെ നഖശിഖാന്തം ഇക്കിളിപ്പെടുത്തുന്ന ഒരു ഹാസ്യലേഖനമായിരുന്നു അത്. ശാസ്ത്രീയവും സാഹിത്യപരവുമായ മൂല്യങ്ങൾക്കു മാത്രമല്ല അദ്ദേഹം എഴുതിയിരുന്നത്. അവസരം വരുമ്പോൾ മർമംതുളയ്ക്കുന്ന പരിഹാസസാഹിത്യത്തിനും അദ്ദേഹത്തിന്റെ തൂലികയ്ക്കുള്ള സാമർഥ്യം സ്മരണീയമാണ്.

ഇങ്ങനെ എല്ലാംകൊണ്ടും സാമൂഹ്യജീവിതത്തിൽ എന്റെ ആചാര്യനായി വർത്തിച്ചിട്ടുള്ള അദ്ദേഹത്തിന്റെ പാവനസ്മരണയ്ക്ക് ഈ എളിയ ശിഷ്യനും തിലോദകം അർപ്പിച്ചുകൊള്ളട്ടെ.

10

എം സി

നേരു പറയട്ടെ, തൊണ്ണൂറ്റഞ്ചു വയസുള്ള എം സി ജോസഫിന്റെ മരണം എന്നിൽ ഒരു വികാരവും ഉണർത്തിയില്ല. കാരണം, അദ്ദേഹത്തിനു ശാരീരികമരണം മാത്രമേ ബാക്കിയുണ്ടായിരുന്നുള്ളൂ. മുക്കാൽ നൂറ്റാണ്ടു കാലത്തോളം മനുഷ്യസമുദായത്തിന്റെ മൂഢവും സ്വാർഥതൽപ്പരവുമായ ദുരകളുടെ നേരെ വിരൽചൂണ്ടിയ ആ ജീവചൈതന്യത്തിന്റെ ജ്വാല മുമ്പുതന്നെ കെട്ടുകഴിഞ്ഞിരുന്നു.

ജീവിതത്തിന്റെ ലക്ഷ്യത്തിലേക്കും മാർഗത്തിലേക്കും അദ്ദേഹം വഴി കാണിച്ചിട്ടുണ്ട്. ഇതൊന്നും സമൂഹം ഫാഷനായല്ലാതെ മനുഷ്യസമുദായത്തിന്റെ നന്മയ്ക്കോ രക്ഷയ്ക്കോ ആയി ഇന്നേവരെ കൈക്കൊണ്ടിട്ടില്ലെന്നതാണ് നിർഭാഗ്യം.

എം സിയെപ്പോലുള്ളവർ ചെയ്തത് വെല്ലുവിളിതന്നെയാകാം. എന്നാൽ, ഇന്ത്യയിൽ ഇതുവരെ നടന്ന സാമൂഹ്യസാമ്പത്തികപരിവർത്തനങ്ങളൊക്കെ വെല്ലുവിളികളുടെ ഫലമല്ല, വ്യാവസായിക പരിഷ്കാരങ്ങളുടെ നേട്ടമാണ്. തൃത്താലയിൽനിന്ന് തൃശൂരോളം ബസോടിക്കുന്നത് യാത്രക്കാരെ ലക്ഷ്യസ്ഥാനത്ത് എത്തിക്കുവാനുള്ള ബദ്ധപ്പാടിനാലല്ല, അതുകൊണ്ട് കമ്പനിക്കുള്ള നേട്ടത്തെ ഓർത്താണ്. അതുപോലെ കാലിഫോർണിയയിൽനിന്ന് കറാച്ചിയിലേക്ക് ദൂരവും സമയവും കുറച്ചു എന്ന സംതൃപ്തിക്കല്ല വിമാനം ഓടുന്നതും.

എത്രയെത്ര അമ്പലവും പള്ളിയും ഇന്നു വർധിച്ചു! ഇതെല്ലാം ആർക്കുവേണ്ടി? പ്രകൃതിയുടെ കലവറയിൽനിന്നെടുക്കുന്ന ആണവശക്തിയുരുട്ടി അന്യോന്യം എറിയുന്നത് എന്തിനുവേണ്ടി? അതിലെന്തു യുക്തി? എന്തു ശാസ്ത്രീയത? മനുഷ്യൻ ചെയ്യുന്ന ഈ മുച്ചീട്ടുകളിക്കുള്ള മൂർത്തിമത്ഭാവമാണ് ഇന്നത്തെ ഈശ്വരൻ. രണ്ടായിരം കൊമ്പ

നാനയ്ക്കു സദ്യകൊടുക്കുന്നതും മുഖ്യമന്ത്രിയാവാൻ നേന്ത്രക്കുല കാഴ്ചവയ്ക്കുന്നതും സ്ഥാനമാനങ്ങൾക്കു പരാക്രമമടിക്കുന്നതും കൈക്കൂലി വാങ്ങുന്നതുമെല്ലാം മനുഷ്യസമുദായത്തിനുവേണ്ടിയല്ല അവിഹിതമായി സമാർജിച്ച പണത്തിന്റെ തിളപ്പ് ആസ്വദിക്കാനും ആസ്വദിപ്പിക്കാനും വേണ്ടിയാണ്. ഇതു ദഹിക്കാത്ത യുക്തിവാദികളും അവരുടെ പിണിയാളുകളാണ്.

ദീനം മാറാൻ ഈശ്വരൻ മാത്രം വിചാരിച്ചാൽ പോരാ. മരുന്നുതന്നെ കഴിക്കണം. സൗഹൃദം പുലരണമെങ്കിൽ വ്യക്തികൾ തമ്മിലുള്ള സംസ്കാരം വളർത്തണം. യാന്ത്രികവരട്ടുമൂല്യവാദം ഉരുവിട്ടാൽ പോരാ. ഉള്ളവനും ഇല്ലാത്തവനും തമ്മിലുള്ള വിടവു കുറയ്ക്കാൻ ഉള്ളവൻ വിട്ടുവീഴ്ച ചെയ്യണം. ജീവിക്കാനുള്ള അവസരം ഏവർക്കും സാർവത്രികമാക്കണം. നിഗൂഢമായി നിക്ഷേപിച്ച എല്ലാ സ്വത്തുക്കളും പൊതുജനദൃഷ്ടിയിലേക്കു വലിച്ചുകൊണ്ടുവരണം. വിദ്യാഭ്യാസപരവും തൊഴിൽപരവുമായ ജീവിതം പരക്കെ പ്രദാനംചെയ്യപ്പെടണം. സ്വകാര്യസ്കൂളുകൾ സ്ഥാപിച്ചതുകൊണ്ടോ മുതലാളിത്തവ്യവസായ ശൃംഖലകൾ ഉണ്ടാക്കിയതുകൊണ്ടോ ഫലമില്ല.

ഇന്ന് വിപ്ലവമെന്നറിയപ്പെടുന്ന എന്തും ലാഭനഷ്ടങ്ങളുടെ ആകെത്തുകയാണ്. ഇതു സാമാന്യജനങ്ങൾക്കു മനസിലാക്കാൻ കഴിയാത്തതുകൊണ്ടാണ് ഇവിടെ മന്ത്രിസഭാമാറലും കുസൃതികളും നടക്കുന്നത്.

എം സിയുടെ ഓർമയ്ക്ക് യുക്തിവാദത്തിലും പുതിയ പൊളിച്ചെഴുത്തു വേണം. ശാസ്ത്രത്തിന്റെ അനന്തസാധ്യതകളിലേക്ക് മുന്നുപാധികളില്ലാതെ കടന്നുചെല്ലാനുള്ള വാതലാണ് യുക്തിവാദം. അമ്പലത്തിന്റേയും പള്ളിയുടേയും മുഖത്ത് മുഷ്ടിചുരുട്ടി മുദ്രാവാക്യം എറിഞ്ഞിട്ടു കാര്യമില്ല. മറ്റൊന്നും ചെയ്യാനായില്ലെങ്കിലും സ്ഥിതി സമത്വവും മാനുഷികബോധവുമുള്ള നല്ല ആളുകളാണ് ഇന്നത്തെ കാലഘട്ടത്തിന്റെ ആവശ്യം. എം സിയുമായുണ്ടായ നൂറായിരം അനുഭവങ്ങളുടെ മീതെ എന്റെ മനസിൽ പൊന്തിവരുന്ന വിചാരം ഇതാണ്.

11

പ്രേംജി എന്ന പ്രിയങ്കരൻ

അരനൂറ്റാണ്ടിനു മുമ്പ് മഹാകവി വള്ളത്തോളിനെ കാണാൻ എനിക്ക് വന്നേരിയിലോളം ഒന്നു പോകേണ്ടിവന്നു. അന്ന് ഞാൻ മുല്ല മംഗലത്താണ് ക്യാമ്പുചെയ്തത്. അത്താഴം കഴിഞ്ഞ് പടിപ്പുരപ്പൂമുഖ പ്പടിയിന്മേലിരുന്ന് വെള്ളരിക്കാച്ചെല്ലം മുമ്പിൽവച്ചു ഞങ്ങൾ—മുതിർന്ന നാലഞ്ചുപേർ—സാഹിത്യപരവും സാമുദായികവുമായ സംഗതികളെപ്പറ്റി സംസാരിക്കാൻ തുടങ്ങി. തലനിറയെ കുടുമ, കാതിൽ കല്ലുവച്ച കടുക്കൻ—ഇതായിരുന്നു അന്നത്തെ എന്റെ വേഷം. ആ കാലത്തെ സംബന്ധിച്ചിടത്തോളം അസാധാരണവും വിപ്ലവാത്മകവുമായ എന്റെ വേഷം കണ്ടിട്ടോ എന്തോ രണ്ടുണ്ണി നമ്പൂതിരിമാർ ഞങ്ങളുടെ സംഭാഷണത്തില ദത്താവധാനന്മാരായി അവിടെ കാണപ്പെട്ടു. നീണ്ടുമെലിഞ്ഞ ഒരു വിദ്വാൻ എന്റെ തൊട്ടടുത്ത് ഉരുമ്മിയിരുന്ന് ഇടത്തെ കൈകൊണ്ട് താടിക്കു മുട്ടുകൊടുത്ത് വായുംപൊളിച്ച് ഞങ്ങളുടെ സംഭാഷണമെല്ലാം ആർത്തിയോടെ ആസ്വദിക്കുകയാണ്. മറ്റേ വിദ്വാനാകട്ടെ മുറുക്കി കൊന്നിക്കിട്ടു കവിളുവീർപ്പിച്ചു കാലുവിറപ്പിച്ചുകൊണ്ട് ഒരു കോസടിയിൽ കിടക്കുകയാണ്. തങ്ങളുടെ വ്യക്തിപ്രഭാവംകൊണ്ടു ചരിത്രം സൃഷ്ടിക്കാൻ പോകുന്ന രണ്ടുണ്ണിനമ്പൂതിരിമാണ്—ഇന്നത്തെ പ്രേംജിയും (എം പി ഭട്ടതിരിപ്പാട്) എം ആർ ബിയും—അവരെന്ന് അന്നു ഞാൻ മനസിലാക്കിയില്ല.

വലതുഭാഗത്ത് വള്ളത്തോൾ, ഇടതുഭാഗത്തു നാലപ്പാട്ട്, ഒരു മിച്ചെപ്പോഴും കുട്ടികൃഷ്ണമാരാരും—ഇതായിരുന്നു അന്നത്തെ മുല്ലമംഗലത്തെ അന്തരീക്ഷം.

ഒരു നാലഞ്ചുകൊല്ലത്തിനുശേഷം മംഗളോദയത്തിൽ ജോലിയും സമുദായപ്രവർത്തനവുമായി ഞാൻ തൃശിവപേരൂരിൽ താമസിച്ചിരുന്ന കാലം. യോഗക്ഷേമസഭയുടെ സമുദായപരിഷ്കരണപ്രസ്ഥാനം മുരടിച്ചു

നിൽക്കുകയായിരുന്നു അന്ന്. അകത്ത് അധിവേദനക്കാരനായ ആരൂരടിതിരിയെപ്പോലുള്ളവർ ഭാര്യമാരുടെ കാതു വലിച്ചുപൊട്ടിക്കുക, പുറത്ത് നമ്പൂതിരിവിദ്യാലയത്തിൽനിന്നു വളർന്നുവന്ന പാണ്ടംപറമ്പത്തു ഭട്ടതിരിയെപ്പോലുള്ളവർപോലും കോവിലകങ്ങളിലേക്കു കൂട്ടിരിപ്പിനു പോവുക, നടുക്ക് യോഗക്ഷേമക്കാർ പൂമുഖത്തിരുന്നു തങ്ങളുടെ സമുദായ പ്രവർത്തനങ്ങളെല്ലാം വെടിപറഞ്ഞു തീർക്കുക. ഈ നാണംകെട്ട നില കണ്ട് യുവജനസംഘത്തിന് വ്യസനവും വെറുപ്പും തോന്നി. പക്ഷേ, യുവജനസംഘത്തിന്റെ വിപ്ലവപരിപാടിക്ക് ആ കനന്ത പൂമുഖവാതിൽ ചവിട്ടിപ്പൊളിക്കാൻ കഴിഞ്ഞില്ല. അതിന്റെ സാക്ഷ നീക്കുവാൻ കന്യകമാരുടെ കൈകൾക്കു കരുത്തുണ്ടാക്കുകയേ നിർവാഹമുള്ളൂ എന്ന് യുവജനസംഘത്തിനു ബോധ്യമായി. അതിനാൽ വിപ്ലവസന്ദേശം അന്തഃപുരത്തിലെത്തിക്കാൻ ഞങ്ങൾ ഒരുക്കുകൂട്ടി. സാഹിത്യമായിരുന്നു ഞങ്ങളുടെ പ്രധാന ആയുധം. വാസനയും കഴിവുമുള്ളവരെ തേടിപ്പിടിച്ചു ചെറുകഥകളും കവിതകളും എഴുതിക്കുക, അവയ്ക്കു വേണ്ടത്ര പ്രസിദ്ധീകരണവും പ്രോത്സാഹനവും കൊടുക്കുക—ഇതൊക്കെയായിരുന്നു എന്റെ പ്രവർത്തനങ്ങൾ. പാശുപതവും ഉണ്ണിനമ്പൂതിരിയും ആ പ്രവർത്തനങ്ങൾക്കായി വിനിയോഗിക്കപ്പെട്ടു. ഈ ഘട്ടത്തിൽ സാവിത്രി എന്ന ഒരന്തർജനം വന്നേരിയിൽനിന്ന് ചെറുകഥകളും കവിതകളും പത്രങ്ങളിലേക്ക് അയക്കാൻ തുടങ്ങി.

കഥാപാത്രമെന്ന നിലയിലെങ്കിലും ഒരന്തർജനം പുറത്തുവന്നു കാണാൻ മോഹിച്ചിരുന്ന എന്നെ വന്നേരി കെ സാവിത്രി അന്തർജനത്തിന്റെ ഈ രംഗപ്രവേശം ആഹ്ലാദംകൊള്ളിച്ചു. മറക്കുടയ്ക്കുള്ളിൽ ഒളിഞ്ഞിരിക്കുന്ന ഒരന്തർജനം ആ മറക്കുട തല്ലിപ്പൊളിച്ച് സമുദായ സേവനത്തിന്റെ വെളിച്ചത്തിലേക്ക് ഇറങ്ങിവന്നുകണ്ടപ്പോൾ വിപ്ലവകാരികൾ ആവേശംകൊണ്ടു. വളരെകഴിഞ്ഞതിനുശേഷമാണ് ഈ സാവിത്രി അന്തർജനം എം ആർ ബിയുടെയും എം പിയുടെയും സങ്കൽപ്പസൃഷ്ടിയാണെന്നു മനസിലായത്. ഏതായാലും ഈ പൊടിക്കൈ സമുദായത്തെ മുഴുക്കെ രസിപ്പിച്ചു. ആര്യാ പള്ളത്തിന്റേയും പരേതയായ പാർവതി നെന്മിനിമംഗലത്തിന്റെയും സമുദായപരിഷ്കരണസംരംഭത്തിന് കരുത്തുകൂട്ടിയതിൽ പ്രസ്തുത സാങ്കൽപ്പിക സാവിത്രിക്കും പങ്കില്ലേ എന്നു ഞാൻ സംശയിക്കുന്നു.

ഏറെത്താമസിയാതെ എം പിയെ *മംഗളോദയ*ത്തിലെ ഒരു സഹപ്രവർത്തകനായി എനിക്കു കിട്ടി. അതോടെ ഞങ്ങളുടെ ബന്ധവും മുറുകി. ഈ അടുപ്പം എന്റെ സാഹിത്യപ്രവർത്തനത്തിനു കൂടുതൽ സഹായകമായിത്തീർന്നു. ആശയങ്ങളുടെ കുടഞ്ഞെടുക്കലിലും കലാശിൽപ്പത്തിലും എം പിയുടെ കൈ വേണമെന്ന് എനിക്കു നിർബന്ധമായി.

എം പിയുടെ ഹൃദയത്തിൽ അണിഞ്ഞൊരുങ്ങിനിന്നിരുന്ന സമുദായാവേശവും കലാബോധവും അരങ്ങത്തു വന്നത് എടക്കുന്നി വാർഷിക

യോഗത്തിൽവച്ചാണ്. അന്ന് അവിടെവെച്ച് ഇദംപ്രഥമമായി അഭിനയിക്കപ്പെട്ട *അടുക്കളയിൽനിന്ന് അരങ്ങത്തേക്ക്* എന്ന സാമുദായിക നാടകത്തിലെ 'വിളയൂരച്ഛൻ നമ്പൂതിരി'—അതായിരുന്നു എം പിയുടെ വേഷം-സമുദായത്തെ ഹഠാദാകർഷിച്ചു. നാടകങ്ങളിലെന്നപോലെ സിനിമാലോകത്തും മികവുറ്റ ഒരു നടനായി പിന്നീടു ശോഭിച്ച പ്രേംജിയുടെ ആദ്യത്തെ അരങ്ങേറ്റമായിരുന്നു അത്. ഇരുപതിൽത്താഴെ പ്രായമുള്ള ഒരു ഉണ്ണിനമ്പൂതിരി അമ്പതിൽപ്പുറം വയസായ ഒരു അച്ഛൻനമ്പൂതിരിയുടെ വേഷത്തിൽ മധ്യാഹ്നഭക്ഷണം കഴിഞ്ഞു തറ്റുടുത്തതു വിഴുക്കാതെ പുറത്തളത്തിലെ മേൽപ്പടിക്കുള്ളിൽനിന്നു തന്റെ പ്രിയപ്പെട്ട വെള്ളിച്ചെല്ലവുമെടുത്തു പൂമുഖത്തേക്കു വരുന്ന ആ വരവ് സദസ്യരുടെ പ്രതീക്ഷാസീമയെ കവച്ചുവയ്ക്കുന്നത്ര തന്മയത്വത്തികവുറ്റതായിരുന്നു. കർട്ടൻ പൊന്തിയപ്പോഴുണ്ടായ സദസിന്റെ കരഘോഷം ഇന്നും എന്റെ ചെവിയിൽ മുഴങ്ങുന്നുണ്ട്.

കൊല്ലവർഷം 1106 ൽ സാധുനമ്പൂതിരി വിദ്യാർഥികൾക്കായി തൃശിവപേരൂരിൽനിന്ന് കാസർകോടുവരെ പൊരിവെയിലത്തു ചാക്കും ചുമലിലിട്ട് ഇല്ലംതോറും കയറിയിറങ്ങിയ ആ നീണ്ട യാചനായാത്രയിലൂടെ എം പി സമുദായപ്രവർത്തനത്തിലേക്കിറങ്ങി. തളിപ്പറമ്പ്, കാറൽമണ്ണ, പേരാമംഗലം വാർഷികയോഗങ്ങൾ, എം ആർ ബിയുടെ വിധവാ വിവാഹം, ഉൽബുദ്ധകേരളം തുടങ്ങിയ സംഭവങ്ങളുടെ കാലത്തെല്ലാം ഞങ്ങൾ ഒന്നിച്ചുനിന്നു പ്രവർത്തിച്ചു. പേരാമംഗലം വാർഷികയോഗത്തിൽവച്ച് വി ടി യുടെ വിപ്ലവപ്രസ്ഥാനത്തെ 'പുകഞ്ഞ കൊള്ളി'പോലെ പുറത്തേക്ക് എറിയാൻ ശ്രമിച്ച സ്ഥാപിതതാൽപ്പര്യക്കാരുടെ നേരെ വീറോടും വാശിയോടുംകൂടി ഏറ്റുമുട്ടിയത് എം പിയാണ്. 1112-ഓടുകൂടി എന്റെ പ്രവർത്തനപരിധി സമുദായികാന്തരീക്ഷത്തിൽ നിന്ന് എന്നിലേക്കു ചുരുങ്ങി. എം പിയുടെ പ്രവർത്തന പരിധിയാകട്ടെ നമ്പൂതിരിത്തത്തിൽ ഒതുങ്ങിനിൽക്കാതെ വികസിക്കുകയാണുണ്ടായത്.

പിന്നീട് അദ്ദേഹം കോൺഗ്രസ്, കോൺഗ്രസ് സോഷ്യലിസ്റ്റ് പാർട്ടി, കർഷകത്തൊഴിലാളിപ്രസ്ഥാനങ്ങൾ, കമ്യൂണിസ്റ്റ് പാർട്ടി ഇങ്ങനെ അതാതുകാലത്തെ പുരോഗമനപ്രസ്ഥാനങ്ങളിലെല്ലാം പ്രവർത്തിച്ചുപോരാൻ തുടങ്ങി. അക്കാലങ്ങളിൽ എം പി എഴുതിയിരുന്ന 'രക്തസന്ദേശങ്ങൾ' നാട്ടുകാർ ആവേശപൂർവം ഏറ്റുപാടി.

ഓങ്ങല്ലൂരിൽവച്ച് യോഗക്ഷേമസഭ വീണ്ടും ഉയിർത്തെഴുന്നേറ്റു. ഞങ്ങൾ തമ്മിൽ വിട്ടുപിരിയാത്ത അതേ എം പിയെത്തന്നെയാണ് താൻതന്നെ എഴുതിയ *ഋതുമതി* എന്ന നാടകത്തിലെ അമ്മാമന്റെ വേഷത്തിൽ ഞാനവിടെ കണ്ടത്. താൻ പുത്രീനിർവിശേഷം വളർത്തിക്കൊണ്ടുവന്ന ദേവകിയെ കരടിയെപ്പോലുള്ള പെറോത്തപ്ഫന്റെ കൂടെ ആചാരഗഹ്വരത്തിലേക്കു പറഞ്ഞയക്കുവാൻ ധാർമികമായി കടപ്പെട്ട ആ അമ്മാമന്റെ വിയോഗദുഃഖം സദസിനെ പൊട്ടിക്കരയിച്ചു. എം പിയുടെ കലാപാടവത്തിനു യാതൊരു തേയ്മാനവും വന്നിട്ടില്ലെന്നു മാത്രമല്ല

കൂടുതൽ തിളക്കം കിട്ടിയിട്ടുണ്ടെന്നുകൂടി കണ്ടപ്പോൾ ഞാൻ അതിരറ്റ് ആഹ്ലാദിച്ചു. വാസ്തവത്തിൽ മലയാളത്തിൽ ഉണ്ടായിട്ടുള്ള ഒരൊന്നാം കിട നാടകമാണ് *ഋതുമതി.*

ഷൊർണൂർ പ്ലാറ്റ്ഫോമിൽവച്ചാണെന്നു തോന്നുന്നു വണ്ടി നീങ്ങാറായപ്പോൾ താടിയും കീറിപ്പറിഞ്ഞ കാക്കി ട്രൗസറും കെയിന്മേലൊരു ഇരിമ്പുവളയുമുള്ള സിക്കുകാരൻ എന്റെ കൈക്കു പിടിച്ചു. ആ രോമക്കാട്ടിൽ ഒരു പുഞ്ചിരി വിരിഞ്ഞപ്പോഴേ അത് എം പിയാണെന്ന് എനിക്കു മനസിലായുള്ളൂ. നൂറായിരം കാര്യങ്ങൾ കൈമാറാനുണ്ടായിരുന്ന ഞങ്ങളെ അത്യാവശ്യം കുശലങ്ങൾ പറയാൻ മാത്രമേ വണ്ടി അനുവദിച്ചുള്ളൂ. ആ കറുത്ത താടിക്കുള്ളിൽ എനിക്കറിയുന്നതും അറിയാത്തതുമായ പല ചരിത്രങ്ങളും ഞാൻ വായിച്ചു. എന്റെ മുഖത്തേക്ക് ഉറ്റു നോക്കുന്ന ആ വിടർന്ന കണ്ണുകളിൽ ആപൽക്കരമായ ഒരു ഭാവി നിഴൽ വീശുന്നുണ്ടായിരുന്നു. എന്റെ മനസിനൊരു ഇടിച്ചൽ തോന്നി.

തൃശ്ശിവപേരൂരിൽ നമ്പൂതിരിവിദ്യാലയത്തിന്റെ മുറ്റത്തുവച്ചാണ് പിന്നീട് ഞാനദ്ദേഹത്തെ കണ്ടത്. വിധവയായ കുറിയേടത്തെ—ആര്യാ അന്തർജനത്തെ—വിവാഹംചെയ്ത എം പിയെ അനുമോദിക്കാനായി ശ്രീ. ഇ എം ശങ്കരൻനമ്പൂതിരിപ്പാടിന്റെ അധ്യക്ഷതയിൽ കൂടിയ സമ്മേളനത്തിൽവച്ച്, ജീവിതത്തിന്റെ നിമ്നോന്നതകളിലൂടെ തപ്പിത്തടഞ്ഞുനടന്നു നിർദിഷ്ടലക്ഷ്യത്തിലെത്തിച്ചേർന്ന ഒരു ധീരയോദ്ധാവിന്റെ മുഖഭാവമാണ് ഞാൻ അദ്ദേഹത്തിൽ കണ്ടത്. ആ മുഖം ആഹ്ലാദപൂർണമായിരുന്നു.

സമുദായപ്രസ്ഥാനം എം പിക്കെന്നപോലെ എം പി സമുദായപ്രസ്ഥാനത്തിനും ഒരു വലിയ നേട്ടമായിട്ടുണ്ട്—അധുനാതനകലാലോകത്തിനുകൂടി.

12

എം ആർ ബി

"ആദർശം' പ്രസംഗിച്ചുനടക്കുന്നവർ നമ്മുടെയിടയിൽ ധാരാള മുണ്ട്. അതെളുപ്പമാണ്. സ്വന്തം പ്രവൃത്തികൊണ്ടു മാതൃക സൃഷ്ടിക്കു വാൻ വെമ്പുന്ന ധീരാത്മാക്കളെയാണ് പരിവർത്തനത്തിനു ദാഹിക്കുന്ന സമുദായത്തിന് ഇന്നാവശ്യം. ഞാൻ ചോദിക്കട്ടെ, ഒരനാഥവിധവ പുനർ വിവാഹത്തിന് ഒരുമ്പെടുകയാണെങ്കിൽ ആ ഭാഗ്യം കെട്ടവളെ കൈക്കൊ ള്ളാൻ നിങ്ങളിലാരെങ്കിലും തയാറുണ്ടോ?"

ഒരു യോഗക്ഷേമഉപസഭാവാർഷിക യോഗത്തിൽവെച്ച് ശ്രീമതി പാർവതി നെന്മിനിമംഗലം തൊടുത്തുവിട്ട ഈ ചോദ്യശരത്തിന്റെ മുമ്പിൽ ആ സദസാകെ ചൂളിപ്പോയി. പെട്രോമാക്സ് വിളക്കിന്റെ ദീപ്രപ്രഭയിൽ അവർ വിരൽചൂണ്ടി നിൽക്കുകയാണ്—പടയൊരുക്കം കഴിഞ്ഞു യുദ്ധ ഭൂമിയിൽ തിരിച്ചെത്തിയ ഝാൻസിറാണിയെപ്പോലെ. സദസാകെ നിശ്ശ ബ്ദം.

പെട്ടെന്ന് ഇരുനിറത്തിൽ തെല്ലു മാംസളമായ ഒരു പുതുമുഖം, മത്സ്യം ജലപ്പരപ്പിലേക്കെന്നപോലെ, സാവകാശം ആ ജനമധ്യത്തിൽ പൊന്തിവന്നു. തീക്ഷ്ണങ്ങളായ രണ്ടു നയനങ്ങൾ ആ മുഖമണ്ഡലത്തെ മിന്നിത്തിളക്കി. ഈ നവോത്ഥാനത്തെ സദസ്സ് ഉൽക്കണ്ഠയോടെ നോക്കി ക്കണ്ടു.

"ഉവ്വ്, ഞാൻ തയാറുണ്ട്," ആ മുഖം താണു. മരവിച്ചിരുന്ന മനു ഷ്യാത്മാക്കളിൽ ചലനമുണ്ടായി. ആഹ്ലാദപ്രകടനങ്ങളാൽ അന്തരീക്ഷം മുഖരിതമായി.

ശ്രീ. എം ആർ ബിയുടെ ജീവിതത്തിലേക്കു തിരിഞ്ഞുനോക്കു മ്പോൾ സംവത്സരങ്ങൾക്കുമുമ്പു നടന്ന ഈ സംഭവം എനിക്കോർമവരു കയാണ്. പ്രായപൂർത്തിയിലേക്കു 'പദേ പദേ' കയറിവരുന്ന ഈ ഉണ്ണിനമ്പൂതിരിയുടെ ഭീഷ്മപ്രതിജ്ഞ എന്നെങ്കിലുമൊരിക്കൽ സാ

ക്ഷാൽക്കരിക്കപ്പെടുമെന്ന് അന്നാരും പ്രതീക്ഷിക്കാനിടയില്ല. കാരണം, കനിഷ്ഠവിവാഹംപോലും സമുദായത്തിന് ഒരു മധുരസ്വപ്നമായിരുന്നു അന്ന്. കന്യാദാനം കാംക്ഷിച്ചു കയറിച്ചെല്ലുന്ന ഒരു കനിഷ്ഠനെ കൈക്കൊള്ളാൻപോലും നമ്പൂതിരിയുടെ നാലുകെട്ട് അന്നു തയാറായിക്കഴിഞ്ഞിരുന്നില്ല. ആ നടുമുറ്റത്തെ മുല്ലത്തറയിന്മേൽ വിടർന്നതും വിടരുന്നതുമായ കന്യകാത്വം സൂര്യകാന്തിപോലെ 'ഇല്ലത്തുമൂസ്സിന്ന്' ഉന്മുഖമായി മൊട്ടിടും, വിരിയും, വാടും.

സ്വന്തം കൈകൊണ്ട് മംഗല്യച്ചരടു പൊട്ടിച്ചെറിയുവാൻ വിധിക്കപ്പെട്ട വിധവയുടെ നഗ്നമായ ആ കൈത്തണ്ടമേൽ സൗഹൃദത്തിന്റെ വിരൽപ്പാട് അലങ്കരിക്കാനോ അവശിഷ്ടജീവിതത്തിൽ മധുരംപകരാനോ ആരും ഒരുക്കമായിരുന്നില്ല. അത്തരം പരിവർത്തനങ്ങളെപ്പറ്റി സാമുദായികനേതൃത്വത്തിന് യാതൊരു ചിന്തയുമുണ്ടായിരുന്നില്ല.

അത്തരമൊരു കാലാവസ്ഥയിൽ ഈ യുവാവിൽനിന്ന് വിപ്ലവത്തിന്റെ ആഗ്നേയാംശം ഇങ്ങനെ പുറപ്പെട്ടപ്പോൾ ഞാൻ ആശിച്ചു. ഈ ഉയിർത്തെഴുന്നേൽപ്പ് ഭാവിക്കൊരു വാഗ്ദാനമായിരുന്നെങ്കിൽ എന്ന്. അങ്ങനെയാണ് ശ്രീ. എം ആറിന്റെ വ്യക്തിത്വത്തെ ഞാൻ ആദരിക്കാൻ തുടങ്ങിയത്. കൊല്ലങ്ങൾക്കുശേഷം തൃത്താലയിലുള്ള എന്റെ വസതിയിൽ ഞങ്ങളുടെകൂടെ താമസിച്ചിരുന്ന ഭാര്യാസഹോദരി ഉമാ അന്തർജനം പുനർവിവാഹത്തിനു തയാറായപ്പോൾ എം ആറിന്റെ ശപഥം എനിക്ക് ഓർമവന്നു. അദ്ദേഹംതന്നെ അവരെ വരിക്കുകയും ചെയ്തു.

സ്ത്രീധനമില്ല. സമുദായത്തിന്റെ സഹകരണമില്ല. ഭാവിയിലേക്ക് ഉറ്റുനോക്കുമ്പോൾ ശൂന്യതയല്ലാതെ മറ്റൊന്നും പ്രതീക്ഷിക്കാവതല്ല. എന്നിട്ടും ഈ സാഹസികതയ്ക്ക് അദ്ദേഹത്തെ പ്രേരിപ്പിച്ച ചേതോവികാരം എന്തായിരുന്നു? കേവലം മനുഷ്യപ്രേമം മാത്രമാണ് അദ്ദേഹത്തിനു പ്രേരകമായത്. ആ നിർഭാഗ്യവതിയെ ദുഃഖക്കയത്തിൽനിന്നു രക്ഷപ്പെടുത്താൻ തന്റെ കൈ ഉപകരിച്ചെങ്കിൽ എന്നു മാത്രമായിരിക്കണം അദ്ദേഹം കരുതിയത്. ഇതിന്റെ ഫലമായി എം ആർ സമുദായത്തിൽനിന്ന് ഒറ്റപ്പെടുകയുണ്ടായി. ജീവിച്ചിരിക്കെ സ്വന്തം കൂടപ്പിറവികൾപോലും അദ്ദേഹത്തിന്റെ പിണ്ഡംവച്ചു. ജീവിക്കാൻ പണമില്ല, കയറിച്ചെല്ലാനിടമില്ല, കൈനീട്ടിയാൽ വാരിയെടുക്കാവുന്ന ജോലിയില്ല.... അങ്ങനെ ആത്മാവിൽ ഉമിത്തീയുമായി ആരംഭിച്ച ആ ദാമ്പത്യം ഇന്നും നിലനിന്നുപോരുന്നു. ഇവരുടെ ഓരോ കാൽവയ്പ്പും ഒരായിരം മരണത്തേക്കാൾ മഹത്തരമാണെന്നു ഞാൻ കരുതുന്നു.

വന്നേരിനാട്ടിലെ ഒരിടത്തരം നമ്പൂതിരികുടുംബത്തിലാണ് എം ആർ ജനിച്ചു വളർന്നത്. നിലവിലുണ്ടായിരുന്ന സാമുദായിക സംവിധാനക്രമം തകർന്നടിയുന്ന ആ കാലത്ത് വണ്ടി മാറിക്കയറിയ യാത്രക്കാരനെപ്പോലെ ശൈശവം അവിടെ കഴിച്ചുകൂട്ടി. വളർന്നുവരുന്ന മനുഷ്യാത്മാക്കൾക്ക് ആ പരിതഃസ്ഥിതി അനുയോജ്യമല്ലെന്നു കാണെക്കാണെ അദ്ദേഹത്തിന് ബോധ്യമായി.

പകൽവെളിച്ചത്തിൽ കൊളുത്തിയ നിലവിളക്കിന്റെ മുമ്പിൽ

കണ്ണടച്ചിരുന്ന് ആത്മാവിനു പ്രകാശം നൽകുന്ന ഐന്ദ്രജാലവിദ്യയാൽ അദ്ദേഹം വ്യാമോഹിതനായില്ല. പുതുമുഖങ്ങളും പുത്തൻചിന്താഗതികളും മണത്തറിയാൻ അദ്ദേഹത്തിന്റെ ഹൃദയം തിടുക്കംകൂട്ടി. സമീപത്തുതന്നെയുള്ള മഹാകവി വള്ളത്തോളിന്റെയും നാലപ്പാട്ടിന്റെയും വ്യക്തിപ്രഭാവം അദ്ദേഹത്തെ ആകർഷിച്ചു. അവരുടെ സന്തതസഹചാരിയായിരുന്ന കുട്ടികൃഷ്ണമാരാര് ഈ വളർച്ചയ്ക്കു പ്രോത്സാഹനം കൊടുത്തു. അങ്ങനെയാണ് എം ആർ സാഹിത്യത്തിലും കലയിലും പയറ്റാനുള്ള പരിശീലനം നേടിയത്.

നാലപ്പാട്ടിന്റെ *പാവങ്ങൾ* എന്ന വിശിഷ്ടഗ്രന്ഥം പുറത്തുവന്നത് അക്കാലത്താണ്. ആ ഗദ്യശൈലി മറ്റു പലർക്കുമെന്നപോലെ എം ആറിനും മാർഗദർശകമായി. സ്വന്തം അഭിലാഷങ്ങളും അഭിപ്രായങ്ങളും അനുവാചകരെ ആകർഷിക്കത്തക്ക ശൈലിയിൽ കൈകാര്യം ചെയ്യാനുള്ള പാടവം അദ്ദേഹം നേടിയെടുത്തു. തീക്ഷ്ണവും മധുരവുമായ 'എം ആർ ശൈലി' വളർന്നുവരുന്ന യുവാക്കളെ ആകർഷിച്ചിട്ടുണ്ട്.

നമ്പൂതിരിമാരുടെ സാമൂഹ്യപ്രസ്ഥാനം കൊടുമ്പിരികൊണ്ടിരുന്നപ്പോൾ ഒളിഞ്ഞും തെളിഞ്ഞും അദ്ദേഹം കഥകളും ലേഖനങ്ങളും എഴുതിയിട്ടുണ്ട്. 'വന്നേരി കെ സാവിത്രി അന്തർജനം' എന്ന എഴുത്തുകാരി എം ആർ എം പിമാരുടെ സങ്കൽപ്പസൃഷ്ടിയായിരുന്നു. ഈ നവാഗതയുടെ രംഗപ്രവേശം അന്തപ്പുരം കാവൽക്കാരെ പ്രകമ്പനംകൊള്ളിച്ചിട്ടുണ്ട്. സാഹിത്യത്തിൽ മാത്രമല്ല അയിത്തോച്ചാടനം, പൂണൂൽ പൊട്ടിക്കൽ, ആചാരലംഘനം, മിശ്രവിവാഹം ഇങ്ങനെ ഏതു സാമുദായികപരിഷ്കരണസംരംഭത്തിലും അദ്ദേഹം മുന്നിലായിരുന്നു.

അന്നത്തെ പടക്കളം ഇന്നു പൊന്തകെട്ടിക്കിടക്കുകയാണ്. സമുദായരംഗത്തിൽ ഒരുകാലത്തൊന്നിച്ചുകൂടി പല വിപ്ലവപ്രവർത്തനങ്ങളിലും ഇടപെട്ട് അത്ഭുതാവഹങ്ങളായ ധീരകൃത്യങ്ങൾ നിർവഹിച്ച പലരും ഇന്ന് ആ പൊന്തയ്ക്കുള്ളിൽ ഒളിച്ചിരിപ്പാണ്. മീശവയ്ക്കും, പൂണൂലിടും, മാംസം തിന്നും, ഓത്തൂട്ടിനു കൊട്ടിക്കും, പശുദാനം വാങ്ങും, പുതുമ പ്രസംഗിക്കും. ഇങ്ങനെ പ്രസ്ഥാനത്തിന്റെ നേട്ടവും സമൂഹത്തിന്റെ പ്രശസ്തിയും വിറ്റു കാശാക്കാൻ സംസ്കാരശൂന്യരായി അധപ്പതിച്ചിരിക്കുകയാണ് അവർ.

വിലോഭനീയങ്ങളായ ഇത്തരം പ്രലോഭനങ്ങളിൽ കുടുങ്ങാതെ എം ആർ ബി ഇന്നും എം ആർ ബിയായിത്തന്നെ നിൽക്കുന്നു. അതുമൂലം അനേകം ദുഃഖങ്ങളും ദുരിതങ്ങളും വിഴുങ്ങാൻ അദ്ദേഹം ശീലിക്കുകയുണ്ടായി. അവശരുടെയും ആർത്തരുടെയും നില സ്വാനുഭവത്തിലൂടെ മനസിലാക്കിയിട്ടുള്ള ആളാണ് അദ്ദേഹം. അങ്ങനെ ഭൂതകാലാനുഭവങ്ങളുടെ പിൻനിലാവിൽ കല്ലും മുള്ളും നിറഞ്ഞ കഷ്ടപ്പാടുകളെ 'പൊൻചൂലുമായെത്തുന്ന ഉദയസൂര്യൻ' അടിച്ചുവാരുമെന്നു പ്രതീക്ഷിച്ച് ഈ വാർധക്യത്തിലും സുഹൃന്മണ്ഡലത്തിന്റെ ആരോമലുണ്ണിയായി നിരന്തരം ചിന്തിച്ചും എഴുതിയും ഒരു വാടകവീട്ടിൽ അദ്ദേഹം കഴിഞ്ഞുകൂടുന്നു.

ഭാഗം 3
ഭാഷയും സംസ്കാരവും

ഭാഷയും സംസ്കാരവും
ആനുകാലിക പ്രസിദ്ധീകരണങ്ങൾ
എന്നെ ആകർഷിച്ച പുസ്തകം
നാട്ടിൻപുറത്തെ നാടകവേദി
രാമായണത്തിലെ സൗഹാർദബന്ധങ്ങൾ
വള്ളത്തോൾക്കമ്പം

1

ഭാഷയും സംസ്കാരവും

“**സം**സ്കൃതം ഒരു മൃതഭാഷയാണ്. അതിന്റെ കാലം അവസാനിച്ചുകഴിഞ്ഞു. ഇനിയും അതിനെ ഉയിർത്തെഴുന്നേൽപ്പിച്ചാൽ പ്രേതോപദ്രവമായിട്ടേ പര്യവസാനിക്കൂ.”

അഭിവന്ദ്യരായ ചില അഭ്യസ്തവിദ്യർ ഇങ്ങനെ ആവലാതിപ്പെട്ടിട്ടുണ്ട്. അവരുടെ അഭിപ്രായത്തോടു യോജിക്കാൻ ഇന്നോളം എനിക്കു കഴിഞ്ഞിട്ടില്ല.

“കാദംബരീരസജ്ഞാനാ-
മാഹാരോƒപിന രോചതേ” എന്ന ഈരടി ഒരുകാലത്ത് കേരളീയ കുടുംബങ്ങളിൽ ശംഖനാദംപോലെ മുഴങ്ങിയിരുന്നു. ബൃഹൽകാദംബരീപഠനനിഷ്ണാതരായ വിദ്യാർഥികൾക്ക് ആഹാരത്തിൽക്കൂടി ശ്രദ്ധ കുറഞ്ഞുവെന്നാണല്ലോ ഇതിന്റെ താൽപ്പര്യം. അക്കാലത്തിനുശേഷം പുരോഗമനാത്മകങ്ങളായ പല പ്രസ്ഥാനങ്ങളും പ്രചരിച്ചുകഴിഞ്ഞു. ഇന്നു നാം ചെന്നുപെട്ടിരിക്കുന്നത് മദ്യപ്രചരണപ്രസ്ഥാനത്തിന്റെ കാലത്താണ്. ഈ സാമ്പത്തികാസൂത്രണത്തിന്റെ തിരശ്ശീലയ്ക്കു പിന്നിൽ നിന്ന് ഇന്നും നാം കേൾക്കുന്നതെന്താണ്?

“കാദംബരീരസജ്ഞന്മാർ-
ക്കൂണുംകൂടി ലഭിച്ചീടാ” എന്ന അതിന്റെ മലയാളതർജുമ തന്നെ. അവിടെ ബൃഹൽകാദംബരീഗ്രന്ഥമെന്നിടത്ത് ഇവിടെ വലിയ കള്ളിൻകുടം എന്നു വ്യാഖ്യാനിക്കണമെന്നു മാത്രം!

അപ്പോൾ ഭാഷയ്ക്കല്ല മാറ്റവും മരണവും. മനുഷ്യനാണ്. ഈ രുചിഭേദത്തിന്റെ പേരിൽ സംസ്കൃതഭാഷയെ മണ്ണിൽ പൂഴ്ത്താൻ ശ്രമിക്കുന്നതു വിഢ്ഢിത്തമാണ്. മരണാനന്തരം കുഴിച്ചുമൂടുകയോ ചുട്ടുകരിക്കുകയോ ചെയ്യുന്നത് മനുഷ്യനെയാണ്, ഭാഷയെയല്ല. പുരോഗമനത്തിന്റെ

പേരിൽ മനുഷ്യാത്മാവിനെ ചവിട്ടിമെതിക്കുവാനാവില്ല. ഈ ഭൂമി മുഴവൻ കിളച്ചു മറിച്ചാലും സനാതനസസ്യം മുളച്ചുപൊന്താതിരിക്കയില്ല. അതിപരിചയംകൊണ്ട് അരിശം തോന്നുമ്പോൾ ശകാരപ്പേരു വിളിക്കാം, പരിഹസിക്കാം. ഒക്കെ ശരി, പക്ഷേ, മരിച്ചല്ലാതെ പുലകുളിക്കാൻ പറ്റില്ലല്ലോ.

ഞാൻ സമ്മതിക്കുന്നു, പൂണുനൂൽ വല്ലാതെ വലിഞ്ഞു മുറുകിയപ്പോൾ ബ്രാഹ്മണനു ശ്വാസംമുട്ടി. അവൻ കണ്ണു തുറിച്ചു. അവന്റെ ക്രിയാശക്തി കൈവിട്ടു. ചൈതന്യം കെട്ടു. അതേ ആവേശത്തോടെ ഇതും എനിക്കു സമ്മതിക്കേണ്ടിവന്നിരിക്കുന്നു. തലയേക്കാൾ കനം കിരീടത്തിനു വന്നപ്പോൾ രാജാവ് മറിഞ്ഞുവീണു. ആ രാജാവിന്റെ മൃതദേഹത്തിൽനിന്ന് പതിനൊന്നു രാജകുമാരന്മാർ പൊട്ടിമുളച്ചു. അകമ്പടിക്കാർ, രക്ഷാപുരുഷന്മാർ, ആപ്പീസ് സെക്രട്ടറിമാർ, ഓരോരുത്തർക്കും വേറെ വേറെത്തന്നെ! അപ്പോൾ കൊട്ടാരച്ചെലവു കൂടുകയോ കുറയുകയോ? സന്ദർശനം, നിവേദനം, ആലോചിക്കൽ, നിഷേധിക്കൽ എല്ലാം ആ പണ്ടത്തെ രാജാവിന്റെ സ്വരത്തിൽത്തന്നെ. അതങ്ങനയേ വരൂ. 'രഘൂണാമവയം വക്ഷ്യേ' എന്നാരംഭിച്ച കാളിദാസകാവ്യം അവസാനിക്കുന്നത് എവിടെയാണ്? ആജന്മശുദ്ധാത്മാക്കളും ആഫലോദയകർമാക്കളുമായ രഘുവംശരാജപരമ്പര കാണെക്കാണെ ക്ഷീണിച്ച് അലസനും അംഗനാലോലുപനുമായ അഗ്നിപർണനിൽച്ചെന്നല്ലേ അവസാനിക്കുന്നത്?

"തൽ ഗവാക്ഷവിവരാവലംബിനാ
കേവലേന ചരണേന കല്പിതം."

എന്ന മട്ടിലാണ് അദ്ദേഹത്തിന്റെ പൊതുസേവനം! ഈ അധപ്പതനത്തിന് സംസ്കൃതഭാഷയാണോ ഉത്തരവാദി?

ചരിത്രപുസ്തകം വിടർത്തി നോക്കിയാൽ ഇങ്ങനെ പലതും കാണാൻ സാധിക്കും. പണത്തിനും കാമത്തിനുംവേണ്ടി ആവർത്തിക്കപ്പെടുന്ന ഇത്തരം എല്ലാ ദുഷ്പ്രവണതകളും അസംസ്കൃതചിന്തകളുടെ ദുർഭഗസന്തതികളാണ്. രഘുവിലുള്ള സഹജാവബോധം നഷ്ടപ്പെട്ടപ്പോഴാണ് അഗ്നിപർണൻ പൊന്തിവന്നത്. കേരളത്തിലെ കുടുംബങ്ങളിൽത്തന്നെ ഇത്തരം അഗ്നിപർണന്മാർ നൂറായിരം ഉണ്ടായിട്ടുണ്ട്.

സംസ്കാരസമ്പന്നമായ ഒരു ഗുരുകുലം അങ്ങനെ മുടിഞ്ഞു എന്നു വിചാരിക്കുക. ആ ചിതാഭസ്മത്തിൽനിന്ന് ചില പടുമരം മുളച്ചുപൊന്തി. അധികാരി, റിട്ടയേർഡ് ഇൻസ്പെക്ടർ, ഡോക്ടർ, ഷാപ്പുടമസ്ഥൻ, നാട്ടുകാര്യസ്ഥൻ ഇങ്ങനെ പടർന്നു പന്തലിച്ച ഈ പടുമരങ്ങളുടെ ഛായയിലാണ് ഇന്ന് അവിടത്തെ പൊതുജനം അടിഞ്ഞുകൂടിയിരിക്കുന്നത്. ആ ചുടുകാട്ടിൽനിന്ന് അസ്തമനത്തിനുശേഷം കാലംകോഴിയുടെ 'കുത്തിച്ചുടു' എന്ന നിലവിളിയല്ലാതെ മറ്റൊന്നും കേൾക്കപ്പെടാറില്ല. ജനകീയ ജനാധിപത്യത്തിന്റെ പേരിൽ നമ്മുടെ നാട് ഇന്നു വാഴ്ത്തപ്പെടുകയാണ്.

ചരിത്രപ്രസിദ്ധമായ കിഴക്കെ കോവിലകംവക ഭണ്ഡാരസ്വത്തുക്കൾ ലേലംചെയ്തു വിറ്റതായി പത്രപ്രസ്താവന കാണുകയുണ്ടായി. വിദുഷിയായിരുന്ന മനോരമത്തമ്പുരാട്ടി ധരിച്ചിരുന്ന രത്നാഭരണങ്ങളും കൂട്ട

ത്തിൽ വലിയ വിലയ്ക്കു കൊള്ളാനാളുണ്ടായത്രെ. ചരിത്രാവശിഷ്ടങ്ങളെന്ന നിലയിൽ സർക്കാർ വിലയ്ക്കു വാങ്ങി ഗവേഷണനിലയങ്ങളിൽ സൂക്ഷിക്കാൻ ഇവിടെ അധികൃതർ എത്തിയില്ല. പിന്നാലെ വരുന്ന ഇളം തലമുറകൾക്ക് അത് ഉത്തേജനംനൽകുമായിരുന്നില്ലേ? എന്തായാലും തൽക്കാലം നമുക്ക് ഇങ്ങനെ സമാധാനിക്കുക—'മനോരമായാം രമതേ മനോ മേ' എന്ന പദ്യശകലമെങ്കിലും പൊതുജനത്തിന്റേതായിട്ടുണ്ടല്ലോ എന്ന്.

ഇനി നമുക്ക് കലാരംഗത്തേക്കു കടക്കാം. 'കാലേ കദാചിദഥ കാമിജനാനുകൂലേ' എന്നാരംഭിക്കുന്ന കഥകളിപ്പദം ചൊല്ലിയാടുമ്പോൾ ഊമക്കളിയെന്നപഹസിക്കുന്നവർ 'കായലരികത്തു വലയെറിഞ്ഞപ്പോൾ വളകിലുക്കിയ സുന്ദരീ' എന്ന സിനിമാപ്പാട്ടിൽ തലയാട്ടി ആസ്വദിക്കുകയും ചെയ്യുന്നു.

ഇതിൽനിന്നെല്ലാം നാം മനസിലാക്കുന്നത് എന്താണ്? രസത്തിനല്ല, രസനയ്ക്കാണു മാറ്റമെന്നുതന്നെ! രുചിഭേദമെന്ന് അതിനെ വിളിക്കാം. യാഗശാലയിലെ വപാസ്വാദനം ആഭാസകരമെന്നു പറയുന്നവർക്ക് മാംസമത്സ്യാഹാരങ്ങൾ പോഷകമായി ആസ്വദിക്കാം.

രസനയേക്കാൾ മഹത്തായ ഒരവയവം നമുക്കുണ്ട്—തൃപ്തിപ്പെടുത്തേണ്ട ഒരു വിശിഷ്ടവസ്തു, ആത്മാവ്. അതിനുള്ള പോഷകം നമുക്കു നഷ്ടമാവുകയാണ്. ഇവിടെയാണു കുഴപ്പം.

സംസ്കൃതഭാഷയെ തേജോവധം ചെയ്യാനുള്ള ആധുനികപ്രവണതയുടെ അടിയിൽ കിടക്കുന്നതെന്താണ്? അതു മതത്തിന്നൊറ്റുനിന്നിരുന്നുവത്രേ. എന്താണ് ഈ മതമെന്നു സമഗ്രമായി ചിന്തിക്കുമ്പോഴല്ലാതെ ഈ പ്രശ്നത്തിനു സമുചിതമായ മറുപടി കിട്ടാൻ സാധ്യമല്ല.

വനാന്തരങ്ങളിൽ വേട്ടയാടി നടന്നിരുന്ന യുഗമനുഷ്യൻ മുതൽ ചന്ദ്രലോകത്തിലേക്കു കുതിച്ചുയരുന്ന ധീരോദാത്തർവരെ കൈക്കൊണ്ടുപോന്ന വിജ്ഞാനാന്വേഷണതൃഷ്ണ മനുഷ്യനിൽ നിലീനമായി കിടപ്പുണ്ട്. ഈ സാങ്കേതത്തിനു പൂർവികർ സൗകര്യപൂർവം മതമെന്നു വിളിച്ചുപോന്നു എന്നുമാത്രം. സത്യാന്വേഷണത്തിനിടയിൽ കൈക്കൊണ്ട ആയുധങ്ങൾക്കു മൂർച്ചയും സൗന്ദര്യവും വർധിപ്പിക്കാൻ ആവശ്യമായ ഒരു പണിപ്പുര മാത്രമാണ് മതം. മനുഷ്യൻ എവിടെ അധിവസിച്ചിട്ടുണ്ട് അവിടെ അതിന്റെ മേൽപ്പുരയും പൊന്തിവന്നിട്ടുണ്ട്. തലമുറ തലമുറയായി കൈമാറിപ്പോരാവുന്ന ഒരു സ്ഥാപനമല്ല അത്. അതിനൊരവകാശിയുമില്ല. പ്രകൃതിയുടെ പ്രതിഭാസങ്ങളെ അപഗ്രഥനം ചെയ്ത് ജീവിതത്തിനു കാന്തിയും മൂല്യവും കൈവരുത്തണമെന്നഭിലഷിക്കുന്നവർക്ക് അവിടെ കയറിച്ചെല്ലാം. ഈ പ്രക്രിയയിൽ പങ്കെടുക്കാം. മനുഷ്യൻ തന്നിലുള്ള മൃഗീയതയെ മെരുക്കാൻ ആദ്യമായി കയറിച്ചെന്നത് അവിടേക്കാണ്. അങ്ങനെ ജീവിതാപഗ്രഥനത്തിലൂടെ പൊന്തിവന്ന ഒരു കാട്ടാളനത്രെ സാക്ഷാൽ വാല്മീകി. ഇദ്ദേഹം കൈകാര്യംചെയ്തുവെന്നതാണോ ഈ ഭാഷയുടെ ദോഷം?

ഉൽപ്പന്നങ്ങൾ കൈമാറാൻ ഉപകരിക്കുന്ന അളവുപാത്രംപോലെ, അല്ലെങ്കിൽ അതിനു വിലയിരുത്തുന്ന നാണയംപോലെ, ആശയങ്ങൾ കൈമാറാനുള്ള ഒരു മീഡിയമത്രേ ഭാഷ. അതു ചെമ്പുകൊണ്ടോ സ്വർണംകൊണ്ടോ നിർമിക്കാം. മൂല്യനിർണയം വേണമെന്നു മാത്രം! വിജ്ഞാനം കൈമാറാൻ ഏതു ഭാഷയും ഉപകരിക്കും. അതു കൈകാര്യം ചെയ്യുന്നവരിൽ കനത്ത നിക്ഷേപമുണ്ടായിരിക്കണം. സംസ്കാരസമ്പന്നന്മാർ പെരുമാറുന്ന ഭാഷയും സമ്പന്നമായിരിക്കും. സംസ്കൃതഭാഷയ്ക്ക് അങ്ങനെ ഒരു നല്ലകാലമുണ്ടായിരുന്നു. വാല്മീകി, വ്യാസൻ തുടങ്ങിയ ആദിപിതാക്കൾ കൈകാര്യംചെയ്തുപോന്നതുകൊണ്ട് സംസ്കൃതഭാഷയും സംശുദ്ധമായി.

പക്ഷേ, ഇന്നു സ്ഥിതിമാറി. ഇന്നെല്ലാവരും ലോകസേവാനിരതരായിട്ടാണ് അഭിമാനിക്കുന്നത്. എല്ലാ രാഷ്ട്രീയസംഘടനകളും ലോകക്ഷേമാർഥം മാത്രം നിലകൊള്ളുന്ന പുണ്യാവതാരങ്ങളാണ്. ഒന്നിലല്ലെങ്കിൽ മറ്റൊന്നിൽ പേർ രജിസ്റ്റർചെയ്യാതെ നിലയില്ല എന്നായിരിക്കുന്നു. ഞാൻ തുറന്നു പറയട്ടേ, ഈ പ്രവണതകളെല്ലാം ഒരുതരം മറുകണ്ടംചാടലാണ്. വ്യക്തി, കുടുംബം, സമുദായം ഈ നിലയ്ക്കു പടിപടിയായുള്ള സേവനസന്നദ്ധത നാം സമാർജിക്കേണ്ടതായിട്ടാണിരിക്കുന്നത്. അതിനു സമൂഹത്തെ കാത്തുനിൽക്കേണ്ടതില്ല. വ്യക്തിനിഷ്ഠമായിത്തന്നെ അതാരംഭിക്കാം. താൻ ആത്മാർഥമായി വിശ്വസിക്കുന്ന കർമപദ്ധതിയിൽക്കൂടി മുമ്പോട്ടു പോവുക.

കൈയിൽ കിട്ടിയ ആദ്യത്തെ പിപാസാർത്തന് സമാധാനത്തിന്റെ ശീതളജലം പകർന്നുകൊടുക്കുക. അങ്ങനെ അതൊരു തണ്ണീർപ്പന്തലായിത്തീരും. പരിവർത്തനത്തിന്റെ പൊരിവെയിലേറ്റു പാഞ്ഞുവരുന്ന പാന്ഥർക്ക് അത് ആശ്വാസമരുളുന്ന ഒരു സങ്കേതമായിത്തീരും. ആ ആശ്രമവേദിയിൽ മുറ്റിത്തഴച്ചുവളരുന്ന ഫലവൃക്ഷങ്ങളിൽ,

"ദ്വാ സുപർണാ സയുജാ സഖായാ
സമാനം വൃക്ഷം പരിഷസ്വജാതേ
തയോരന്യഃ പിപ്പലം സ്വാദ്വത്യനശ്ന-
ന്നന്യോ അഭിചാകശീമഃ' എന്ന മധുരഗാനം കേട്ട് കേരവൃക്ഷം തലയാട്ടും. അപ്പോൾ അടഞ്ഞുകിടക്കുന്ന ജനതയുടെ ഹൃദയകവാടം താനേ തുറന്നുകൊള്ളും.

2

ആനുകാലിക പ്രസിദ്ധീകരണങ്ങൾ

ഈ രാജ്യത്തെ ദേശീയപ്രസ്ഥാനത്തിന് ആനുകാലിക പ്രസിദ്ധീകരണങ്ങൾ നൽകിയ പ്രചോദനത്തെക്കുറിച്ചു ചിന്തിക്കുമ്പോൾ ആ ഇനത്തിൽപ്പെടാത്ത ചില പുസ്തകങ്ങളേയും ലഘുലേഖകളേയും കുറിച്ച് ആദ്യം അനുസ്മരിക്കേണ്ടിവരുന്നു. കെ പി കേശവമേനോന്റെ *ബിലാത്തിവിശേഷം* പുറത്തുവന്നപ്പോൾ 'സ്വരാജ്യമിതാ കണ്ണിൽ നിന്നു മറയുന്നു' എന്ന അതിലെ പ്രഥമവാചകം എന്നെപ്പോലുള്ള യുവജനങ്ങളുടെ ഹൃദയങ്ങളിൽ സ്വാതന്ത്ര്യതൃഷ്ണ ഉത്തേജിപ്പിക്കുവാൻ സഹായിച്ചിട്ടുണ്ട്. നമ്മുടെ കൈവിട്ടുപോയ സ്വാതന്ത്ര്യത്തെക്കുറിച്ച് വായനക്കാരെ ബോധവാന്മാരാക്കുവാൻ ആ വാക്യത്തിനു കഴിഞ്ഞിട്ടുണ്ടെന്നു തോന്നുന്നു. അതുപോലെ സ്വദേശാഭിമാനി രാമകൃഷ്ണപിള്ള കാൾ മാർക്സിനെക്കുറിച്ച് എഴുതിയ ലഘുലേഖ മലയാളക്കരയിലെന്നല്ല ഇന്ത്യയിൽ ത്തന്നെയും മാർക്സിയൻ ചിന്താഗതിയെക്കുറിച്ചു വളരെയൊന്നും ആരും കേട്ടിട്ടില്ലാതിരുന്ന കാലത്താണ് പ്രസിദ്ധീകൃതമായത്. അതും ഈ നാട്ടിലെ ചിന്താശീലരുടെ മനസിൽ വളരെയധികം സ്വാധീനം ചെലുത്തിയിട്ടുണ്ട്. ഒ ചന്തുമേനോൻ *ഇന്ദുലേഖ* എന്ന നോവൽ എഴുതിയത് ഒരുപക്ഷേ, ആസ്വദിക്കാനും രസിക്കാനുമാകാം. പക്ഷേ, നമ്പൂതിരിസമുദായത്തിൽ അതെന്തു മാറ്റമാണ് വരുത്തിത്തീർത്തതെന്നോ! *അടുക്കളയിൽനിന്ന് അരങ്ങത്തേക്ക്* തുടങ്ങിയ നാടകങ്ങൾ എത്ര മറക്കുടകളെയാണ് ഒരു രാത്രികൊണ്ടു തല്ലിപ്പൊളിച്ചത്!

ഇനി ആനുകാലികപ്രസിദ്ധീകരണങ്ങളുടെ കാര്യത്തിലേക്കു കടന്നാൽ എടുത്തുപറയേണ്ടവ ഗാന്ധിജിയുടെ *യങ് ഇന്ത്യ, ഹരിജൻ, നവജീവൻ* തുടങ്ങിയ വാരികകളാണ്. അവ ഈ രാജ്യത്തു ദേശീയബോധത്തിന്റെ അലയടി ഉയർത്തിയെന്നു മാത്രമല്ല ഗാന്ധിജിയുടെ തത്വദർശ

നങ്ങളെ ഇന്ത്യയിലും പുറത്തും പ്രചരിപ്പിക്കുകയും ചെയ്തു. കെ അയ്യപ്പന്റെ *സഹോദരൻ* പത്രം മാളികപ്പുറത്തു കഴിഞ്ഞിരുന്ന നമ്പൂതിരിമാരെ താഴത്തേക്ക്, മനുഷ്യസമുദായത്തിലേക്ക് ഇറക്കിക്കൊണ്ടുവരുകയും എല്ലാവരുടേയും സുഖദുഃഖങ്ങളിൽ പങ്കുകൊള്ളേണ്ടതാണ് അവരെന്നു ബോധ്യമാക്കിക്കൊടുക്കുകയും ചെയ്തു. അങ്ങനെ നമ്പൂതിരിസമുദായത്തിലും ഒരു പരിവർത്തനത്തിനു വഴിതെളിച്ച പത്രമാണ് *സഹോദരൻ*. എം സി ജോസഫിന്റെ *യുക്തിവാദി*യെപ്പറ്റി നിങ്ങൾക്കറിയാം. *ഉണ്ണിനമ്പൂതിരി*, *യോഗക്ഷേമം* തുടങ്ങിയ ആനുകാലികപ്രസിദ്ധീകരണങ്ങളും അവയുടേതായ പങ്കുവഹിച്ചിട്ടുണ്ട്. ഇങ്ങനെ കേരളക്കരയിലും പുറത്തും ഉണ്ടായിട്ടുള്ള ആനുകാലിക പ്രസിദ്ധീകരണങ്ങൾ ജനാധിപത്യത്തിനും പുരോഗമനചിന്തയ്ക്കും സാമൂഹ്യപരിവർത്തനത്തിനും സ്വാതന്ത്ര്യത്തിനുംവേണ്ടി വമ്പിച്ച സംഭാവനകൾ നൽകിയിട്ടുണ്ട്.

ഇന്ന് പത്രപ്രവർത്തനം ഒരു വ്യവസായമായിരിക്കുന്നു എന്ന കാര്യം ഞാൻ വിസ്മരിക്കുന്നില്ല. 'എന്റെ പത്രം ഇത്ര ലക്ഷം കോപ്പികൾ വിൽക്കുന്നുണ്ട്' എന്ന് ഊറ്റംകൊള്ളുന്ന പല പത്രം നടത്തിപ്പുകാരേയും നമുക്ക് അറിയാം. പക്ഷേ, ലക്ഷക്കണക്കിനു വിൽക്കുന്ന ഈ പത്രങ്ങൾക്ക് ചെറിയ ആനുകാലിക പ്രസിദ്ധീകരണങ്ങൾക്കു കൈവരുത്താൻ കഴിഞ്ഞതുപോലുള്ള പരിവർത്തനങ്ങൾക്കു പ്രചോദനമരുളാൻ കഴിയുമോ എന്ന് എനിക്ക് സംശയമാണ്. ഇന്നത്തെ വൻപത്രങ്ങൾക്ക് ആ വിധത്തിൽ നോക്കുമ്പോൾ എന്തു വിലയാണുള്ളത്? ഈ വൻപത്രങ്ങൾപോലും വാർത്തകൾക്കു ശരിയായ പ്രാധാന്യം നൽകി പ്രസിദ്ധീകരിക്കാറില്ല എന്നാണനുഭവം. മന്ത്രിമാർ പ്രസംഗിക്കാത്ത യോഗങ്ങളിൽ വേറെ എത്ര മഹാരഥന്മാർ പ്രസംഗിച്ചാലും ഈ പത്രങ്ങളെ സംബന്ധിച്ചിടത്തോളം അവയ്ക്കു പ്രാധാന്യമൊന്നുമില്ല!

മുതലാളിത്തത്തെ ഇല്ലാതാക്കുകയാണ് ലക്ഷ്യമെന്നു മുറവിളി കൂട്ടുന്ന പത്രങ്ങളുണ്ട്. പക്ഷേ, പത്രമുതലാളിത്തത്തിന് മുതലാളിത്തത്തെ ഇല്ലാതാക്കുവാൻ കഴിയുമെന്ന് ഞാൻ വിശ്വസിക്കുന്നില്ല. മുതലാളിത്തത്തെ ഇല്ലാതാക്കാനായാലും ജനാധിപത്യത്തെ വളർത്താനായാലും ജനങ്ങൾക്ക് പുരോഗമനചിന്ത പകർന്നുകൊടുക്കാനായാലും ലാഭേച്ഛ കൂടാതെയുള്ള ധാരാളം ആനുകാലിക പ്രസിദ്ധീകരണങ്ങൾ ഉണ്ടാകണം.

നമ്മുടെ ജനാധിപത്യത്തിൽ എല്ലാ വ്യക്തികൾക്കും സ്വന്തം ഉത്തരവാദിത്വത്തെക്കുറിച്ചു വേണ്ടത്ര ബോധം ഉണ്ടായിട്ടില്ല. ജനാധിപത്യവ്യവസ്ഥിതിയിൽ കാവ്യാത്മകമായ ഒരു ജീവിതം ആസ്വദിക്കുന്നതിന് അതിന്റെ ഗോപുരദ്വാരത്തിൽ കാത്തുനിൽക്കുന്ന നാം ജനാധിപത്യാശയങ്ങൾ വളർത്താനും പ്രചരിപ്പിക്കാനുമുള്ള ധാരാളം ആനുകാലിക പ്രസിദ്ധീകരണങ്ങൾ ഇറക്കിക്കൊണ്ടിരിക്കണം. ആനുകാലികപ്രസിദ്ധീകരണങ്ങൾക്ക് അനുസ്യൂതമായ വളർച്ച ഉണ്ടായിക്കൊണ്ടിരിക്കണം.

3

എന്നെ ആകർഷിച്ച പുസ്തകം

എന്നെ ഏറ്റവും ആകർഷിച്ച പുസ്തകം വിശ്വവിശ്രുതനായ വിക്ടർ ഹ്യൂഗോവിന്റെ *പാവങ്ങൾ* എന്ന ആഖ്യായികയാണ്. എന്തുകൊണ്ട്? പലതുകൊണ്ടും. സാഹിത്യസംബന്ധമായി എന്തെങ്കിലും കൈമുതൽ എനിക്കു കൈവന്നിട്ടുണ്ടെങ്കിൽ അത് ആ ആഖ്യായിക അനുസ്യൂതമായി അനുസന്ധാനംചെയ്തതിന്റെ ഫലമാണെന്നതുകൊണ്ടു പ്രത്യേകിച്ചും.

പ്രാസാനുപ്രാസങ്ങളിൽ ഒരിളംമധുരം തോന്നിക്കുന്ന മണിപ്രവാള പദ്യങ്ങൾ വായിലിട്ടു ചവച്ചുനടക്കുന്ന കാലത്താണ് ആ മഹത്ഗ്രന്ഥത്തിനു മുമ്പിൽ ഞാൻ ചെന്നുപെട്ടത്. നവോത്ഥാനത്തിന്റെ നാന്ദീമുഖമെന്ന നിലയിൽ പ്രകീർത്തിതമായ ഫ്രഞ്ചുവിപ്ലവം പാശ്ചാത്യസാഹിത്യത്തിലെ ഏറ്റവും അസാധാരണവും ഹൃദയാവർജകവുമായ ഒരു സംഭവവികാസമാണല്ലോ? അതിന്റെ ആഘാതപ്രത്യാഘാതങ്ങളെ അവലംബിച്ചുകൊണ്ട് ഫ്രാൻസ് രാജ്യത്തുണ്ടായ പരിവർത്തനത്തിന്റെ സജീവ ചിത്രമാണ് ഗ്രന്ഥകർത്താവ് ജനമധ്യത്തിൽ പ്രദർശിപ്പിച്ചിട്ടുള്ളത്. ഇരുളും വെളിച്ചവും തമ്മിൽ കിഴുതലമറിയുന്ന മനുഷ്യമനസിന്റെ അഗാധതയിലേക്കു ചൂഴ്ന്നിറങ്ങി അവിടെ നടക്കുന്ന രാസപരിണാമങ്ങളെ നോക്കിക്കാണാനും വിലയിരുത്താനും ഈ ഗ്രന്ഥം നമുക്ക് പ്രചോദനം തരുന്നു. ഭരണപരിവർത്തനങ്ങളുടേയും യുദ്ധങ്ങളുടേയും രക്തപങ്കിലമായ അന്ധകാരത്തിനിടയിൽ മനുഷ്യാത്മാവിന്റെ പകൽവെളിച്ചം--സത്യത്തിന്റെ തൂമിന്നൽപ്രഭ—നമുക്കവിടെ നോക്കിക്കാണാം.

പതിനെട്ടും പത്തൊമ്പതും നൂറ്റാണ്ടുകളിലെ ശൈലിയിൽ പടുത്തുയർത്തിയ അതിന്റെ മതിലകത്തു കടന്നുകൂടുവാൻ തെല്ലിട എനിക്കു സംശയിച്ചു നിൽക്കേണ്ടതായി വന്നിട്ടുണ്ട്. ഭാഗ്യമെന്നു പറയട്ടെ, ചക്രവാളത്തിലെ അന്തിനക്ഷത്രംപോലെ മുനിഞ്ഞുകത്തുന്ന ഒരു കെടാ

വെളിച്ചം എന്റെ കണ്ണിലണഞ്ഞു. ഡി യിലെ മെത്രാൻ അധിവസിക്കുന്ന ഋഷികവാടത്തിൽനിന്നായിരുന്നു ആ പ്രകാശം പ്രഭ ചൊരിഞ്ഞിരുന്നത്. മഹർഷിതുല്യനായ മെത്രാന്റെ രൂപരേഖ ആ ദീപപ്രഭയിൽ തെളിഞ്ഞു വരുന്നത് ഞാൻ നോക്കിനിൽക്കുകയായിരുന്നു. അപ്പോഴാണ് ആ വിശുദ്ധവേദിയിലേക്കു ഗതികെട്ട പ്രേതംമട്ടിൽ അപകടംപിടിച്ചൊരു സത്വവിശേഷം കയറിവന്നത്. ഴാങ് വാൽഴാങ്ങാണ് അയാൾ. ബീഭത്സവും ഭയജനകവുമായ ആ മനുഷ്യന്റെ ആഗമനം നടുക്കംകൊള്ളിച്ചു. എന്റെ ഉൽക്കണ്ഠ കൈത്തോടുകടന്ന് അഷ്ടമുടിക്കായലിലേക്ക് പ്രവേശിച്ചത വിടെവച്ചാണ്.

പൂർവാർജിതകൈമുതലൊന്നും കൂടാതെ സമുദായത്തിലേക്കു കയറിക്കൂടുന്ന അനേകം നിർഭാഗ്യവാന്മാരിൽ ഒരാളായി അയാളും ഭൂമിയിൽ വന്നു ജനിച്ചുപോയി. എന്താവശ്യത്തിന്ന്? മറ്റുള്ളവരെപ്പോലെ അയാളും അതിനെപ്പറ്റി ചിന്തിച്ചില്ല. അതിശൈശവത്തിൽ അച്ഛനമ്മമാർ മരിച്ചതിനാൽ പടുമരംപോലെ അയാൾ വളർന്നുവന്നു. മുതിർന്നശേഷം കൂലിപ്പണിചെയ്ത് തന്നെ വളർത്തിക്കൊണ്ടുവന്ന സഹോദരിയുടേയും അവരുടെ കിടാങ്ങളുടേയും ജീവിതം ഉന്തിക്കൊണ്ടു പോന്നു. ഈ അർധ പട്ടിണിക്കിടയിൽ വിശപ്പുകാരണം പീടികയിൽ കയറി ഒരപ്പം മോഷ്ടിക്കാനുള്ള ദുര്യോഗം അയാൾക്കുണ്ടായിരുന്നു. ആ ദുഷ്കർമം അയാളെ ജയിലിലെത്തിച്ചു. പേടിച്ചരണ്ടും തേങ്ങിക്കരഞ്ഞും ഴാങ് വാൽ ഴാങ് തുറുങ്കിനുള്ളിലേക്കു കടന്നു. വിജ്ഞാനത്തിന്റെ വെളിച്ചം അന്ന് അയാളിൽ പ്രവേശിച്ചിരുന്നില്ല. എന്നാൽ പ്രകൃതിദത്തമായ പ്രകാശം അയാളുടെ ഹൃദയത്തിന്റെ അഗാധതയിൽ മുനിഞ്ഞുകത്തിക്കൊണ്ടിരുന്നു. അയാൾക്കനുഭവിക്കേണ്ടിവന്ന എല്ലാറ്റിനെപ്പറ്റിയും ആ മങ്ങിയ പ്രഭയിലിരുന്ന് അയാൾ പരിശോധിച്ചു. വിശപ്പുകൊണ്ടാണെങ്കിലും മോഷണം മോഷണം തന്നെയാണെന്ന് അയാൾ സമ്മതിച്ചു. പക്ഷേ, ശിക്ഷയുടെ കാഠിന്യംകൊണ്ട് മനുഷ്യമനസിനെ മരവിപ്പിക്കുന്നത് പരമദുഷ്ടമാണെന്നയാൾ തീർച്ചപ്പെടുത്തി. അയാളുടെ അന്തരാത്മാവിൽ അമർഷത്തിന്റെ ഒരഗ്നികുണ്ഡം വളർന്നുവരുകയായിരുന്നു. വ്യസനകരമെന്നേ പറയേണ്ടു. ജയിൽ ജീവിതം അയാളെ നന്നാക്കുവാനല്ല, അയാളിൽ പതിയിരുന്ന മൃഗീയതയെ ഉണർത്താനേ ഉപകരിച്ചുള്ളൂ.

പത്തൊമ്പതു സംവത്സരത്തോളം നീണ്ടുനിന്ന ശിക്ഷാവധി കഴിഞ്ഞു പുറത്തുകടന്നപ്പോൾ അയാളാകെ മാറിക്കഴിഞ്ഞിരുന്നു. ഭരണാധികാരം തന്നെ കൊള്ളയടിക്കുകയും നശിപ്പിക്കുകയുമാണെന്നൊരു ബോധം അയാളിലാവേശിച്ചു. എല്ലാവരുടേയും നേരേ അയാൾ മുഷ്ടിചുരുട്ടി.

തണ്ടുവലിശിക്ഷ കഴിഞ്ഞു പുറത്തുവരുന്ന ഏതു തടവുപുള്ളിയും ജനമധ്യത്തിൽ അപഹാസ്യനും ആപൽക്കാരിയുമായി കണക്കാക്കപ്പെട്ട കാലമായിരുന്നു അന്ന്. അനുവാദപത്രവുമായി പുറത്തുകടന്ന ഴാങ് വാൽ ഴാങ്ങിനെ ആളുകൾ ആട്ടിയോടിച്ചു. പണത്തിനു വിശ്രമവും താവളവും തരുന്ന ഹോട്ടലുകൾ, സൗശീല്യം നിറഞ്ഞ വീട്ടുമ്മറങ്ങൾ, എന്തിനേറെ,

നായക്കൂടുപോലും അയാളുടെനേരെ വാതിൽ കൊട്ടിയടച്ചു. അങ്ങനെ നായാടപ്പെട്ട ഒരു ഹിംസ്രമൃഗം താൽക്കാലികമായി കണ്ടെത്തിയ രക്ഷാ കേന്ദ്രത്തിലേക്കെന്നപോലെയാണ് അയാൾ മെത്രാന്റെ വാസസ്ഥലത്തു ചെന്നണഞ്ഞത്. മെത്രാൻ സൗശീല്യത്തോടും സമര്യാദമായും ആ അപ കടംപിടിച്ച മനുഷ്യനെ സ്വീകരിച്ചു സൽക്കരിച്ചു. അയാളുടെ ദുഷ്ടവും എന്നാൽ, ദുഃഖകരവുമായ അന്തഃകരണത്തെ പ്രകാശവത്തായ മറ്റൊന്നിലേക്കു തിരിച്ചുവിടാൻ മെത്രാൻ ശ്രമിച്ചുനോക്കി. കറുത്തവാവിന്റെ കൂരിരുട്ടും കാളമേഘത്തിന്റെ കാളിമയും കേവലം ഒരു കൈത്തിരി കൊണ്ട് അകറ്റാവതല്ലല്ലോ? ഴാങ് വാൽ ഴാങ് മെത്രാനേയും വഞ്ചിച്ചു. കേവലം പത്തു വയസുമാത്രം പ്രായംചെന്ന ഴാവേൽകുട്ടിയിൽനിന്നു നാൽപ്പതു സൂ നാണ്യം അയാളപഹരിക്കുകതന്നെ ചെയ്തു. എന്നാൽ ഈ ദുഷ്കർമം നിറവേറ്റുമ്പോൾ അയാളുടെ അന്തഃകരണം കിടന്നു പിട യ്ക്കുന്നുണ്ടായിരുന്നു. അന്നോളം അയാളാസ്വദിച്ചിട്ടില്ലാത്ത മെത്രാന്റെ ദയാശീലം അയാളെയൊന്നു പിടിച്ചുകുലുക്കി. അയാളുടെ ഉള്ളിലുള്ള മൃഗീയതയും മനുഷ്യത്വവും തമ്മിൽ സംഘട്ടനമാരംഭിച്ചു. ജയിലിൽവച്ചു സമാർജിച്ച ഹൃദയകാഠിന്യം കടപുഴങ്ങുന്നതായി അയാൾക്കു തോന്നി. ഈ മാറ്റം അയാളെ വേദനിപ്പിച്ചു. മെത്രാന്റെ വസതിയിൽവച്ചു തനിക്കു നേരിട്ട അപമാനം, ഴാവേർകുട്ടിയുടെ നിരപരാധങ്ങളായ തേങ്ങലുകൾ, തുറിച്ചുനോക്കുന്നതും തുളഞ്ഞുകയറുന്നതുമായ മെത്രാന്റെ ദയാമയ മായ നോട്ടം—എല്ലാംകൂടി അയാളെ അകംപുറം മറിച്ചു. അയാൾക്കു മാനസാന്തരം വന്നു. ആ ഇരുളടഞ്ഞ നിശാവേളയിൽ അയാൾ മെത്രാന്റെ ഋഷികവാടത്തിനു മുമ്പിൽ മുട്ടുകുത്തുകതന്നെ ചെയ്തു.

മെത്രാന്റെ ദിവ്യോപദേശംകൊണ്ട് മാനസാന്തരം വന്നശേഷം ഴാങ് വാൽ ഴാങ് നിർവഹിച്ചതെന്തും അത്ഭുതകരവും ആവേശകരവുമാണ്. സ്വന്തം ഇച്ഛാശക്തികൊണ്ടോ മറ്റെന്തുകൊണ്ടോ ആയാലും ചില്ലറ വ്യവ സായങ്ങളെക്കൊണ്ടു വമ്പിച്ച പണമുണ്ടാക്കിയതും ഫാദർ മദലിയൻ എന്ന പേരിൽ മേയർ സ്ഥാനത്തിരുന്നുകൊണ്ടു പൊതുസേവനം ചെയ് തതും അയാളിലുണ്ടായ പരിവർത്തനത്തിന്റെ പ്രകുടോദാഹരണങ്ങ ളാണ്. വാട്ടർലൂ യുദ്ധഭൂമിയിലെ ശവംതീനികളായ തെനാർദിയർമാ രിൽനിന്ന് കൊസെത്തിനെ വീണ്ടെടുത്തത്, ബോർബോർ ചെറ്റപ്പുരയിൽ വെച്ചു തീയിൽ പഴുത്ത ഇരുമ്പുളി സ്വന്തം ദേഹത്തിൽ കുത്തിയിറക്കി യത്, വഴിക്കോട്ടയിൽവച്ചു തന്നെ നായാടിവരുന്ന പൊലീസ് ഇൻസ് പെക്ടർ ഴാവേറെ കൊല്ലാനവസരം വന്നപ്പോൾ മേൽപ്പോട്ടു വെടിവെച്ച് അയാളെ വിട്ടുകളഞ്ഞത്, മുറിവേറ്റ മരിയൂസിനെ പുറത്തേറ്റി ഓവു ചാലിൽക്കൂടി നടന്നത്, കൊസെത്തും മരിയൂസും തമ്മിൽ നടന്ന വിവാഹ ശേഷം താനാർജിച്ചുവച്ച ആറുലക്ഷം പണം അവർക്കായി ദാനം ചെയ്തത്—ഇങ്ങനെ അയാൾ ചെയ്തതെന്തും അത്ഭുതകരമാണ്. സൽക്കർമങ്ങൾക്കായി അയാളനുഭവിച്ച പീഡാനുഭവങ്ങൾ അമാനുഷിക ങ്ങളാണ്.

പ്രലോഭനീയമായ ഈ ഭൗതികജീവിതത്തിൽ നമ്മെ വഴിപിഴപ്പിക്കുന്ന പല മുക്കൂട്ടപ്പെരുവഴികളുമുണ്ട്. അത്തരം പെരുവഴികളിൽനിന്നു നമ്മെ സദാചാരത്തിന്റേതും സൽകർമത്തിന്റേതുമായ നല്ല വഴികളിലേക്കു നയിക്കുന്ന ചൂണ്ടിപ്പലകയാണ് ഈ മഹത്തായ ഇതിഹാസം.

പരമാണുമുതൽ പരബ്രഹ്മംവരെയുള്ള എല്ലാറ്റിനേയും വിക്ടർ ഹ്യൂഗോ കൈയിലെടുത്തു കശക്കിയെറിഞ്ഞിട്ടുണ്ട്. പെരുപ്പമല്ലാതെ മറ്റൊന്നും അദ്ദേഹം കളിച്ചിട്ടില്ല. ഒരു ഉദാഹരണം മാത്രം ചൂണ്ടിക്കാണിക്കട്ടെ.

"പണ്ടു ഞങ്ങളെ സംബന്ധിച്ചിടത്തോളം അവിടേയുമിവിടേയും ഞങ്ങൾ ബഹുമാനിക്കുന്നു. സർവോപരി ഞങ്ങളതിനെ ഉപദ്രവിക്കാതെ വിടുന്നു. ഒന്നുമാത്രം. അതു ചത്തതായി കിടക്കണം. ജീവിച്ചിരിക്കണമെന്നു ശാഠ്യംപിടിക്കുന്നപക്ഷം ഞങ്ങൾ അതിനോടെതിർക്കും."

ഇങ്ങനെ ഏതിടത്തും പാകത്തിൽ കൊള്ളിക്കാവുന്ന അനേകം നിർവചനങ്ങളുണ്ട്. എടുത്തു ചിന്തിപ്പിക്കത്തക്ക പല വിവരണങ്ങളുമുണ്ട്. അദ്ദേഹം കൈവയ്ക്കുന്നതെന്തും ചൈതന്യവത്താണ്; അനുകരണീയങ്ങളായ അനുഭവങ്ങളെ ഉണർത്തിവിടുന്നവയാണ്.

ആഴിയെ നാഴികൊണ്ട് അളക്കുക എന്ന വിഡ്ഢിത്തത്തിന് ഞാനൊരുങ്ങുന്നില്ല. അനേകം മുത്തുകൾ ചിതറിക്കിടക്കുന്ന ആ അപാരതയുടെ അഗാധതയിൽനിന്നു കൃശമായ ഈ കൈക്കുടന്നയിൽ വല്ലതും കോരിയെടുത്തിട്ടുണ്ടെങ്കിൽ അതു വെറും കക്കത്തൊണ്ടുകൾ മാത്രമാണ്. അഴിമുഖത്ത് ചെന്നകപ്പെട്ട ആർക്കും ആ അഗാധതയിൽ ആണ്ടിറങ്ങാം. വിലപിടിച്ച രത്നങ്ങൾ വാരിയെടുക്കുകയും ചെയ്യാം.

അവസാനമായി ഒരു സവിശേഷസംഗതികൂടി ഇവിടെ എടുത്തു പറയാൻ ഞാനാഗ്രഹിക്കുന്നു. ഇതരഭാഷകളിൽനിന്നുള്ള വിവർത്തനങ്ങൾകൊണ്ട് നമ്മുടെ മാതൃഭാഷയ്ക്ക് മുതൽക്കൂട്ടാൻ പലരും ഉദ്യമിച്ചിട്ടുണ്ട്. ഉള്ളടക്കം ഗ്രഹിക്കാനും ഗ്രന്ഥകാരനെ പരിചയപ്പെടുവാനും അത് ഉപകരിച്ചിട്ടുണ്ട്. എന്നാൽ യശ്ശശരീരനായ ശ്രീ നാലപ്പാട്ടിന്റെ ഈ വിവർത്തനം മലയാളഭാഷാസാഹിത്യത്തിൽ ഒരു നവീനപ്രസ്ഥാനം വെട്ടിത്തുറന്നു എന്നതു പ്രത്യേകം സ്മരണീയമാണ്. നമ്മുടെ ഗദ്യസാഹിത്യത്തിലെ ചരിത്രപ്രധാനമായ നാഴികക്കല്ലാണ് ശ്രീ നാലപ്പാട്ടിന്റെ ഈ ഭാഷാന്തരീകരണം.

1960

4

നാട്ടിൻപുറത്തെ നാടകവേദി

പൂർണഗർഭിണിയായ സീത അവളുടെ വരനും വരേണ്യനുമായ രാമനാൽ പരിത്യക്തയായെന്നറിഞ്ഞപ്പോൾ മഹർഷി വാല്മീകിക്ക് കവിതയെഴുതുവാനുള്ള പ്രചോദനമുണ്ടായി. ആ *രാമായണം* ഇന്നും വാഴ്ത്തപ്പെടുന്നു. പുരുഷമേധാവിത്വത്തിന്റെ 'ഔപാസനാഗ്നി'യിൽ കന്യകാത്വം കശാപ്പുചെയ്യപ്പെടുന്ന സാഹസികത കണ്ടു കരളലിഞ്ഞപ്പോൾ ശ്രീ. എം പി ഭട്ടതിരിപ്പാട് *ഋതുമതി* എഴുതി. കാളിദാസീയമായ ആ നാടകം ഇന്നും വിരാജിക്കുന്നു. *കൂട്ടുകൃഷി, പാട്ടബാക്കി, ഇതു ഭൂമിയാണ്, തീകൊണ്ടു കളിക്കരുത്* ഇങ്ങനെ വേറെയും ചില നാടകങ്ങൾ ഇവിടെ എടുത്തുപറയേണ്ടതുണ്ടാവാം.

ജീവിതത്തിന്റെ പ്രതിഭാസങ്ങൾ പ്രതിഫലിപ്പിക്കുന്ന കണ്ണാടിയാണ് കല എന്നാണെന്റെ ബോധം. ശ്രവ്യകലയിലൂടെ നമുക്കതിന്റെ നാദം മുഴങ്ങിക്കേൾക്കാം. ദൃശ്യകലയിലൂടെ അതിന്റെ ചലനം നോക്കിക്കാണാം. അങ്ങനെ ഒരാത്മാവിന്റെ വൈരൂപ്യവും സൗന്ദര്യവും ആകർഷണീയമായി ആവിഷ്കരിക്കപ്പെടുമ്പോൾ അവാച്യമായ ഓരാനന്ദാനുഭൂതിയിലൂടെ പ്രേക്ഷകൻ തന്നിലേക്കു ചുഴിഞ്ഞുനോക്കാൻ പ്രേരിതനായിത്തീരുന്നു. അവിടെ അമാനുഷികമായ സംസ്കാരത്തിന്റെ നാമ്പു കിളിർത്തുവരുന്നു. നിറഞ്ഞ ജീവിതത്തിൽനിന്ന് ചീന്തിയെടുത്ത ഇതിവൃത്തത്തിലൂടെ വൈകാരികസംഘട്ടനങ്ങളുടെ ഊഷ്മളത പ്രേക്ഷകഹൃദയത്തെ തരളിതമാക്കാൻ പര്യാപ്തമാവുമെങ്കിൽ ആ കലാസൃഷ്ടി വിജയിച്ചതായി പ്രഖ്യാപിക്കപ്പെടും; നാടകകർത്താവ് അഭിനന്ദിക്കപ്പെടുകയും ചെയ്യും.

ഒരു നാട്ടിൻപുറത്ത് വിപ്ലവാത്മകമായ ഒരു സാമൂഹ്യനാടകം അരങ്ങേറിയപ്പോൾ പ്രേക്ഷകഹൃദയത്തിലുണ്ടായ വികാരവിക്ഷോഭം ഇന്നും എന്നിൽ അനുരണനംചെയ്യുന്നു. അഞ്ചു പഞ്ചവത്സരപദ്ധതികളെക്കൂടി

അതിശയിപ്പിക്കുന്ന ജീവിതവികാസം ഒരൊറ്റദിവസത്തെ നാടകാവതരണംകൊണ്ട് ആ നാട്ടിൻപുറത്തു നാമ്പെടുത്തു.

മണ്ണിൽനിന്ന് പോഷകവും വിണ്ണിൽനിന്ന് വെളിച്ചവും അവലംബിച്ചു ജീവിക്കുന്ന കേരളത്തിലെ ഗ്രാമങ്ങൾക്ക് ഒരു ആരണ്യക സ്വഭാവമാണുള്ളത്. ഒരു പ്രാകൃതകലാബോധം അവരിൽ അവശേഷിച്ചിട്ടുണ്ട്. പ്രോത്സാഹനക്കുറവിനാൽ നമ്മുടെ ഗ്രാമീണകലാവേദികൾ അലസമായി ഉറങ്ങിക്കിടക്കുകയായിരുന്നു. കന്നുപൂട്ടിയും തോട്ടം നനച്ചും ജീവിതചക്രത്തിരിച്ചിലിൽ കറങ്ങിക്കൊണ്ടിരിക്കുന്ന കർഷകർക്ക് കല്യാണപ്പന്തലിലേക്കല്ലാതെ കലാവേദികളിൽ കാൽകുത്താനുള്ള സന്ദർഭം നൽകപ്പെട്ടിരുന്നില്ല. ഗ്രാമക്ഷേത്രത്തിലെ ഉത്സവാവസരത്തിൽ പ്രത്യക്ഷപ്പെടാറുള്ള പ്രാചീനകലയുടെ ബീഭത്സരൂപം അവരെ ഇടയ്ക്കു ഭയപ്പെടുത്തിയിട്ടുണ്ടാവാം. എന്നെങ്കിലുമൊരിക്കൽ വയലരികിലെ വഴിവരമ്പിലൂടെ കഥകളിപ്പെട്ടിക്കാരുടെ ഘോഷയാത്ര കടന്നുപോകുമ്പോൾ, അന്നത്തെ സാന്ധ്യനിശ്ശബ്ദതയിൽ വായുവിൽ ഓളമിയറ്റിക്കൊണ്ടു കേളികൊട്ട് മുഴങ്ങുമ്പോൾ, അവരുടെ കലാബോധം ഞെട്ടിയെഴുന്നേറ്റുവെന്നുവരും.

വിജ്ഞാനത്തിന്റെ നേരിയൊരു കൈത്തിരിയേന്തി വിദ്യാലയം വിട്ടു പുറത്തുവന്നശേഷം തൊഴിലില്ലായ്മകൊണ്ടു നട്ടംതിരിയുന്ന ചെറുപ്പക്കാരായിരിക്കും നാട്ടിൻപുറത്തെ കലാസാംസ്കാരികപ്രവർത്തനങ്ങൾ കൈകാര്യം ചെയ്തുപോരുന്നത്. ആലോചനയും അനുഭവവും കുറവ്, ആവേശം അധികവും—ഇതാണിവരുടെ മട്ട്. അപ്പോൾ പാകപ്പിഴ സ്വാഭാവികവുമാണ്. നാടകാഘോഷക്കമ്മിറ്റി തെരഞ്ഞെടുത്തതുമുതൽ കർട്ടൻ തിരിച്ചയക്കുന്നതുവരെ ഏതു ചുമതലകളിലും അനാവശ്യമായ അഭിപ്രായഭേദവും അസഹ്യമായ താന്തോന്നിത്തത്തിന്റെ താൻപ്രമാണിത്തവും കാണാം.

സുചിന്തിതമായ ഒരു മാനദണ്ഡത്തിലല്ല അരങ്ങേറാനുള്ള നാടകം തെരഞ്ഞെടുക്കുന്നത്. ഗ്രന്ഥകർത്താവിന്റെ പേരിലുള്ള വ്യക്തിപരമായ മതിപ്പ് അവരെ വഴിപിഴപ്പിക്കുന്നു. അല്ലെങ്കിൽ അപക്വമതികളായ നാട്ടുകാരിൽനിന്നു കാശടിക്കാനുള്ള ആശ അവരെ വഞ്ചിക്കുന്നു. എന്തായാലും യവനിക ചുരുളുമ്പോൾ, ഭാവനയുടെ ചുരുൾ വിടരുമ്പോൾ, ജീവിതത്തിൽ ഒളിമങ്ങിക്കിടക്കുന്ന ധാർമികബോധം ഉണർത്തിവിടുന്ന ഒരുൽബോധനം നൽകണമെന്ന് അവർക്കുദ്ദേശമില്ല. അത്തരം ഒരുൽകൃഷ്ടകലാസൃഷ്ടി അവരുടെ ശ്രദ്ധയിൽപ്പെടുകയെന്നതു വിരളമാണ്. കളിക്കുന്ന നാടകത്തിലെ സംഭവങ്ങളും കഥാപാത്രങ്ങളും ഏതോ ഒരിടത്തു നിന്നുവന്ന് എന്തോ കോമാളിത്തം കാട്ടിപ്പോകുന്നുവെന്നല്ലാതെ പ്രേക്ഷകർക്ക് അവരുമായി യാതൊരു വൈകാരികബന്ധവും പുലർത്തേണ്ട സന്ദർഭമുണ്ടാവാറില്ല. നാട്ടിൻ പുറത്തൊരു നാടകം എന്തിന്, എങ്ങനെ എന്ന ചിന്തയിൽ ഈ ഘട്ടത്തിൽ മറ്റൊരു സംഭവം ഓർമയിൽ വരുന്നു.

ശ്രീ. ചെറുകാടിന്റെ *തറവാടിത്തം* എന്ന സുപ്രസിദ്ധനാടകം ഒരു നാട്ടിൻപുറത്ത് അരങ്ങേറാൻ ഒരുങ്ങുകയായിരുന്നു. അയ്യായിരത്തോളം ആളുകൾ അണിനിരന്നുകഴിഞ്ഞിരിക്കുന്നു. ക്ഷണിക്കപ്പെട്ട ഒരു മാന്യാ

തിഥിയായി ഞാനും ഇരിപ്പുറപ്പിച്ചു. പ്രേക്ഷകരുടെ നയനഭൃംഗങ്ങൾ ശബളാഭമായ യവനികമേൽ പാറിക്കളിക്കുകയാണ്. ആവേശകരമായ അഭിവാദനഗാനം പെട്ടെന്നു നിന്നു. യവനിക ഉയർന്നു. 'ഇടത്തിലെ ഇളയനായർ' എന്ന കഥാപാത്രം പ്രേക്ഷകരുടെ ശ്രദ്ധ ആകർഷിച്ചു. സദസ്സ് നിശ്ശബ്ദമായി. കഥാപാത്രം വിക്കിവിക്കിക്കൊണ്ട് എന്തോ സംസാരിച്ചു. ആ അപശബ്ദം കേട്ട് സദസ്യർ കൂട്ടത്തോടെ പൊട്ടിച്ചിരിച്ചു. ജാത്യാ അയാളൊരു വിക്കനാണെന്ന് കഥാകൃത്ത് അവകാശപ്പെടുന്നു. ഒരു സഹജീവിയിൽ പ്രകൃതി നിക്ഷേപിച്ച വൈകൃതംകണ്ട് ആളുകൾ ആഹ്ലാദിക്കുകയോ? എന്റെ വിചാരങ്ങളോടൊപ്പം വികാരവായ്പോടെ കഥാഗതിയും നീണ്ടുപോയി. ഇതിനിടയിൽ ഒരു 'മധുരപ്പതിനേഴുകാരി' യായവതരിച്ച കഥാനായികയുമായി സദസ്സ് പരിചയപ്പെട്ടു. അവിവാഹിതയും അറുപാവവുമായ ആ നേത്യാരമ്മയുടെ 'നാൾ' അവിഹിതബന്ധത്താൽ 'തെറ്റി'പ്പോയെന്നൊരു ക്ഷുഭിതവാർത്ത രംഗത്തിൽ മാറ്റൊലികൊണ്ടു. "അമ്പടി കേമീ!" ആളുകൾ ആഹ്ലാദത്താൽ ആർത്തിരമ്പി. "ആട്ടെ, എമ്പ്രാന്തിരിയെക്കൊണ്ടു വിളികേൾപ്പിക്കാം." ഒരു പോംവഴി നിർദേശിക്കപ്പെട്ടു. അപ്പോഴും ആളുകൾക്കു ബഹുരസം! വീണ്ടും സദസ്സ് കരഘോഷമുതിർത്തു.

എനിക്കരിശംകയറി. ഒരു കുലാംഗനയുടെ ഒളിസേവ വാഴ്ത്തപ്പെടുകയോ? ആ ദുരാചാരത്തിന്റെ ഓട'ഠ' അടയ്ക്കാൻ നിരപരാധിയെക്കൊണ്ട് നിർബന്ധിച്ച്, അല്ലെങ്കിൽ, വ്യാമോഹിപ്പിച്ച് വിളികേൾപ്പിക്കലും! ധാർമികരോഷം ആളിക്കത്തിക്കേണ്ട ഒരതിപ്രധാന നിമിഷത്തിൽ നാടകരചയിതാവ് സദസ്യരെ പൊട്ടിച്ചിരിപ്പിക്കുന്നു!

അറപ്പു തോന്നിക്കുന്ന വൈരൂപ്യത്തോടെ തലച്ചോറ് തകരാറിലായ ഒരു യുവതി പൊതുനിരത്തിലൂടെ നീങ്ങുമ്പോൾ തെരുവുതെണ്ടിപ്പിള്ളേർ ആ ഭാഗ്യഹീനയെ കൂക്കിവിളിക്കുന്നു! ബുദ്ധന്റെ നാട്ടിൽ പിറന്നവരെന്ന് അഭിമാനിക്കുന്ന നമ്മുടെ നീതിബോധത്തിനെന്തുപറ്റി? ഈ അപഹാസ്യതയുടെ നേരെയായിരിക്കാം ഗ്രന്ഥകർത്താവ് വിരൽ ചൂണ്ടുന്നത്. പക്ഷേ, ആ ചപലത കാണിച്ച ധിക്കാരിയുടെ പേരിൽ ധാർമികരോഷമുണർത്തുകയാണ് ആവശ്യമെന്നു വ്യക്തമാക്കാൻ ആ നാടകത്തിനു സാധിച്ചിട്ടില്ല.

ആസ്വാദകലോകത്തിന്റെ മാനസികനിലവാരം ഉയർത്താനുപകരിക്കുന്ന ഉൽകൃഷ്ടകലാസൃഷ്ടികൾ തെരഞ്ഞെടുത്ത് അഭിനയിക്കണം എന്നാണ് എന്റെ വിവക്ഷ. നാടകാവതരണം വിജയോന്മുഖമോ പരാങ്മുഖമോ എന്നു നിർണയിക്കുവാൻ രണ്ട് ഉപാധികൾ അവലംബിക്കാമെന്ന് എനിക്കു തോന്നുന്നു. ഒന്നുകിൽ സദസ്യരെ കലശലായി ശുണ്ഠിപിടിപ്പിക്കുക അല്ലെങ്കിൽ ചിന്തയിലേക്കു പിടിച്ചാഴ്ത്തുക.

കേരളത്തിലെ നാട്ടിൻപുറങ്ങളിൽ മികച്ച നാടകാഭിനയം ദുഷ്കരമാണ്. കാരണം, അതിനനുയോജ്യമായ സാങ്കേതികോപകരണങ്ങളുടെ ദൗർലഭ്യംതന്നെ. മറ്റൊന്ന് നല്ല നടന്മാരുടെ അഭാവവും. അഭിനയിക്കുവാൻ അരികിലണയുന്നവരിൽ അധികവും കലാകാരന്മാരായിരിക്കയില്ല, സേവനസന്നദ്ധതകൊണ്ട് മുന്നോട്ടു വരുന്നവരാണ്. ഇവിടെ രസി

ക്കാൻവേണ്ടി നാടകം വായിക്കുന്നവരുണ്ട്, പഠിക്കാനുള്ളവരില്ല.

നാട്ടിൻപുറത്തെ കലാബോധംതന്നെ അലസമായുറങ്ങുകയാണ്. പ്രണയവും പ്രണയപരാജയവുംകൊണ്ടു കെട്ടുപിണഞ്ഞുകിടക്കുന്ന ദാമ്പത്യജീവിതം നോക്കിക്കാണാൻ രംഗത്തിലേക്ക് ഏറിവരുന്നവരുടെ അഭിലാഷം അതുമാത്രമാണ്. കലാപാടവം കൈക്കലാക്കാനുള്ള അഭ്യാസത്തിന്റെ നിലവാരത്തിലേക്കുപോലും അവർ ഉയർന്നിട്ടില്ല. റിഹേഴ്സലിനെ പുച്ഛരസത്തിൽ വീക്ഷിക്കുന്നവരുമുണ്ട്. "എന്റെ ഭാഗം അന്ന് രംഗത്തിൽവച്ചു തകർക്കും" എന്നു വീമ്പിളക്കുന്നവരും വിരളമല്ല.

എല്ലാറ്റിലുംവച്ച് അപകടം പുരുഷന്റെ സ്ത്രീവേഷമാണ്. കണ്ണൻ ചിരട്ടയ്ക്ക ആണി മേടിയുറപ്പിച്ചു സാരിയിൽ മാറിടം മൂടി അരങ്ങത്തെത്തുന്ന 'ബൃഹന്നള' ഗ്രാമീണ നാടകകലാവേദിയുടെ പൂതനയാണ്. സ്ത്രീ സ്റ്റേജിൽ കയറിനിൽക്കുന്നത് ആഭിജാത്യത്തിനു തകരാറാണെന്ന വിഡ്ഢിത്തം നിലനിൽക്കുന്നിടത്തോളം കാലം നാട്ടിൻപുറത്തെ നാടകം പരാജയപ്പെടാതെ വയ്യ. ഇങ്ങനെ കമ്പും മുഴയും ചെത്തിമിനുക്കി ഒരാനമൊപ്പിച്ച് അവതരിപ്പിക്കുന്ന നടന്മാരുടെ ഔചിത്യബോധം ശൂന്യതയിലാണ്. പെട്രോമാക്സ്‌ലൈറ്റിന്റെ ദീപ്രപ്രഭയിൽ ചൂട്ടു വീശി കടന്നു വരുക, അർധരാത്രിയിൽ കുടപിടിക്കുക, സംസാരിക്കുന്നതിനിടയിൽ കാണാപ്പാഠം മറന്നു മിഴിച്ചു നിൽക്കുക—ഇങ്ങനെ നൂറുനൂറു വൈകൃതങ്ങളുടെ സമാഹാരമാണ് നാട്ടിൻപുറത്തെ ഇന്നത്തെ നാടകവേദി.

സജ്ജീകരണങ്ങളുടെ ആവിഷ്കാരത്തിലുള്ള അഭംഗി, മേക്കപ്പിന്റെ വൈകൃതം, അനർഹമായ ബഹളം ഇങ്ങനെ പലതും ശ്രദ്ധിക്കപ്പെടേണ്ടതായിട്ടുണ്ട്. കർട്ടൻ തുടങ്ങിയ പശ്ചാത്തലസംവിധാനങ്ങളിലും നമ്മുടെ ഗ്രാമീണനാടകവേദികൾ വളരെയേറെ മുന്നോട്ടു പോകേണ്ടതുണ്ട്.

എന്തൊക്കെ പോരായ്മകളുണ്ടായാലും കലാസ്വാദനത്തിനുള്ള അഭിരുചി നമ്മുടെ നാട്ടിൻപുറങ്ങളിൽ വർധിച്ചുവരുകയാണ്. ഈ അഭിരുചി വളർത്തിയെടുത്തു നാട്ടിൻപുറത്തെ ജീവിതവികാസനത്തിന് ഉപകരിക്കുമാറ് പരിഷ്കരിക്കുകയും സംസ്കരിക്കുകയും വേണം. വായനശാലകൾ, കലാസമിതികൾ തുടങ്ങിയ സംഘടനകൾക്ക് ആ കൃത്യം ഭംഗിയായി നിറവേറ്റാം. എന്തായാലും സാമൂഹ്യസേവനത്തിന്റേയും കലാപാടവത്തിന്റേയും പേരിൽ കാട്ടിക്കൂട്ടുന്ന ഇത്തരം ചേഷ്ടകൾ ക്ഷേത്രനടകളിൽ ഉറഞ്ഞുതുള്ളുന്ന കോമരങ്ങളെപ്പോലെ അധപ്പതിക്കാതിരിക്കണമെങ്കിൽ കലാസ്വാദനവും കലാപ്രകടനവും പഠിപ്പിക്കാനുള്ള ഒന്നാംതരം കലാവേദികൾ സൃഷ്ടിക്കപ്പെടണം. അവിടെ വിദ്യാലയങ്ങളിലെന്നപോലെ നൃത്ത-നൃത്യ അഭിനയങ്ങൾ അഭ്യസിപ്പിക്കണം. അതിനനുയോജ്യമായ സാങ്കേതികജ്ഞാനം കൈമാറിക്കൊണ്ടിരിക്കണം. അങ്ങനെ നാട്ടിൻപുറങ്ങളിൽ ഉറങ്ങിക്കിടക്കുന്ന കലാബോധം ഉണർത്തുകയും അവിടെ കാടുകെട്ടിക്കിടക്കുന്ന കലാവേദികൾ വെട്ടിത്തെളിക്കുകയും ചെയ്താൽ കലാബോധം മുറ്റിത്തഴച്ചു വളരും.

ആ നല്ലകാലത്തെ നമുക്ക് സ്വപ്നംകാണാമോ?

5

രാമായണത്തിലെ സൗഹാർദബന്ധങ്ങൾ

"യത്ര യത്ര രഘുനാഥകീർത്തനം
തത്ര തത്ര കൃതമസ്തകാഞ്ജലിം
ബാഷ്പവാരി പരിപൂർണലോചനം
മാരുതിം നമത വാനരോത്തമം."

സീതാവിയോഗത്താൽ സന്തപ്തനായ രാമൻ അനുജനോടൊപ്പം വൃക്ഷലതാദികളോടും പക്ഷിമൃഗാദികളോടും 'സീതയെ കണ്ടോ, സീതയെ കണ്ടോ' എന്ന് അന്വേഷിച്ചുകൊണ്ട് നടക്കുകയാണ്. പമ്പാതീരത്തെ ആ കാട്ടിൽ അവരുടെ മുമ്പിൽ പെട്ടെന്നൊരു സന്യാസി വന്നുചേരുന്നു. "ഹേ തേജസ്വികളേ, മൃഗങ്ങൾക്കും കാടന്മാർക്കും ഭയം വളർത്തിക്കൊണ്ടു നടക്കുന്ന ആയതബാഹുക്കളായ നിങ്ങൾ ആരാണ്? എവിടെനിന്നു വരുന്നു? ഈ ഭൂമി മുഴുവൻ ഭരിക്കാൻ പോന്നവരാണെന്നു തോന്നും നിങ്ങൾ രണ്ടുപേരെയും കണ്ടാൽ. ഈ നീണ്ടുരുണ്ട കൈകളിൽ യുക്തമായ കോപ്പുകൾ ധരിക്കാത്തതെന്താണ്? വളയൂരിയ സർപ്പങ്ങളെപ്പോലെ മിന്നുന്നുണ്ടല്ലോ നിങ്ങളുടെ വാളുകൾ. ഈ മിനുസമുള്ള ചിത്രവില്ലുകളും കൂരമ്പുകൾ നിറഞ്ഞ ആവനാഴികളും രമണീയങ്ങളും ഭയദായകങ്ങളുമാണ്. പറയാമോ, നിങ്ങൾ ആരാണ്?"

ഹൃദ്യമായ ആ വാക്കുകൾ രാമനെ ഒട്ടധികം സന്തോഷിപ്പിച്ചു. രാമൻ ലക്ഷ്മണനോടു പറഞ്ഞു: "കേട്ടോ ലക്ഷ്മണാ, *ഋഗ്വേദ*വും *യജുർവേദ*വും *സാമവേദ*വും പഠിക്കാത്ത ഒരാൾക്ക് ഈ പറഞ്ഞതുപോലെ സംസാരിക്കാൻ കഴിയുകയില്ല. വ്യാകരണം ഇയാൾ ശരിക്കു പഠിച്ചിരിക്കുന്നു. ഇത്രയും പറഞ്ഞതിൽ ഒരപശബ്ദവും വന്നിട്ടില്ല. കണ്ണുകൾക്കും മുഖത്തിനും പുരികത്തിനുമൊന്നും ഒരു ഗോഷ്ഠിയുമില്ലാതെയാണ് സംസാരിച്ചത്. നല്ല ശബ്ദശുദ്ധി, നല്ല വാക്കുകൾ, അധികം വെമ്പലില്ല, അധികം

വൈകലുമില്ല. ഇത്തരം വാക്പടുത്വം ആരെ സന്തോഷിപ്പിക്കുകയില്ല? ഇത്തരം ഒരു ദൂതനുണ്ടായാൽ ഏതു രാജാവിന് ഏതു കാര്യമാണു സാധിക്കാതെവരുക? ചെല്ലൂ, ഇയാളെ സ്വീകരിച്ചു സംസാരിക്കൂ."

ആ വന്നത് വാനരേശ്വരനായ സുഗ്രീവന്റെ ദൂതനും സചിവനുമായ ഹനുമാനായിരുന്നു. തന്നെ വധിക്കുവാൻ തക്കംപാർത്തു കഴിയുന്ന ബാലിയുടെ വല്ല ചാരന്മാരുമാണോ ഈ വന്നിരിക്കുന്നവർ എന്നറിയാൻ സുഗ്രീവൻ നിയോഗിക്കയാൽ വേഷംമാറി എത്തിയിരിക്കുകയാണ്. *രാമായണ*ത്തിലെ സർവാതിശായിയായ സുഹൃത്ബന്ധമെന്നു ഞാൻ കരുതുന്ന രാമഹനുമത്സൗഹൃദം ഇവിടെ മുതൽക്കാണാരംഭിക്കുന്നത്.

സൗഹൃദങ്ങൾ പല തരത്തിലുണ്ടല്ലോ. സമസ്കന്ധന്മാർ തമ്മിൽ പരസ്പരബഹുമാനത്തോടെയുള്ള സൗഹാർദബന്ധമുണ്ട്. അന്യോന്യ സഹായത്തിന്റെ അടിസ്ഥാനത്തിൽ കൈക്കൊള്ളുന്ന സൗഹൃദാധിഷ്ഠിത മായ ഉടമ്പടികളുണ്ട്. ആത്മരക്ഷയ്ക്കുവേണ്ടി ഒരാൾ മറ്റൊരാളെച്ചെന്ന് ആശ്രയിക്കുകയും അയാളെക്കൊണ്ട് കാര്യങ്ങൾ കണ്ട് മറ്റേയാൾ അയാ ളെ സുഹൃത്തായി അംഗീകരിക്കുകയും ചെയ്യുന്ന ചങ്ങാത്തങ്ങളുണ്ട്. ഇതിൽ ആദ്യത്തേതാണ് ശ്രീരാമനും ഹനുമാനും തമ്മിൽ ഉണ്ടായിരുന്ന സൗഹൃദമെന്നു ഞാൻ കരുതുന്നു. ആദ്യസമാഗമത്തിൽത്തന്നെ ശ്രീരാ മന് ഹനുമാനെ സംബന്ധിച്ചുണ്ടായ അഭിപ്രായം വലുതാണ്. അയാൾ സുഗ്രീവസചിവനാണെന്നറിഞ്ഞപ്പോൾ സീതാന്വേഷണത്തിന് എത്രയു മുതകുന്ന ഒരുവഴി തെളിഞ്ഞതായി കണ്ട് രാമൻ അത്യധികം സന്തോഷി ക്കുകയും ചെയ്തു. പിന്നീട് ഓരോ ഘട്ടത്തിലും ഹനുമാൻ ചെയ്ത മഹത്കാര്യങ്ങൾ ഹനുമാനെ സംബന്ധിച്ചുള്ള മതിപ്പ് രാമനിൽ വർധിപ്പി ക്കുകയേ ചെയ്തിട്ടുള്ളൂ. മറ്റാരും ചെയ്തിട്ടില്ലാത്തവിധത്തിലുള്ള ആ സമുദ്രലംഘനം, ലങ്കാദഹനം, പിന്നീടു യുദ്ധത്തിൽ ചെയ്തുകൂട്ടിയിട്ടുള്ള പലതരം വിക്രിയകൾ, ഇന്ദ്രജിത്തിന്റെ സമ്മോഹനാസ്ത്രമേറ്റു ലക്ഷ്മ ണനടക്കം വാനരസേന മുഴുവൻ മോഹാലസ്യപ്പെട്ടു കിടക്കെ ഔഷധമുടി പറിച്ചുകൊണ്ടു വരൽ, രാവണനോടുള്ള യുദ്ധത്തിൽ രാമനെ സ്വന്തം ചുമലിലേറ്റിക്കൊണ്ടു ചെയ്ത സാരഥ്യം ഈവകയൊക്കെയും ഏറെ യേറെ ആ മഹാബലനെപ്പറ്റി രാമനിൽ മതിപ്പുണ്ടാക്കിയിട്ടേയുള്ളൂ. ഒരിക്ക ലെങ്കിലും ഹനുമാനെപ്പറ്റി താഴ്ത്തിപ്പറയേണ്ട ഘട്ടം രാമനുണ്ടായിട്ടില്ല. രാമന്റെപേരിൽ ഹനുമാനുണ്ടായിരുന്ന ഭക്ത്യാദരങ്ങളെപ്പറ്റി പറയേണ്ട തുമില്ല. ഒരു സവിശേഷതകൂടിയുണ്ട്. എന്തെല്ലാം ആ വായുപുത്രൻ നിർവഹിച്ചുവോ അതത്രയും ധർമാനുരൂപമായ സുഹൃദ്ബന്ധങ്ങളുടെ മുമ്പിലുള്ള നിഷ്കാമാർച്ചനകളായിരുന്നു. സുഗ്രീവനെന്ന സുഹൃത്തിനു വേണ്ടിയാണ് ഹനുമാൻ രാമലക്ഷ്മണന്മാരെ ചെന്നു കണ്ടതും അവരെ തമ്മിൽ സുഹൃത്തുക്കളാക്കിവിട്ടതും. അതുവഴിതന്നെ രാമകാര്യത്തിനു വേണ്ടി സുഗ്രീവശക്തി ഉതകുകയും ചെയ്തു. സീതാന്വേഷണകാര്യ ത്തിലും രാവണയുദ്ധത്തിലുമൊക്കെ ഹനുമാൻ ചെയ്തതത്രയും രാമ നെന്ന സുഹൃത്തിനുവേണ്ടിയുള്ള, ഒരു പ്രത്യുപകാരവും കാംക്ഷിക്കാത്ത

സേവനങ്ങളായിരുന്നു. അനിച്ഛനും ആവശ്യരഹിതനുമായ ആ മഹാബലവാന് അല്ലെങ്കിൽ എന്തുവേണം? അത്ഭുതമുണ്ടോ, അപൂർവമെങ്കിലും സ്ഥായിയായ ആ സേവനനിരതത്വം ചിരഞ്ജീവത്വം കൈക്കൊണ്ടതിൽ?

ഇത്രത്തോളമോ ഇതിൽക്കുറഞ്ഞതോ ആയ ഗുണവത്വമുള്ള സൗഹൃദങ്ങളേ ലോകത്തിൽ ഉണ്ടാവുക സാധ്യമാവൂ എന്നു ഞാൻ കരുതുന്നു. പക്ഷേ, സംഘട്ടനാത്മകമായ ജീവിതഗതിയിൽ കാര്യങ്ങളെ ഉരുട്ടി മുന്നോട്ടു കൊണ്ടുപോവുന്നതിനു പലതരം സൗഹൃദങ്ങളുടേയും താങ്ങു കൈ ആവശ്യമായിവരും. ശ്രീരാമനും അതു വേണ്ടിവന്നിട്ടുണ്ട്. ആ വകുപ്പിൽപ്പെടുന്നു രാമനും സുഗ്രീവനും തമ്മിലുള്ള സഖ്യം. രണ്ടുപേരും തുല്യദുഃഖിതരായിരുന്നു. സീത അപഹരിക്കപ്പെട്ടു. രാവണനാണ് കൊണ്ടുപോയതെന്നു ജഡായു പറഞ്ഞറിഞ്ഞു. എങ്ങോട്ടാണു കൊണ്ടുപോയതെന്ന് അന്വേഷിച്ചറിയണം. രാവണനോടു നേരിട്ട് സീതയെ വീണ്ടെടുക്കണം. ഇത്രയുമധികം കാര്യങ്ങൾ രാമനും ലക്ഷ്മണനും തനിയെ ചെയ്യുക വയ്യ. അതു നിർവഹിക്കുവാൻ സുഗ്രീവൻ സന്നദ്ധനാണ്. വെറുതെയല്ല, പ്രതിഫലം മുൻകൂർ കിട്ടണം. രാമനെപ്പോലെ തന്നെ സുഗ്രീവനും ഭാര്യാവിരഹദുഃഖിതനാണ്. പിടിച്ചുകൊണ്ടുപോയതു സ്വന്തം ജ്യേഷ്ഠൻതന്നെ. രാജ്യവും നഷ്ടപ്പെട്ടിരിക്കുന്നു. തനിക്കു കയറിക്കൂടാത്ത ഋശ്യമൂകാചലത്തിൽനിന്ന് ഒന്നിറങ്ങിക്കിട്ടിയാൽ മതി, ബാലി സുഗ്രീവനെ കാച്ചും. ഈ നിത്യഭീതി അസഹ്യമാണ്. ബാലിയെ നിഗ്രഹിച്ച് രാജ്യവും ഭാര്യയും തന്റെ വശത്തെത്തിക്കുവാൻ രാമൻ സന്നദ്ധനാകുമോ? എങ്കിൽ അങ്ങോട്ടും സഹായിക്കാം. ഈ രാഷ്ട്രീയക്കരാറിലാണ് സുഗ്രീവനും രാമനും ഒപ്പുവച്ചത്.

സകാമമായ ഇത്തരം ബന്ധങ്ങളിൽ ചില അനാശാസ്യതകൾ വന്നുപെടുക സ്വാഭാവികമാണ്. തന്നോടൊരുപകാരവും ചെയ്തിട്ടില്ലാത്ത ബാലിയെ, നേർക്കുനേർ നിൽക്കാതെ, സുഗ്രീവനുമായി യുദ്ധം ചെയ്തുകൊണ്ടുനിൽക്കേ രാമൻ ഒളിഞ്ഞുനിന്ന് അമ്പെയ്തു കൊന്നു. അമ്പേറ്റു വീണ ബാലി രാമന്റെ നേരെ തൊടുക്കുന്ന ചോദ്യങ്ങൾ ധർമാത്മാവായ അദ്ദേഹത്തിന്റെ തോലുരിക്കാൻ പോന്നവയാണ്. "നീ കുരങ്ങനാണ്, മൃഗമാണ്. മനുഷ്യനീതി നിനക്കു ബാധകമല്ല. മൃഗയാ വിനോദം രാജാക്കന്മാർക്കു വിധിച്ചതാണ്" എന്ന തൊടുന്യായംകൊണ്ടേ ആത്മസാധൂകരണം സാധിച്ചുള്ളൂ. കാര്യസിദ്ധിക്കുള്ള തിരക്കിൽ നീതിയുടെ പരിധി കുടുസാക്കേണ്ടിവന്നു. മറ്റേയാളാകട്ടേ, ആപത്തൊഴിഞ്ഞു രാജ്യവും ഭാര്യയും കൈമോശം വന്നപ്പോൾ ഏറ്റ കാര്യം മറന്നു. സുഖഭോഗങ്ങളിൽ മുഴുകി കാലം കഴിച്ചു. പറഞ്ഞ സമയമെല്ലാം കഴിഞ്ഞു. സുഗ്രീവൻ അനങ്ങുന്നതു കാണുന്നില്ല. അയാൾ അവിടെ സുഖിക്കുമ്പോൾ രാമൻ ഇവിടെ വിരഹിയായി കഴിയുകയാണ്. ഈ ഘട്ടത്തിൽ കുറഞ്ഞൊരു കോപം വേണ്ടിവന്നു സഖ്യത്തിനെ പുനരുജ്ജീവിപ്പിക്കാൻ. ശസ്ത്രധരനായ ലക്ഷ്മണന്റെ ചുകന്ന കണ്ണുകൾ അപായസൂചന നൽകിയപ്പോഴല്ലാതെ സുഗ്രീവനു പ്രതിജ്ഞാപാലനത്തിൽ ശ്രദ്ധചെന്നില്ല.

രാഷ്ട്രീയസഖ്യങ്ങളിലുമുണ്ടല്ലോ വകഭേദങ്ങൾ. വൻശക്തികളെ അഭയംതേടി സ്വന്തംകാര്യം നേടുന്ന ചെറുരാജ്യങ്ങളെ നാം കാണുന്നു. മനുഷ്യനീതിയുടെ പേരിലോ അല്ലാതെയോ സ്ഥാപിതാധികാരത്തിനായിത്തന്നെ ഒരു രാജ്യത്തെ ഏതെങ്കിലും പ്രത്യേക വിഭാഗം മറ്റു രാജ്യങ്ങളുടെ സഹായമർഥിക്കുന്നതും നേടുന്നതും നാം കാണുന്നു. അതിന്റെ ന്യായാന്യായതകളല്ല ഇവിടെ ചർച്ചാവിഷയം. വിഭാഗങ്ങളല്ലെങ്കിൽ വ്യക്തികൾ പണ്ടും ഇതു ചെയ്തിരുന്നു. *രാമായണ*ത്തിലെ വിഭീഷണൻ ചെയ്തത് അതാണ്.

വിഭീഷണൻ ഭയപ്പെട്ടു രാമന്റെ സമീപത്തേക്കു പോന്നു എന്നു പറഞ്ഞാൽ മുഴുവൻ ശരിയാവില്ല. രാമൻ ശക്തനാണെന്നു വിഭീഷണനറിയാം. ഹനുമാന്റെ സമുദ്രലംഘനം, ലങ്കാദഹനം മുതലായവ അതിനെ തെളിയിക്കുന്ന സൂചനകളാണ്. സീത ലങ്കയിൽ വന്നതുമുതൽ കണ്ടുതുടങ്ങിയിട്ടുള്ള ദുസ്സൂചനകളെ വിഭീഷണൻ പലതവണ രാവണനു ചൂണ്ടിക്കാട്ടിക്കൊടുക്കുന്നുണ്ട്, ശരിതന്നെ. പക്ഷേ, അതിലേറെ, രാവണൻചെയ്തതു ശരിയായില്ല, ധർമമായില്ല എന്നാവർത്തിച്ചും ഉറപ്പിച്ചും പറയുകതന്നെയാണ് ലങ്കവിട്ടു പോരുന്നതിനുമുമ്പ് അയാൾ ചെയ്തത്. കരബലംകൊണ്ടോ സമ്പത്തുകൊണ്ടോ പ്രാമാണികനായ ഒരാൾ എന്തുചെയ്താലും വാഴ്ത്തിപ്പറയുന്ന സേവകസമൂഹങ്ങളെ നാം കാണാറുണ്ടല്ലോ. തെറ്റാണെന്നും അയാൾക്കു ദോഷകരമാണെന്നും ഉള്ളിൽ അഭിപ്രായമുണ്ടായാലും ഇഷ്ടത്തിനുവേണ്ടി അനുകൂലഭാവം കാണിച്ച് പ്രോത്സാഹനംചെയ്യുന്നവരേയും കാണാം. അന്ധതകൊണ്ട് നാശത്തിലേക്കു കുതിക്കുന്ന ആളെ കൂടുതൽ അപകടപ്പെടുത്താനേ അതു സഹായിക്കൂ. രാവണനും അത്തരം സേവക്കാർ കുറവായിരുന്നില്ല. അത്തരക്കാരുടെ സ്തുതികളും വീമ്പുകളും രാവണന്റെ ബലദർപ്പത്തെ അധികമധികം വർധിപ്പിക്കുകയായിരുന്നു ചെയ്തത്. ഈ ഗതിക്കെതിരായി ഏകാധിപതിയായി ആ രാക്ഷസരാജാവിനോട് അങ്ങു ചെയ്തത് തെറ്റാണ്, തിരുത്തൂ എന്നു പറയുവാനുള്ള ചങ്കൂറ്റമുണ്ടായത് വിഭീഷണെ സംബന്ധിച്ചിടത്തോളം ഒരു മേന്മതന്നെ. രാവണൻ അനുജനെ കണക്കറ്റ് അധിക്ഷേപിച്ചു: "നീ മിത്രഭാവം കാട്ടുന്ന ശത്രുപക്ഷപാതിയാണ്. നിനക്ക് അവരുടെകൂടെത്തന്നെ പോയി താമസിക്കാം" എന്നുവരെ പറഞ്ഞു. അപമാനിതനായി പോരുമ്പോഴും "പറഞ്ഞുകൊള്ളൂ, അങ്ങെനിക്കു പിതാവിനു തുല്യനാണ്. പക്ഷേ, അങ്ങ് ധർമത്തിൽ നിൽക്കുന്നില്ല. അതുകൊണ്ട് ഞാൻ വിയോജിക്കുന്നു" എന്നാണ് അയാൾ പറഞ്ഞത്.

അങ്ങനെ വിയോജിക്കുന്നുവെങ്കിലും അയാൾ ശത്രുപക്ഷത്തേക്ക് പറന്നതെന്തിന്? ആപത്തുവരുമ്പോൾ വിട്ടുപോവുകയാണോ വേണ്ടത്? താൻ അനുകൂലിക്കുന്നില്ലെങ്കിലും അവിടെത്തന്നെ നിന്നു സ്നേഹത്തിനുവേണ്ടി ആ അപായങ്ങൾ ഏൽക്കുകയല്ലേ വേണ്ടത്? ഇങ്ങനെ ചോദ്യങ്ങളുണ്ടാകാം. *രാമായണ*ത്തിലെ കഥാപാത്രങ്ങൾതന്നെ ഇതു ചോദിച്ചിട്ടുണ്ട്. അതിനുള്ള സമാധാനങ്ങളും അവർ ഊഹിക്കുകയുണ്ടായി.

അയാൾ രാജ്യലോഭിയാവാം. രാമൻ രാവണനെ കൊല്ലുമെന്നതു തീർച്ച. അപ്പോൾ രാജ്യം തനിക്കു കിട്ടണം. അതിനുവേണ്ടിയായിക്കൂടേ അയാളുടെ സഖ്യശ്രമം? ആ സാധ്യതയെ തീരെ നിഷേധിക്കുന്നില്ല ശ്രീരാമനും. ഒരുപക്ഷേ, അബോധമായിട്ടെങ്കിലും വിഭീഷണനിൽ ആ മനോഭാവം പ്രവർത്തിച്ചിട്ടുണ്ടാവും. ഏതായാലും ലങ്കയിലെ സൈന്യബലത്തെപ്പറ്റിയും അങ്ങോട്ടുള്ള പ്രവേശനമാർഗങ്ങളെപ്പറ്റിയും മറ്റുമുള്ള വിവരങ്ങൾ വിഭീഷണനിൽനിന്ന് രാമപക്ഷം മനസിലാക്കി. ചാരനെന്നപോലെ വിഭീഷണൻ അതു നൽകുകയും ചെയ്തു.

സുഗ്രീവൻ ചെയ്തതുപോലെ സ്വന്തംകാര്യം കൈവന്നപ്പോൾ വാഗ്ദാനം മറന്നുകളഞ്ഞില്ല രാമൻ. രാവണവധത്തിനുശേഷം ലങ്ക സ്വന്തം അധീനതയിൽ വയ്ക്കാൻ മുതിരുകയല്ല, അരക്കരുടെ അനന്തരാവകാശിയെത്തന്നെ അവിടെ വാഴിക്കുകയാണ് ചെയ്തത്.

ഈ സൗഹാർദങ്ങളൊന്നും ആലോചനകൂടാതെ വന്നുചേർന്നവയല്ല. സുഗ്രീവനും സംഘവും രാമലക്ഷ്മണന്മാരെ കണ്ടപ്പോഴും ഹനൂമാൻ സന്ന്യാസിവേഷത്തിൽ രാമലക്ഷ്മണന്മാരുടെ അടുത്തു ചെന്നപ്പോഴും വിഭീഷണൻ നാലു രാക്ഷസസുഹൃത്തുക്കളോടൊപ്പം വാനരപ്പടയുടെ മുകളിൽ ആകാശത്തിൽ പ്രത്യക്ഷപ്പെട്ടപ്പോഴുമൊക്കെ സംശയിക്കുകയും തമ്മിൽ ചർച്ചയും ഗൂഢാലോചനയും ചെയ്തിട്ടുണ്ട്. ഗുണദോഷവിവേചനത്തിനുശേഷമേ സഖ്യങ്ങൾ ഉറപ്പിക്കുകയുണ്ടായിട്ടുള്ളൂ.

സാമ്പത്തികപരമോ അധികാരപരമോ ആയ താൽക്കാലികാവശ്യങ്ങളെ മുൻനിർത്തിയിട്ടുള്ള കൂട്ടുചേരൻ എവിടെ? ധർമത്തെ മാത്രം അടിസ്ഥാനമാക്കിയുള്ള സ്നേഹഭക്തിഭാവങ്ങളെവിടെ? രണ്ടാമത് പറഞ്ഞതുപോലുള്ള സൗഹാർദത്തിന്റെ അത്യുത്തമോദാഹരണമായി നിൽക്കുന്നു ആദ്യമേ വിവരിച്ച രാഘവമാരുതിബന്ധം. അതിനോടു തുലനപ്പെടുത്താവുന്ന സുഹൃത്ബന്ധങ്ങൾ സാഹിത്യത്തിലായാലും ജീവിതത്തിലായാലും വിരളമായിരിക്കും.

6

വള്ളത്തോൾക്കമ്പം

ഈ നൂറ്റാണ്ടിൽ നാം പല പരിവർത്തനങ്ങൾക്കും സാക്ഷികളായി. ഈ ചലനാത്മകതയ്ക്ക് ഊക്കുകൂട്ടിയ പല വ്യക്തിത്വങ്ങളേയും കണ്ടു. അക്കൂട്ടത്തിൽ മലയാളക്കരയിൽനിന്ന് ഉയർന്നുപൊങ്ങി ആസ്വാദകരെ സൗന്ദര്യലഹരിയിലാറാടിച്ച ഒരു വാങ്മയം മഹാകവി വള്ളത്തോളിന്റേതായിരുന്നു.

പൊതുവേദികളിൽ പ്രത്യക്ഷപ്പെട്ടിരുന്ന ആ ആകാരസദൃശപ്രജ്ഞന്റെ സജീവവ്യക്തിത്വം എന്റെ അന്തർമണ്ഡലത്തിൽ ഇപ്പോഴും നിറഞ്ഞുനിൽക്കുന്നു. കഷണ്ടിത്തല കൈലേസുകൊണ്ട് തുടരെത്തുടരെ തലോടി കറകറശബ്ദത്തിൽ കവിതപൊഴിയുന്ന ഈ വാചസ്പതിയുടെ വാഗ്വൈഭവം എന്നിൽ ഇപ്പോഴും മാറ്റൊലികൊള്ളുന്നു.

കേരളം വിദേശാധിപത്യത്തിന്റെ കൈപ്പിടിക്കുള്ളിൽ അമർന്നു കഴിഞ്ഞപ്പോൾ ആധിപത്യവും ഉത്തരവാദിത്വവും നഷ്ടപ്പെട്ട ഇവിടത്തെ നാടുവാഴികൾക്കും ഇടപ്രഭുക്കന്മാർക്കും സ്വപ്രഭാവം വിറ്റു പുലരേണ്ടിവന്നു. കൂട്ടുകുടുംബങ്ങളിലെ അധികപ്പറ്റായ അനന്തരവന്മാർ അക്കാലത്ത് ആതിഥ്യത്തിനു കോട്ടംതട്ടാത്തതിനാൽ അതിഥിസൽക്കാരാസ്വാദകരായി അലയാനിടയായി. വാരം, പൂരം, ആട്ടം, കൂത്ത്, മേളം, കഥകളി, ഉത്സവം എന്നീ വിവിധ വിനോദങ്ങൾ കുത്തഴിഞ്ഞ ഈ പൊതുജീവിതത്തിനൊരു പുതുബന്ധം നിലനിർത്തിക്കൊണ്ടു പോന്നു. കർമകുശലതയും കർത്തവ്യനിഷ്ഠയും കൈമോശംവന്ന ബുദ്ധിജീവികളാകട്ടെ കവികളും കലാകാരന്മാരും ഫലിതപ്രിയരുമായി മാറി. അധ്യക്ഷനില്ലാത്ത ഈ ആൾക്കൂട്ടത്തിലേക്കു ക്ഷണിക്കപ്പെടാത്ത ഒരു അതിഥിയായാണ് മ. രാ. രാ വള്ളത്തോൾ കോഴിപ്പറമ്പിൽ നാരായണമേനോൻ കയറിച്ചെന്നത്. കവികളും കലാകാരന്മാരും കൂടുന്നേടത്ത് വള്ളത്തോളും ഒരു കൂട്ടുകാരനായിക്കൂടി.

വെണ്മണി, ശീവൊള്ളി, കൊടുങ്ങല്ലൂർ കുഞ്ഞുക്കുട്ടൻതമ്പുരാൻ, ഒറവങ്കര, കുണ്ടൂർ, ഒടുവ് തുടങ്ങിയ കുളസ്സെസ്റ്റിലെ ശ്രോതാവും ഗായകനുമായി അദ്ദേഹം ഇണങ്ങിച്ചേർന്നു.

ശുഭ്രവസ്ത്രാലങ്കാരച്ചേലോടെ ദേവദർശനം കഴിഞ്ഞു മടങ്ങുന്ന യുവതികളെ ഒളിഞ്ഞുനോക്കി 'തലയും മുലയും നന്നെന്നുലകിൽ ജനസമ്മതം' എന്ന് തലകുലുക്കി രസിച്ചിരുന്നവരിൽ വള്ളത്തോളും ഉൾപ്പെടാതിരുന്നില്ല. പക്ഷേ, കാമോദ്ദീപകനായ കവിയുടെ പിന്നാമ്പുറമെന്നതിൽ കവിഞ്ഞ് അതിനെ വിലവച്ചില്ല. ജീവിതവ്യവസായമെന്ന നിലയിൽ അദ്ദേഹം അതെടുത്തു കൈകാര്യം ചെയ്തതുമില്ല. എന്നല്ല വ്യാസവാല്മീകി പ്രഭൃതികളുടെ കഴമ്പുറ്റ കവിതകളെടുത്ത് പാകപ്പെടുത്തി കൈരളിക്ക് അർപ്പിക്കുന്നതിൽ അദ്ദേഹം നിഷ്ണാതനാവുകയും ചെയ്തു.

പൊടിതട്ടിത്തുടച്ചെടുത്ത പദം, ഓരായംചേർന്നൊളിചിതറുന്ന രചന, പുഞ്ചിരിവിടർത്തുന്ന ഫലിതമാധുരി എന്നീമട്ടിൽ മനോഹരങ്ങളായ പൂമാലകൾ അദ്ദേഹം കൈരളിയുടെ കണ്ഠത്തിലർപ്പിച്ചു.

ആദ്യത്തെ ലോകമഹായുദ്ധത്തിന്റെ വെടിനാദം കേട്ടു കേരളം ഞെട്ടിത്തെറിച്ചത് അക്കാലത്താണ്. അതോടെ കേരളത്തിലെ ജനജീവിതം ഉൽബുദ്ധമായി. ആവേശകരമായ ഈ ദേശീയപ്രസ്ഥാനത്തിന് ആവശ്യമായ ചൂടും ചൈതന്യവും നൽകിപ്പോന്ന കവികളിൽ കേരളത്തിലെ ടാഗോറായി ഉയർന്നത് വള്ളത്തോൾ മാത്രമാണ്.

കേവലം ഭക്ഷണംകഴിക്കലും ദക്ഷിണവാങ്ങലും കുലവൃത്തിയായി കഴിഞ്ഞുകൂടിയിരുന്ന എന്നേയും ആ ദേശീയപ്രസ്ഥാനം മാടിവിളിച്ചു. ആ നവോത്ഥാനത്തിലേക്കു സംഭാവനചെയ്യാൻ മുഷിഞ്ഞ പൂണുനൂലും നീണ്ട കുടുമയുമല്ലാതെ മറ്റൊന്നുമില്ലെന്നറിഞ്ഞപ്പോൾ എനിക്കു നാണം തോന്നി. അന്നു വന്നേരിയിൽ താമസിച്ചിരുന്ന മഹാകവി വള്ളത്തോളിന്റെ അനുഗ്രഹം വാങ്ങുവാനാശിച്ചുകൊണ്ട് കടം വാങ്ങിയ കുറെ മലയാളാക്ഷരങ്ങൾ മടിയിലിട്ട് ഞാൻ അദ്ദേഹത്തിന്റെ പത്നീഗൃഹത്തിലേക്കൊരുദിവസം കയറിച്ചെന്നു. ദാഹാർത്തർക്കു നീരേകാൻ നടവരമ്പിൽ കാത്തുനിൽക്കുന്ന തെങ്ങിൻനിരകൾ കാറ്റത്തുലയുന്ന പട്ടകളെക്കൊണ്ട് 'അകത്തേക്കു കയറിച്ചെന്നോളൂ' എന്നാംഗ്യംകാട്ടി എന്നെ പ്രോത്സാഹിപ്പിച്ചു. മുറ്റത്തു വെണ്മണൽ, നീലാകാശത്തിൽ അന്തിക്കതിരവന്റെ ചെന്നിറം ചേർന്ന കിരണമാല, സുധാധവളിതമായ സൗധം—അങ്ങനെയൊരു രംഗത്തിലേക്കാണ് ഞാൻ കയറിച്ചെന്നത്. വിശാലമായ ആ മുറ്റത്തിന്റെ തെക്കുഭാഗത്ത് ഒരറ്റത്തായി ചെറുതും എന്നാൽ ചൈതന്യവത്തുമായ അതിഥിമന്ദിരത്തിന്റെ പൂമുഖത്തുള്ള ചാരുകസാലയിൽ ഒരാൾ അർധനീലിമിതാക്ഷനായി എന്തോ മിനഞ്ഞെടുക്കുകയായിരുന്നു.

കുട്ടിക്കാലത്ത് കൊടുങ്ങല്ലൂർത്തട്ടകത്തിൽപ്പെട്ട എന്റെ മാതൃഗൃഹമായ കൈപ്പിള്ളിപൂമുഖത്തുവച്ച് കുഞ്ഞുക്കുട്ടൻതമ്പുരാന്റേയും ഒറവങ്കരയുടേയും മറ്റും മുമ്പിൽ പലതവണ ചെന്നുനിൽക്കാനിടവരുമ്പോഴെല്ലാം അവരുടെ വെടിവട്ടത്തിനിടയ്ക്കുള്ള പൊട്ടിച്ചിരിയിൽ ഞാനലിഞ്ഞു

ചേരുകയുണ്ടായിട്ടുണ്ട്. എന്നാൽ വള്ളത്തോളിന്റെ സന്നിധിയിൽനിന്ന് മടങ്ങിപ്പോരുമ്പോൾ തലയ്ക്കിത്തിരി കനംകൂടിയ അനുഭവമാണ് എനിക്കുണ്ടായത്.

വള്ളത്തോൾ വരച്ചുകാണിച്ച ജനജീവിതത്തിലെ വൈവിധ്യം നിറഞ്ഞ ചിത്രങ്ങൾ ഒരാൽബത്തിലെന്നോണം എന്റെ മനസിൽ ശേഖരിച്ചു. എന്റെ എഴുത്തിലും പ്രസംഗത്തിലും അദ്ദേഹത്തിന്റെ കവിതാശകലങ്ങൾ ഉതിരുവാൻ തുടങ്ങി. വ്യക്തി, സമുദായം, കുടുംബം, ദാമ്പത്യം, സാഹിത്യം, രാഷ്ട്രം ഇങ്ങനെ ജീവിതയാത്രയിൽ ബന്ധപ്പെടുന്ന എല്ലാ മണ്ഡലങ്ങളിലും വള്ളത്തോളിന്റെ വർണനകൾ എന്നെ നയിച്ചു തുടങ്ങി. അദ്ദേഹത്തിന്റെ ഓരോ കഥാപാത്രവും എന്നിലാവേശിച്ചു. വിരൽ ചൂണ്ടിയ എല്ലാ വസ്തുക്കളും എനിക്ക് പ്രിയങ്കരമായി. എല്ലാ തിന്മകളും തിക്തങ്ങളായി. സാമുദായിക പ്രവർത്തനങ്ങൾക്കിടയിൽ അദ്ദേഹത്തിന്റെ ഈരടികൾ ചൂണ്ടലുകൾപോലെ കുറിക്കുകൊള്ളുന്നവയായി എനിക്കുപകരിച്ചു.

"നൂറുനൂറാവാം പുമാനു ഗൃഹിണിമാർ
നാരിക്കു ചാവോളമേകപത്നീവ്രതം
ആരാർ സഹിക്കുമീ ധർമം കുറിച്ചിട്ട
നാരാചമേ നിന്നിരുതലക്കൂർപ്പിനെ?"

എന്ന വരികൾ അധിവേദനനിഷേധപ്രസ്ഥാനകാലത്ത് ഞാനും എന്റെ സഹപ്രവർത്തകരും ഒരായിരം തവണ ഗായത്രിപോലെ ഉരുക്കഴിച്ചിട്ടുണ്ടാവും.

"എത്തേണ്ടതാമിടത്തെത്തിയാലും ശരി
മധ്യേ മരണം വിഴുങ്ങിയാലും ശരി
മുന്നോട്ടുതന്നെ നടക്കും വഴിയിലെ
മുള്ളുകളൊക്കെച്ചവിട്ടിമെതിച്ചു ഞാൻ
പിന്നാലെ വന്നിടും പിഞ്ചുപദങ്ങൾക്കു
വിന്യാസവേളയിൽ വേദന തോന്നൊലാ."

എന്ന വരികൾ നമ്പൂതിരിവിദ്യാലയത്തിനുവേണ്ടി തൃശൂർമുതൽ കാസർഗോഡുവരെ നടത്തിയ യാചനായാത്രയിലെ മുദ്രാവാക്യമായി മലബാർ മുഴുക്കെ മാറ്റൊലികൊണ്ടു.

വൈദേശികാധിപത്യത്തിന്റെ കീഴിൽ ക്ലാവുപിടിച്ചു മങ്ങളിച്ച ഇവിടത്തെ കേരളസംസ്കാരത്തെ പുനരുദ്ധരിക്കുന്നതിലും വള്ളത്തോൾ വഹിച്ച പങ്ക് വിസ്മരിക്കാവതല്ല. നാടുവാഴിത്തത്തിന്റെ നാലുകെട്ടിൽ ദാസ്യപ്പണിചെയ്തു ക്ഷയിച്ചുവന്ന കേരളീയകലകളെ അദ്ദേഹം പുറംലോകത്തേക്കു കൂട്ടിക്കൊണ്ടുവന്നു. കഴിവും ആഗ്രഹവുമുള്ള ആർക്കും–അവർ ഏതു ജാതിയിൽ പിറന്നവരായാലും–കലാലോകത്തിൽ ഉയരാൻ കഴിയണമെന്ന് അദ്ദേഹം ആഗ്രഹിച്ചു. പ്രാകൃതമായി കിടന്നിരുന്ന കഥകളിയെ ലോകപ്രശസ്തിയിലേക്കെത്തിച്ചതിന്റെ പ്രഭവസ്ഥാനം അദ്ദേഹമായിരുന്നു. ആത്മാവിന്റെ വിരൂപതയെയും സൗന്ദര്യത്തെയും വേർതിരി

ക്കുമാറ് നമ്മുടെ കലാബോധത്തെ ഉയർത്തി കേരളീയതയ്ക്കു നവോത്ഥാനം സൃഷ്ടിച്ചതും വള്ളത്തോൾ തന്നെ.

വേദം ശൂദ്രച്ചെവിയിൽച്ചെന്നലച്ചാൽ വിശ്വം പൊട്ടിത്തകരുമെന്നു വിശ്വസിക്കുന്ന ഒരു സമുദായത്തിലാണെന്റെ ജനനം. ബ്രാഹ്മണ്യത്തിന്റെ കൈയിലിരിക്കുന്ന വേദം ആരോഗ്യകരമായ മധുരഫലമാണെങ്കിൽ പന്തീരാണ്ടോളം അതോതിത്തന്ന ഓതിക്കനും അതിരുന്നു പഠിച്ച ഞാനും കടിച്ചുതിന്നത് അതിന്റെ തൊണ്ടാണ്; ഋഗ്വേദം മലയാളത്തിലേക്ക് ആദ്യമായി വിവർത്തനംചെയ്ത മഹാകവി വള്ളത്തോളാകട്ടെ അതിന്റെ കഴമ്പും.

ഭാഷയേയും നാടിനേയും അത്രയ്ക്കു സ്നേഹിച്ച മഹാകവി മരിക്കുന്ന സമയത്ത് ഇങ്ങനെ ആശിച്ചിരിക്കും:

> "ജന്മമുണ്ടിനി മേലിലുമെങ്കിലോ
> നിന്മടിയിതിൽത്തന്നേ പിറക്കാവൂ."

ഭാഗം 4
നമ്മുടെ ആചാരാനുഷ്ഠാനങ്ങൾ

നമ്മുടെ ആചാരാനുഷ്ഠാനങ്ങൾ

ഗ്രാമീണജീവിതം നൂറ്റാണ്ടുകൾക്കുമുമ്പ്

പൂക്കളും ആണ്ടറുതികളും

അശ്പൃശ്യത കേരളത്തിൽ

പാക്കനാർ

മേഴത്തോൾ അഗ്നിഹോത്രി

ഇന്നലെ, ഇന്ന്, നാളെ

മതേതരത്വം-സങ്കൽപ്പവും യാഥാർത്ഥ്യവും

ജാതികൾ എങ്ങനെ ഉണ്ടായി?

പുരോഹിതനും രാഷ്ട്രീയക്കാരനും

യുഗപുരുഷനായ ഗുരുദേവൻ

1

നമ്മുടെ ആചാരാനുഷ്ഠാനങ്ങൾ

അരുതായ്മകൾകൊണ്ടും പാടില്ലായ്മകൾകൊണ്ടും പടുത്തുയർത്തിയ നമ്പൂതിരിയുടെ നാലുകെട്ടിനുള്ളിൽ പുലർന്നുപോന്ന ഒരാളാണു ഞാൻ. അവിടെ നിലനിന്നുപോന്നിരുന്ന ജാത്യാചാരങ്ങളുടെ കർശനനിബന്ധനകളിൽനിന്ന് പ്രാണരക്ഷാർഥം പലരും ഇതിനിടയിൽ ഒളിച്ചോടിപ്പോയിട്ടുണ്ട്. അങ്ങനെ അകറ്റിനിർത്തപ്പെട്ട ഭ്രഷ്ടന്മാരിൽ ഞാനും ഉൾപ്പെടുന്നു. അന്നു പരിത്യജിക്കപ്പെട്ട ആചാരശൃംഖലയുടെ അറ്റുവീണ കണ്ണികളിൽ ചിലതു പെറുക്കിയെടുത്ത് ഈ വാർധക്യത്തിൽ വിലയിരുത്തുവാൻ ഒരുങ്ങുമ്പോൾ എന്തോ ഒരു വ്യർഥതാബോധം വാസ്തവത്തിൽ എന്നെ അസ്വസ്ഥനാക്കാതിരിക്കുന്നില്ല. ഒരു ഗവേഷകന്റെ നിരീക്ഷണതയും നിസംഗതയും എനിക്കിവിടെ നിലനിർത്തുവാൻ കഴിഞ്ഞെങ്കിൽ നന്ന്.

ഉപയോഗമില്ലാത്തതൊന്നും, പ്രായേണ, മനുഷ്യൻ കൈക്കൊള്ളാറില്ല. വളരെ വിലപിടിച്ചതായാലും ആവശ്യം കഴിഞ്ഞാൽ വലിച്ചെറിയാൻ അവൻ മടിക്കുകയുമില്ല. നൂറ്റാണ്ടുകാലം കഴുത്തിലണിയുകയും പഴക്കത്താൽ ക്രമേണ ഊരിയെറിയുകയും ചെയ്തുപോന്ന കേരളത്തിലെ ജാത്യാചാരങ്ങളിലേക്ക് വിരൽ ചൂണ്ടുന്നത് അതിനാൽ അസ്ഥാനത്താവുകയില്ലെന്നു ഞാൻ വിചാരിക്കുന്നു.

കഴിഞ്ഞകാലങ്ങളിലേക്ക് തിരിഞ്ഞുനോക്കിയാൽ എന്തെങ്കിലും ചില അനുഷ്ഠാനങ്ങളുടെ വിരലടയാളം വാർന്നുവീഴാത്ത ഒരു ജനതയും ഇന്നോളം ഈ ഭൂമുഖത്തുണ്ടായിട്ടില്ലെന്നു കാണാം. ഇന്ന് ഐക്യരാഷ്ട്ര സംഘടനയ്ക്കു ചുറ്റും പാറിക്കളിക്കുന്ന നാനാവർണക്കൊടികൾ അതിന്റെ നിലയ്ക്കാത്ത നിശ്വാസങ്ങളാണ്.

നിൽക്കട്ടേ, എന്താണ് ഈ ആചാരങ്ങളെന്നു പറഞ്ഞാൽ? ചിട്ടപ്പെടു

ത്തിയ ദിനചര്യയ്ക്കു സമുദായത്തിന്റെ അനുമതി നേടിക്കഴിഞ്ഞാൽ അതൊരാചാരമായി, സമൂഹത്തിന്റെ സ്വത്തായി മാറി—പാർലമെന്റ് അംഗീകരിച്ച നിയമാവലി നടപ്പിലാവുന്നതുപോലെ. വ്യക്തി സമൂഹജീവിയായതുകൊണ്ട് അവന്റെ നന്മയ്ക്ക് അതാവശ്യമാണ്. സമുദായവും വ്യക്തിയും തമ്മിലുള്ള അനുരഞ്ജനം നിലനിൽക്കുന്നിടത്തോളം ഈ വ്യവസ്ഥ പൊതുജനക്ഷേമത്തിന്റെ പേരിൽ നിലനിൽക്കുകയും വേണം. എന്നാൽ ഒരു സത്യം നാം ഓർക്കേണ്ടതുണ്ട്. പരിണാത്മികയായ പ്രകൃതി തന്റെ സൃഷ്ടിസ്ഥിതിസംഹാരപ്രക്രിയ നിറവേറ്റിപ്പോരുന്നത് വ്യക്തിയിലൂടെയാണ്. ജനിക്കുന്നതും വളരുന്നതും നശിക്കുന്നതും ഞാൻ എന്ന ഏകത്വബോധത്തോടെയാണ്. അപ്പോൾ സർഗാത്മകചൈതന്യത്തിന്റെ ഉറവിടം വ്യക്തിപരമാണെന്നു താൽപ്പര്യം. സമുദായം ഈ പരിണാമപ്രക്രിയയുടെ പങ്കാളിയും സാക്ഷിയും മാത്രമായി മാറുന്നു. കർഷകർ ഉൽപ്പന്നങ്ങൾ വിളയിക്കുന്നു. അതിന്റെ വിതരണഭാരം മാത്രമാണ് സമുദായത്തിന്റേത്. അവിടെ വ്യക്തിത്വത്തിന്റെ ഇടപെടൽ സമുദായം സ്വീകരിക്കുകയില്ല. എന്നാൽ പുനർനിർമാണത്തിനാവശ്യമായ ഉപകരണങ്ങൾക്കു പഴക്കം നേരിടുമ്പോൾ വ്യക്തിക്കു സമുദായത്തോടു പിണങ്ങേണ്ടിവരും. അപ്പോൾ സമൂഹം പഴഞ്ചനും വ്യക്തി പുരോഗമനേച്ഛുവുമായി സംഘട്ടനം നടക്കും. പ്രകൃതി അവിടെ വ്യക്തിയുടെ ഭാഗത്തായിരിക്കുകയും ചെയ്യും.

"വിശ്വം ചമയ്ക്കുമുടനേ അതു കാത്തഴിക്കും
വിശ്വൈകനാഥനുടെ കളിപ്പുരയെന്നപോലെ."

എന്നു കവി പാടിയത് ഇവിടെ സ്മരണീയമാണ്.

അറുപത്തിനാല് അനാചാരങ്ങളുടെ വിളനിലമാണ് കേരളമെന്ന് ഒരു വിളിപ്പേരുണ്ട് നമ്മുടെ മാതൃഭൂമിക്ക്. ഖ്യാതിക്കായാലും അപഖ്യാതിക്കായാലും നാം അതിൽ ഊറ്റംകൊള്ളുകയും ചെയ്തിട്ടുണ്ട്. ഇടത്തോട്ടു മടിയിട്ടുകൊണ്ടുള്ള മുണ്ടുടുക്കൽ, നീണ്ട മുൻകുടുമയുടെ പരിലാളനം, മാറു മറയ്ക്കാതെ ഇണവസ്ത്രം തറ്റുടുക്കുന്ന സ്ത്രീവേഷം ഇങ്ങനെ അയൽനാട്ടിലെ ജനതയിൽനിന്ന് വ്യത്യസ്തമായ വേഷവിധാനവും ജീവിതവൃത്തിയും നിലനിർത്തിപ്പോന്നതിന്റെ നേരെയാണ് ഈ അനാചാരാരോപണം എന്നതു ശ്രദ്ധേയവും.

വെട്ടിപ്പിടിച്ച, അല്ലെങ്കിൽ സ്വയം കീഴടങ്ങിയ, ഒരു രാജ്യത്തിന്റെ ദേശീയത സംരക്ഷിക്കുവാൻ കൈക്കൊണ്ടുപോന്ന ഒരാസൂത്രിതപദ്ധതി ഇതിന്റെ പിന്നിലും പ്രവർത്തിച്ചിട്ടുണ്ടാവുമെന്ന് ഞാൻ സംശയിക്കുന്നു. ഇവിടെ കേരളത്തിൽ കുടിയേറിപ്പാർക്കാൻ അഭിലഷിക്കുന്ന ഏതു വ്യക്തിയേയും ആൾക്കൂട്ടത്തേയും ആയുധമെടുത്ത് കേരളീയർ ചെറുത്തുനിന്നില്ല എന്നല്ല, ഔദാര്യത്തിന്റെ പേരിൽ അവരെ സ്വീകരിച്ചു ദേശസാൽക്കരിക്കുവാൻ ഒരുങ്ങുകയും ചെയ്തു. പക്ഷേ, ഒരു നിബന്ധനയിന്മേൽഭൗതികമോ ആത്മീയമോ ആയ ലാഭനഷ്ടങ്ങൾക്ക് ഉത്തരവാദി ആ കുടിയേറിപ്പാർപ്പുകാർതന്നെ! അവരിൽനിന്ന് മറ്റൊരു ധീരരാജ്യം മുത

ലെടുക്കുവാൻ അനുവദിക്കുകയില്ല. ഇവിടത്തെ മണ്ണിന്റേയും വിണ്ണിന്റെയും അനുഗ്രഹാശിസുകളോടെ കിളിർത്തുണ്ടാവുന്ന ഭൗതികവും ആത്മീയവുമായ എല്ലാ ജീവിതമൂല്യങ്ങളിലും ഈ നാടിന്റെ പാദമുദ്ര പതിഞ്ഞുകാണാൻ കൈക്കൊണ്ട സവിശേഷ ജീവിതചര്യയുടെ രൂപരേഖ മാത്രമാണ് ഈ അനാചാരങ്ങളുടെ അന്തസ്സത്ത എന്നു ഞാൻ വിചാരിക്കുന്നു. ഈ ദേശീയതാബോധം എല്ലാ ജനതയും നിലനിർത്തിപ്പോന്നിട്ടുണ്ട്. ലോകത്തിനു വെളിച്ചവും വിഭവവും നൽകിപ്പോന്ന വിശിഷ്ടവ്യക്തികളെ ഓരോ നാടും തന്റേതാക്കാൻ ആഗ്രഹിക്കുകയും ചെയ്തിട്ടുണ്ട്. ബുദ്ധൻ, ശ്രീശങ്കരൻ, വ്യാസൻ, കാളിദാസൻ ഇങ്ങനെ ചിരഞ്ജീവികളായ മാഹാത്മാക്കളുടെ ജനനംകൊണ്ടു സ്വന്തം നാട് പവിത്രമാക്കുവാൻ എല്ലാ ജനതയും ഒച്ചപ്പാടുയർത്തിയിട്ടുമുണ്ട്. ആ മഹാത്മക്കളുടെ ജീവിതകാലത്തു നിലനിന്നിരുന്ന ഏതെങ്കിലും ഒരാചാരത്തിന്റെ ധ്വനിയെ കയറിപ്പിടിച്ചു സ്വായത്തമാക്കുവാൻ പലരും സാഹസികശ്രമം നടത്തിയിട്ടുമുണ്ട്. ദേശാഭിമാനത്തിന്റെ ബോധം വ്യക്തിയിലും സമൂഹത്തിലും നിലനിർത്തുവാനുള്ള നയതന്ത്രത്തിലൂടെയാവണം കേരളാചാരമെന്ന സവിശേഷത ശ്രദ്ധാർഹമായതെന്നു നമുക്ക് എന്തുകൊണ്ടു വാദിച്ചുകൂട? സ്ത്രീകൾക്ക് വോട്ടവകാശം ഇന്നും അംഗീകരിക്കപ്പെടാത്ത സാമ്രാജ്യങ്ങൾ നിലനിൽക്കെ പരിപൂർണമായ സ്ത്രീസ്വാതന്ത്ര്യത്തിന്റെ കൊടിയടയാളമാണ് ഈ വെൺമലയാളമെന്ന് എന്തുകൊണ്ട് വ്യാഖ്യാനിച്ചുകൂട?

കാലത്തു ശുദ്ധജലത്തിൽ കുളി, വെണ്മതിരളുന്ന വസ്ത്രധാരണം, രക്തബന്ധം പുലർത്തുന്ന വ്യക്തികൾ, മാതാമാതുലപിതൃസഹോദരഭാവേനയുള്ള കൂട്ടുകുടുംബജീവിതം, ട്രസ്റ്റിഷിപ്പടിസ്ഥാനത്തിലുള്ള സ്വത്തുസംരക്ഷണം, വയഃക്രമത്തിൽ കാരണവസ്ഥാനം, മാതൃത്വത്തിനു മാന്യത കൂട്ടുന്ന മരുമക്കത്തായം, മഴയുടെയും വെയിലിന്റെയും ഗതിക്കനുസരിച്ച കൃഷിസമ്പ്രദായം, ഋതുക്കളുടെ പരിണാമഭേദത്തിൽ മനുഷ്യഹൃദയത്തിനുണ്ടാകുന്ന വികാരോത്തേജനത്തെ അടിസ്ഥാനമാക്കി ആചരിക്കപ്പെടുന്ന ആഘോഷങ്ങൾ, ഗ്രാമജീവിതം, പൊതു ആരാധനാകേന്ദ്രം, ലളിതമായ വിവാഹച്ചടങ്ങ്, സഹകരണാടിസ്ഥാനത്തിൽ നടത്തപ്പെടുന്ന ശവസംസ്കാരകർമം തുടങ്ങി കേരളത്തിന്റെ നാനാമേഖലകളിലേക്കും ഈ ആചാരങ്ങൾ വേരോടിയിട്ടുണ്ടെന്നോർക്കുമ്പോൾ അത്ഭുതം തോന്നിപ്പോവുന്നു.

ഇവിടെ അനുസരിച്ചുപോരുന്ന ഏതാചാരത്തിന്റെയും പിന്നിൽ ഭൗതികവും ആത്മീയവുമായ സവിശേഷചിന്തയുടെ ചൈതന്യവും അന്തസ്സത്തയും ഒളിഞ്ഞിരിപ്പുണ്ടെന്നു വ്യക്തം.

ജനക്കൂട്ടത്തിൽനിന്ന് ഒരു കേരളീയനെ ആർക്കും തിരിച്ചറിയാം. കുലാചാരങ്ങളുടെ സവിശേഷത, പുരുഷനായാലും സ്ത്രീയായാലും മുഖത്തു തെളിഞ്ഞുകാണാം. അതുപോലെ കേരളീയന്റെ ദിനചര്യ സസൂക്ഷ്മം പരിശോധിച്ചാൽ കാണാം അവന്റെ സംസ്കാരത്തിന്റെ സംശുദ്ധി,

വൃത്തി, വെടുപ്പ്, ലാളിത്യം, പക്വത, അതിഥിസൽക്കാര പ്രിയങ്കരത്വം, നർമബോധത്തിന്റെ ഓളമിയറ്റുന്ന ഫലിതഭാഷണചാതുര്യം ഇങ്ങനെ എന്തിലും ശാന്തിയും സമാധാനവും നിലനിർത്തുന്ന നിബന്ധനകൾ അടങ്ങിയിട്ടുണ്ടെന്ന്.

നമ്പൂതിരിമാരുടെയിടയിൽ വിവാഹത്തിനുശേഷം സഹശയനത്തിനുമുമ്പായി ഒരു വൈദികക്രിയ ആചരിക്കുന്ന പതിവുണ്ട്. വരൻ വധുവിന്റെ മൂക്കിൽ കീഴാർനെല്ലിയുടെ നീരു നസ്യം ചെയ്യലാണ് ആ വൈദികക്രിയയിലെ പ്രധാനഭാഗം. അപകടം ബാധിക്കാതെ എളുപ്പത്തിൽ യോനിച്ഛദം സാധിക്കുകയാണ് ഇതിനാൽ പ്രതീക്ഷിക്കുന്നത്. കീഴാർനെല്ലിനീര് അതിനു പറ്റിയ ഔഷധമാണെന്ന് ആയുർവേദം ഉൽഘോഷിച്ചിട്ടുണ്ട്. ഇങ്ങനെ കളിയിൽ, കുറിയിൽ, ഉടുപ്പിൽ, ഊണിൽ, വിജ്ഞാനവിതരണത്തിൽ, പ്രേമത്തിൽ, ദീനത്തിൽ, മരണത്തിൽ തുടങ്ങി ജീവിതത്തിന്റേതായ എല്ലാ മുക്കിലും മൂലയിലും കൈവയ്ക്കുമ്പോൾ ആചാരം അതിന്റെ രക്ഷയ്ക്കെത്തുന്നു. അത്ര സുചിന്തിതവും സുസാധകവുമാണ് കേരളത്തിലെ ആചാരങ്ങൾ.

ഈ യുഗമാറ്റത്തിൽ ഭ്രമിച്ചോടുന്ന ഉൾപ്പതിഷ്ണുത്വത്തിന്റെ ചവിട്ടേറ്റ് ആചാരങ്ങളിൽ പലതും ചതഞ്ഞു ദുരുപയോഗപ്പെട്ടിട്ടുണ്ടാവാം. വൈദികമേധാവിത്വം അതിന്റേതായ അന്ധതകൊണ്ട് പല വൈകൃതങ്ങളും വരുത്തിവച്ചിരിക്കാം. ഇന്ന് ആചാരാനുഷ്ഠാനം എന്ന അരുമപ്പേരിലറിയപ്പെടുന്നത് ആചാരാഭാസങ്ങളാണ്. അനുഷ്ഠാനമെന്നത് അബോധപൂർവമായ ആംഗ്യവിശേഷമായി തരംതാഴ്ന്നിട്ടുമുണ്ട്.

ഉപസ്തരിച്ചിട്ടുവേണം ഊണുകഴിക്കാൻ എന്നത് നമ്പൂതിരമാരുടെയിടയിൽ നിലവിലുള്ള ഒരു സദാചാരമാണ്. അതിനർഥം നെയ്യ് അകത്തു ചെല്ലണമെന്നുമാണ്. പക്ഷേ, നെയ്യുരുളിയിൽ നെയ്യുമാത്രം ഉണ്ടായിരിക്കയില്ല. എങ്കിലും 'ഉപസ്തരിക്കൽ' അവിടെ നടക്കും. കുളിക്കും; പക്ഷേ, മലിനത പോവില്ല. മന്ത്രം ഉച്ചരിക്കും; അർഥം മനസിലായിട്ടുണ്ടാവില്ല. അസ്തമനസന്ധ്യാവന്ദനം രാത്രി പത്തുമണിക്കായെന്നുവരും. അങ്ങനെ എന്തിനെന്നും എപ്പോഴെന്നും അന്വേഷിക്കാതെ, അറിയാതെ മുൻതലമുറക്കാർ ആചരിച്ചിരുന്നത് കണ്ണടച്ച് അനുകരിക്കുക എന്ന നിലയിലേക്കുതാണിരിക്കയാണ് ഇന്നത്തെ അനുഷ്ഠാനങ്ങൾ. ഇളകിയ പല്ലുപോലെ അവ ആടിക്കളിക്കുന്നു. കേടുവന്ന നാഴികമണി ഒരന്ധന്റെ കൈയിലണഞ്ഞപോലെ ഇന്ന് ദുരുപയോഗപ്പെട്ടിട്ടുണ്ടെങ്കിൽ ആ നാഴികമണിയല്ല ഉത്തരവാദി—അതെടുത്തു പെരുമാറുന്നവന്റെ ബുദ്ധിശൂന്യതയാണ് പഴിക്കപ്പെടേണ്ടത്.

ഒരായിരംതവണ ആലോചിച്ചും തിരുത്തിച്ചേർത്തും നിലനിർത്തിപ്പോരുന്നതാണ് ഈ ആചാരങ്ങൾ. ഈശ്വരാഭിമുഖമായി വാർത്തെടുത്ത ഈ ജീവിതസമ്പ്രദായത്തിൽ ശാസ്ത്രീയനേട്ടങ്ങളുടെ പ്രക്രിയകൂടി ഉൾപ്പെടുത്തുമ്പോൾ പ്രിയങ്കരമാവും.

ആഭരണമേ പഴഞ്ചനാകുന്നുള്ളൂ. അതിലടങ്ങിയ സ്വർണത്തിന്

ഇന്നും മൂല്യമുണ്ട്. മാറിയ രുചിക്കനുസരിച്ചു പുതുക്കേണ്ടതു പുതുക്കുവാനും ചുരുങ്ങേണ്ടതു ചുരുക്കുവാനും തയാറായാൽ ഈ കൈമുതൽകൊണ്ടു പുതിയ പലതും വാർത്തെടുക്കാം. ശാന്തിയും സമാധാനവും കൈവരുമ്പോൾ എന്തെങ്കിലും തരത്തിൽ ചിട്ടപ്പെടുത്തിയ ഒരു ജീവിതരീതി വാർന്നുവീഴാതെ വയ്യ. രാഷ്ട്രീയകക്ഷികൾ ഇന്നു പരസ്പരം വാരിയെറിയുന്ന ഭർത്സനങ്ങളിലും ഇതിന്റെ അനുരണനമാണ് മുഴങ്ങിക്കേൾക്കുന്നത്.

കൊടി എന്നു പറഞ്ഞാൽ വെറും ശീലക്കഷണം മാത്രമാണ്. സംഘടന അതിന്മേൽ ആരോപിക്കുന്ന ആദർശമാണ് അതിന്റെ ആവേശം. അതുപോലെ ഒരാചാരത്തിൽ ഈ ആവേശം ആരോപിച്ചാൽ അത് ഉൽകൃഷ്ടമായി, ഇല്ലെങ്കിൽ നികൃഷ്ടവും! ഈ മാറ്റം ഞാനിവിടെ കാണുന്നു.

2

ഗ്രാമീണജീവിതം അരനൂറ്റാണ്ടിനുമുമ്പ്

വയലരികിൽ ഉയർന്ന പീഠഭൂമിയുടെ മധ്യത്തിൽ വെയിൽനാളം തട്ടി മിന്നിത്തിളങ്ങുന്ന ദേശക്ഷേത്രവും പരിസരവും എന്റെ മനസിൽ പൊന്തിവന്നു. സ്ഥലജലസൗകര്യങ്ങളാൽ സുഖകരമായ വാസസ്ഥാനം. നക്ഷത്രഖചിതമായ നീലാകാശത്തിന്റെ പ്രതിബിംബം പോലെ ആമ്പൽപ്പൂ നിറഞ്ഞ അമ്പലക്കുളം, തളിർത്തൊത്തിലൂടെ സ്തോത്ര പാരായണം ചെയ്ത് നൂറ്റാണ്ടുകളായി ഭജനമിരിക്കുന്ന അരയാലിൻ തണലിൽ അന്തിമേയാപ്പൈക്കൾ അയവിറത്തു കിടക്കുന്നു. ക്ഷേത്രനടയിൽ നിന്നാരംഭിച്ച വഴിത്താരകൾ മുറ്റത്തു കറ്റനിരന്നുകാണുന്ന കൃഷീവല കുടുംബങ്ങളുടെ ഇടയിലൂടെ ശാഖോപശാഖകളായി വളഞ്ഞും പുളഞ്ഞും നീണ്ടുപോയ ഒരു നാൽക്കൂട്ടപ്പെരുവഴിയിൽ ചെന്നവസാനിക്കുന്നു. പെൻഷൻപറ്റിപ്പിരിഞ്ഞ കല്ലത്താണി, 'ചേപ്രത്തം' കാട്ടിയ കുഞ്ഞാത്തോലെപ്പോലെ അകറ്റപ്പെട്ടതും ചൈതന്യശൂന്യവുമായ തണ്ണീർപ്പന്തൽ, ചായപ്പീടിക, കുടിപ്പള്ളിക്കൂടം, നിസ്കാരപ്പള്ളി, സായന്തനച്ചന്ത—ഇങ്ങനെ ആ കവല സദാ ശബ്ദായമാനമാണ്.

ക്ഷേത്രത്തിലെ ശംഖനാദവും പള്ളിയിലെ വാങ്കുവിളിയും ആ നാട്ടുമ്പുറത്തെ വിളിച്ചുണർത്തും. തീപിടിച്ച യന്ത്രംപോലെ പകൽ മുഴുവൻ ആ ഗ്രാമം പിന്നെ ചലിച്ചുകൊണ്ടിരിക്കും. വിളയിറക്കുന്ന കാലങ്ങളിൽ വിരി മാറ്റാത്ത ദേഹപ്രകൃതിയും ചൂളംകുത്തിനടക്കുന്ന ഉന്മേഷശീലവും തുളുമ്പുന്ന അധ്വാനശീലരായ ചെറുവാലിയക്കാർ പിൻനിലാവിൽ കണ്ടത്തിലിറങ്ങി കരികൊളുത്തും. കൂക്കിവിളിച്ചും 'കരിമ്പ്ര'ങ്ങളോടു ചാടുവാക്യം പറഞ്ഞും അവർ വയലാകെ ഉഴുതുമറിക്കും. വർഷാകാലവേളകളിൽ ഈർച്ചമരത്തിന്മേൽ കയറി ഇടംകൈ കുന്നിൻ പുറത്തൂന്നി വലംകൈയിലുള്ള മുടിങ്കോലാട്ടി ചേറാണ്ട കണ്ടങ്ങൾ കലക്കിമറിക്കുമാറ്

കാളക്കിടാങ്ങളെ പാട്ടുപാടിത്തെളിച്ച് വട്ടംചുറ്റിക്കുന്നതും സ്വന്തം ഉരുവിന്റെ മിടുക്കിനെപ്പറ്റി അന്യോന്യം വീമ്പിളക്കി പ്രവൃത്തിക്കുന്മേഷമിയറ്റുന്നതും ആവേശകരങ്ങളായ കാഴ്ചകളാണ്. അതുപോലെ സ്ത്രീകൾ തുണിത്തുമ്പുകൊണ്ട് പുറംമൂടി കുനിഞ്ഞുനിന്നു കാൽമുട്ടുകളിൽ കൈമുട്ടുകളൂന്നി ഐതിഹാസികപ്രസിദ്ധിയാർജിച്ച വീരാംഗനകളുടെ ധീരോദാത്തതകൾ അനുസ്മരിപ്പിക്കുന്ന വടക്കൻപാട്ടിലെ നാടൻശൈലിയിലുള്ള ശീലുകൾ ഈണസ്വരത്തിൽ പാടിക്കൊണ്ട് നട്ടുനീങ്ങുന്നതും മറക്കാവതല്ലാത്ത ചിത്രങ്ങളാണ്. അങ്ങനെ ഉഴുതുമറിച്ചും ഞാറുനട്ടും കളപറിച്ചും കൊയ്തുമെതിച്ചും കുടുംബം പുലർത്തുന്ന ഈ കൃഷീവല കുടുംബിനികൾ ആ നാട്ടിന്റെ സെക്യൂരിറ്റിബോണ്ടുകളാണ്.

ഇടവപ്പാതി കഴിഞ്ഞ കാലവർഷം കേരളത്തിലെ നാട്ടിൻപുറത്തിന്ന് ഒരു പേടിസ്വപ്നമാണ്. പ്രകൃതിയുടെ പരാക്രമങ്ങൾ മെരുക്കിയെടുക്കുവാനാവശ്യമായ ശാസ്ത്രീയജ്ഞാനവും സൗകര്യങ്ങളും ഇല്ലാത്തതുകൊണ്ട് നിർധനരും നിസ്സഹായരുമായ സാധുജനങ്ങൾക്ക് കർക്കടകം ദുർഘടംതന്നെയാണ്. കൈയിരിപ്പും കരുതൽധനവും കാർന്നുതിന്നു കതിരിയിടപേർന്ന നെൽച്ചെടികൾ കാറ്റത്തലഞ്ഞുലയുമ്പോൾ വാനം തെളിഞ്ഞ് പൊന്നിൻചിങ്ങത്തിന്റെ പിറവിയും കാത്ത് അവർ ദിനരാത്രങ്ങൾ ഉന്തിയുന്തി നയിക്കും. തോരാത്ത മഴയത്ത് തൊപ്പിക്കുടചൂടി കുത്തുപാളയും ചൂണ്ടലുമായി 'അറ്റക്കഴായ'കളിലോ തോട്ടുവക്കത്തോ തൊഴിലാളികൾ ചൂടിപിടിച്ച് കുത്തിയിരുന്നു സമയംപോക്കും. പട്ടിണിയുടെയും പാരവശ്യത്തിന്റെയും പ്രേരണയിൽ ചില്ലറ മോഷണങ്ങളും നടക്കാറുണ്ട്.

അങ്ങനെ നാളും തീയതിയും നീങ്ങിക്കൊണ്ടിരിക്കെ ഒരുനാൾ കർക്കടകക്കരിങ്കാറൊഴിയും. നല്ല കാലത്തിന്റെ നാമ്പെന്നതുപോലെ ഈറൻ ചക്രവാളത്തിൽ തെളിനാളം പരത്തിക്കൊണ്ട് ഉണ്ണിക്കതിരവൻ ഉദിച്ചുയരും. ആകാശം തെളിയും. ആണ്ടാംമുള വാനം കുത്തിത്തുളച്ചുയരും. ചുണ്ടുചുകന്ന നെൽച്ചെടികൾ വഴിവരമ്പിൽ തലചായ്ച്ചുറങ്ങുമ്പോൾ പറന്നെത്തിയ പറവക്കിടാങ്ങൾ കതിർകൊത്തി ചാഞ്ചാടിക്കളിക്കും. വട്ടന്റെ ചുണ്ടു ചുകന്നാൽ അത്തം മുറ്റത്തെത്തും. ഐശ്വര്യത്തിനുവേണ്ടി അധ്വാനിച്ചും ആരോഗ്യത്തിനുവേണ്ടി ആഹ്ലാദിച്ചും ശീലിച്ചിട്ടുള്ള കർഷകർക്ക് ഓണം ഒരു ദേശീയോത്സവമാണ്. അതിന്റെ ആസ്വാദനം ഒരു മധുരസ്വപ്നമാണ്.

പുത്തരിക്കറ്റ മുറ്റത്തെത്തിയാൽ ഓണാഘോഷത്തിനുള്ള ഒരുക്കങ്ങളാരംഭിക്കുകയായി. സാധുക്കൾ പണയദ്രവ്യങ്ങൾ വീണ്ടെടുക്കും. പണക്കാർ പുതുപുത്തൻ പണ്ടങ്ങളും പാത്രങ്ങളും പണിയിച്ച് പ്രൗഢി പുലർത്തും. ഉള്ളവരും ഇല്ലാത്തവരും ആവുംമട്ടിൽ വീടും പരിസരവും ചെത്തിക്കോരി വെടിപ്പാക്കും. പുള്ളുവർ വീണമീട്ടി തുകിലുണർത്തിയാൽ വീടാകെ ഇളകിമറിയും. കിടാങ്ങൾ ഓണക്കോടിയുടുത്തു തരിവളകളണിഞ്ഞ് പൂവിളിച്ചും വില്ലുകൊട്ടിയും പൂ പറിച്ചും മാവേലിത്തമ്പുരാന്റെ തിരുവെഴുന്നള്ളത്തുൽഘോഷിക്കും. വീട്ടമ്മമാർ കുളക്കട

വിലും അമ്പലമുറ്റത്തുംവച്ച് ഓണാഘോഷത്തിന്റെ ഒരുക്കങ്ങളെപ്പറ്റി കുശലാന്വേഷണം ചെയ്യും. തൃക്കാക്കരയപ്പന്റെ തിരുവെഴുന്നള്ളത്തും 'കുട്ടികളുടെ അച്ഛന്റെ' ആഗമനവും നീരുറന്ന നീൾമിഴിയോടെ നിതംബിനിമാർ ഉൽക്കണ്ഠാപൂർവം ഉറ്റുനോക്കിക്കൊണ്ട് ദിനരാത്രങ്ങൾ കഴിക്കും. പത്തായത്തിൽ പഴക്കുലകൾ തൂങ്ങിയാൽ, പെട്ടിക്കുള്ളിൽ പുടവകളൊഴിഞ്ഞാൽ, കാഴ്ചദ്രവ്യങ്ങളുമായി 'കുട്ടികളുടെ അച്ഛൻ' ഉമ്മറത്തെത്തിയാൽ കുടുംബിനികളുടെ കവിൾത്തടം തുടുക്കും. അവരുടെ നയനങ്ങളിൽ ആഹ്ലാദത്തിന്റെ തെളിനീർ തുളുമ്പും. ഓണമെടുക്കലും കൊടുക്കലും കർഷകരുടെ ഇടയിൽ അതിപ്രധാനമായ ഒരു വാർഷികച്ചടങ്ങാണ്. കണിയാന്റെ ചാർത്തനുസരിച്ചു ശുഭമുഹൂർത്തത്തിൽ അതാചരിക്കപ്പെടും. കരുവാൻ കൊഴുവും ആശാരി മരപ്പാത്രങ്ങളും കാഴ്ചവയ്ക്കും. പുതുക്കരി കുത്തിയണയ്ക്കും. ഉഭയം വാങ്ങിപ്പിരിയും.

നെല്ല്, നാളികേരം, പഴം, പപ്പടം മുതലായ ഭക്ഷണവിഭവങ്ങളുടെ മുമ്പിൽ കോടിക്കച്ചയും ചിറ്റാടയും കൈകാട്ടിവാങ്ങുമ്പോൾ ഇരുവരുടെയും കരളിൽ കനിവൂറും. നയനങ്ങളിൽ സൗഹാർദത്തിന്റെ മസൃണത മിന്നിത്തിളങ്ങും. സാമ്പത്തികവും സാംസ്കാരികവുമായ വ്യത്യസ്തതകൾ മറന്ന് ജീവിതാവശ്യത്തിന്റെ പേരിൽ മനുഷ്യാത്മാക്കൾ അലിഞ്ഞുചേരുമ്പോഴുള്ള അനർഘനിമിഷങ്ങൾ അവിസ്മരണീയങ്ങളാണ്.

തൃക്കാക്കരയപ്പൻ അണിഞ്ഞൊരുങ്ങി മുറ്റത്തെത്തിയാൽ ഓണം ആഘോഷിക്കുകയായി. വറവിന്റേയും അരവിന്റേയും എരിമണം അന്തരീക്ഷത്തിൽ വീര്യത്തോടെ വിഹരിക്കും. നിലവിളക്കത്തിരുന്ന് എല്ലാവരും വിഭവസമൃദ്ധമായ ഓണസദ്യയുണ്ണും. അന്തപ്പുരത്തിലെ പണികഴിഞ്ഞ് കൈയൊഴിഞ്ഞാൽ സ്ത്രീകൾ ചമഞ്ഞൊരുങ്ങി കിടാങ്ങളെ ഒക്കത്തെടുത്തും പിച്ച നടത്തിയും വരിവരിയായി മനയ്ക്കലേക്കു കൈകൊട്ടിക്കളിക്കാനുള്ള പുറപ്പാടായി. അങ്ങനെ ഒഴുകിവരുന്ന സൗന്ദര്യപ്രവാഹം മനയ്ക്കലെ കെട്ടിനകത്തു കൈകൊട്ടിക്കളിക്കുന്ന നീർച്ചുഴിയിലലിഞ്ഞുചേരും. യുവാക്കളാകട്ടെ അമ്പലപ്പറമ്പിൽ അണിനിരന്നു പന്തടിച്ചും ആട്ടക്കളം നിന്നും പകിട എറിഞ്ഞും ആർത്തിരമ്പി തിമർക്കുന്നുണ്ടാവും. അസ്തമനസൂര്യന്റെ പട്ടുടയാട മുറ്റത്തെ പൂച്ചെടികളിൽനിന്ന് വിടർത്തിയെടുത്ത് സന്ധ്യ മറയുമ്പോഴും ആ സ്ത്രീകൾ മനയ്ക്കലെ തിരുമുറ്റത്തു ചേരിതിരിഞ്ഞ് 'താലീപീലി' തകർക്കുകയാവും. ഓണനിലാവുടുത്ത് അമരലോകത്തിൽനിന്നെത്തിയ ഈ അപ്സരസ്ത്രീകളുടെ കളനിനാദം സാന്ധ്യനിശ്ശബ്ദതയെ ഭേദിച്ച് അന്തരീക്ഷത്തിൽ അലയുയർത്തും. തടസങ്ങളും തകരാറുകളും തട്ടിത്തടഞ്ഞു കടന്നുപോകുന്ന ജീവിതത്തിൽ ഓണം ഒരു വഴിത്താവളമാണ്.

ആ നാട്ടിന്റെ സാമ്പത്തികവും സാംസ്കാരികവും സാമൂഹ്യവുമായ നേതൃത്വം പരമ്പരയാ കൈയാളിപ്പോന്നിരുന്നത് സ്ഥലത്തെ പ്രധാനദിവ്യന്മാരായ നമ്പൂതിരിമാരായിരുന്നു. ഇവരുടെ അടിയായ്മയോ ആശ്രിതത്വമോ ശിഷ്യത്വമോ ആരോപിക്കപ്പെടാത്ത ഒരൊറ്റ പുരത്തറപോലും ആ

പ്രദേശത്തുണ്ടായിരുന്നില്ല. വരമ്പുകിളയ്ക്കുക, വെള്ളം ചേർക്കുക, വിള തീറ്റുക, അമ്പലക്കുളം കലക്കി മീൻ പിടിക്കുക, കന്യകമാരുടെ കിടപ്പറയ്ക്കു മുമ്പിൽ ചപലത കാണിക്കുക, അടികലശലുണ്ടാക്കുക, ജാത്യാചാരം വിട്ടു നടക്കുക—ഇത്തരം അന്തമില്ലായ്മകളിൽ നിന്നുണ്ടാകുന്ന പ്രക്ഷോഭങ്ങൾ ആ നാട്ടിൻപുറത്തെ ഇടയ്ക്ക് കുലുക്കിയുണർത്താറുണ്ട്. അത്തരം നാട്ടുകൂട്ടങ്ങളുടെ വിചാരണയും വിധിയും ദേവാലയത്തിന്റെ തിരുമുറ്റത്തോ ബ്രഹ്മാലയത്തിന്റെ തിരുമുമ്പിലോ വച്ചവസാനിക്കും.

അങ്ങനെ ജന്മിത്വത്തിന്റേയും പൗരോഹിത്യത്തിന്റേയും ആധിപത്യച്ചിറകുകൾ വിടർത്തി കാലം ആ നാട്ടിൻപുറത്തെ വായുമണ്ഡലത്തിൽ വട്ടമിട്ടു പറക്കുമ്പോൾ പരിവർത്തനത്തിന്റെ ഇടിവാളേറ്റ് പൗരോഹിത്യം നിലംപൊത്തി. പ്രാണിസ്നേഹത്തിന്റെ പര്യായമായ യഥാർഥ ബ്രാഹ്മണ്യം പ്രഭുത്വത്തിന്റെ കവലകളിൽ ചേക്കേറിക്കഴിഞ്ഞപ്പോൾ ധാർമികപ്രകാരം ആ നാട്ടിൻപുറത്തുനിന്ന് അകലാൻ തുടങ്ങി. മുതലാളിത്തത്തിന്റെ പട്ടുകുപ്പായം കടംവാങ്ങി ജന്മി നഗരമധ്യത്തിൽ താവളമടിച്ചുകൂടി. പിരിച്ചുവിട്ട യന്ത്രശാലയിലെ തൊഴിൽക്കുഴപ്പംപോലെ മനക്കാരുടെ ഈ സ്ഥലംമാറ്റം നാട്ടിൻപുറത്തെ സാധുജനങ്ങൾക്കിടയിൽ സാമ്പത്തിക കുഴപ്പത്തിന് ഇടയാക്കി. അടിച്ചുതളിക്കാരി മുതൽ ആനക്കാരൻവരെയുള്ള ആശ്രിതജനങ്ങൾക്ക് തൊഴിലില്ലാതായി. നെല്ലുകുത്തിയും തുണയ്ക്കുനിന്നും തീണ്ടാരികുളിപ്പിച്ചും കറുകപറിച്ചും ഒളപ്പമണ്ണ ചാർത്തിയും അടിയനെറാൻ മൂളിയും മനയ്ക്കൽ വായ്പൊത്തി നിന്ന് ദിവസം കഴിച്ചിരുന്നവരുടെ തൊണ്ടയിൽ മാറാലകെട്ടാനിടയായി.

ജന്മിയുടെയും കുടിയാന്റെയും ഇടയിൽ കാര്യസ്ഥൻ എന്ന ഒരു സത്വവിശേഷം പൊന്തിവന്നു. നീരുള്ളേടത്തു നീന്തിക്കളിക്കുന്ന ആ വൃത്തികെട്ട സത്വം പുണ്ണുള്ളേടത്തു കടിച്ചുതൂങ്ങി. ജന്മനാ അയാൾ ബുദ്ധിമാനാണ്. കർമണാ വാചാലനുമായി. അയാൾ സ്കൂളിലോ കോളേജിലോ കയറിയിറങ്ങിയിട്ടില്ല. എന്നാൽ ബിരുദത്തിലും വലിയ വിരുത് അയാൾ നേടിയിട്ടുണ്ട്. അയാളുടെ നിഘണ്ടുവിൽ പ്രാപ്തി എന്ന പദത്തിന്റെ പര്യായമാണ് ദുസാമർഥ്യം. പോക്കിരിത്തരം ഉശിരിന്റെ ലക്ഷണമായി മാറി. ക്ഷമ ദുർബലതയുടെ അടയാളമാണ്. എന്തായാലും കളവു തെറ്റാണ്. കാരണം, ശിക്ഷ കിട്ടും. എന്നാൽ, ചൂഷണം അയാൾക്കൊരു ഭൂഷണമാണ്.

ആ നാട്ടിൻപുറത്തയാൾ സർവവിദിതനാണ്. മനസ്സാക്ഷി മടിയിലും മണിപ്പേഴ്സ് മനസിലും തിരുകി അയാൾ പടിയിറങ്ങും. മാർഗമധ്യത്തിൽ കണ്ടുമുട്ടുന്നവരോടെല്ലാം അയാൾ കുശലമന്വേഷിക്കും. അതിൽനിന്ന് കൊഴിഞ്ഞുവീഴാൻ നിൽക്കുന്ന പഴം ഏതു കൊമ്പത്താണെന്നു മനസിലാക്കും. അവിടെ അണ്ണാനെപ്പോലെ കയറിക്കൂടും. മാധ്യസ്ഥ്യം സംസാരിക്കുമ്പോൾ 'കാര്യസ്ഥൻ' ഇത്തവണ നമ്മുടെ ഭാഗത്താണ് എന്ന് ഇരുകക്ഷിയുടെയും ഉൾപ്രീതി നേടും. രണ്ടു ഭാഗത്തുനിന്നും 'ശ്രമദാനം' സ്വീകരിക്കുകയും ചെയ്യും. അവസാനം കരണം

കുത്തി കമിഴ്ന്നടിച്ചു വീണ കക്ഷിക്ക് ഉന്തിയവന്റെ കൈ കടന്നുപിടിക്കാൻ സാധിക്കാത്ത വിരുതിലായിരിക്കും കാര്യസ്ഥന്റെ സാമർത്ഥ്യം. പണയം, തീര്, ഭാഗം, അച്ഛനില്ലാക്കുട്ടിക്ക് ചെലവിനു കൊടുപ്പിക്കൽ ഇങ്ങനെ വാതുവച്ചു നടക്കുന്ന കളിയിൽ കാര്യസ്ഥൻ ഒരു തുറുപ്പു ശീട്ടാണ്. തന്റെ ആളാണ് എന്ന നിലയിൽ ജന്മി, കുടിയാൻമുഷ്കിനെപ്പറ്റി സംസാരിക്കുന്നത് അയാൾ 'എറാൻ' മൂളിക്കേൾക്കും. കുടിയാൻ സഭയുടെ പ്രവർത്തനത്തിന് കാര്യസ്ഥൻ നാട്ടുകാരുടെ ഇടയിൽനിന്ന് വരി പിരിച്ചെടുക്കുകയും ചെയ്യും. ചുരുക്കിപ്പറയട്ടെ കാണെക്കാണെ ക്ഷീണിച്ചുവരുന്ന ആ ഗ്രാമത്തിന്റെ രോഗം കാര്യസ്ഥൻ എന്ന ഗുന്മന്റെ ഉപദ്രവമാണെന്ന് പൊതുജനം കണ്ടറിഞ്ഞു.

സ്വാതന്ത്ര്യപ്രസ്ഥാനം വാളയാർവഴി കേരളത്തിൽ പ്രവേശിച്ചത് അക്കാലത്താണ്. ജന്മിത്വത്തിന്റെയും ബ്രാഹ്മണ്യത്തിന്റെയും മാത്രമല്ല, ഉദ്യോഗതിമിരം ബാധിച്ച ഇടത്തരക്കാരുടെയും എതിർപ്പും വെറുപ്പും നേരിട്ടുകൊണ്ട് ദേശീയപ്രസ്ഥാനം മുന്നേറി. ഈ നവോത്ഥാനത്തിന്റെ അല നാട്ടിൻപുറങ്ങളെ കുലുക്കിയുണർത്തി. ഇവിടത്തെ യുവത്വം കണ്ണുമിഴിച്ചെഴുന്നേറ്റു.

"ആ രംഗം സർവമാച്ഛാദിത, മഹഹ,
ചിരാൽ കാലമാം ജാലവിദ്യ-
ക്കാരൻതൻ പിഞ്ഛികോച്ചാലനമുലകിൽ
വരുത്തില്ലയെന്തെന്തു മാറ്റം."

3

പൂക്കളും ആണ്ടറുതികളും

കേരളം ഒരു കാർഷികരാജ്യമാണ്. പക്ഷേ, ഇവിടത്തെ കൃഷീവല കുടുംബങ്ങളിൽ എന്നും പൊൻനാണയങ്ങൾക്കു പഞ്ഞമാണ്. ഈ അപൂർണതയ്ക്ക് ഒരു ഉപശാന്തി എന്നപോലെ പ്രകൃതി വാരിവിതറുന്ന മറ്റൊരു പൊൻനാണയം ഇവിടെ സമൃദ്ധമായി വിളയുന്നുണ്ട്—പൂക്കൾ. ഈ നാടിന്റെ ഐശ്വര്യത്തിനും ആത്മോൽക്കർഷത്തിനും ഈ പുഷ്പ സമ്പത്ത് കേരളീയജനത തികച്ചും ആസ്വദിച്ചുപോരുന്നുണ്ടുതാനും.

നടുമുറ്റത്തൊരു മുല്ലത്തറയില്ലാത്ത വീടുണ്ടായിരുന്നില്ല. മുറ്റത്തൊരറ്റത്ത് തുളസിത്തടം, കുളക്കരയിൽ പുഞ്ചിരിച്ചു നിൽക്കുന്ന വെള്ളിയിലച്ചെടി, തൊടിനിറയെ മുക്കുറ്റി, മുക്കിലും മൂലയിലും തഴച്ചുനിൽക്കുന്ന മന്ദാരം, ചെമ്പരത്തി, കോളാമ്പി, വഴിവക്കത്തു കറുകനാമ്പ്, തുമ്പക്കുടം, വേലിക്കിടയിലൂടെ നിശ്ശബ്ദമായി പാളിനോക്കുന്ന ശംഖുപുഷ്പം, കുന്നിൻനിറുകയിൽ കൂത്താടുന്ന കാട്ടുപൂക്കൾ.... ഇങ്ങനെ ശബളാഭമായ ഒരു പൂപ്പാലികയാണ് കേരളം.

പൂവറുക്കൽ, മാലകെട്ടൽ, പൂക്കളം വരയ്ക്കൽ, പൂജയ്ക്കൊരുക്കൽ ഇതെല്ലാം ഒരു ദിനാരംഭത്തിലെ നൈതികധർമങ്ങളാണ്. കുളിച്ചു കുറിയിട്ടു പുരികുഴലിൽ പൂക്കൾ തിരുകി ദേവദർശനം കഴിച്ചെത്തുന്ന കേരളീയവനിതകൾ ഈ നാടിന്റെ സാക്ഷാൽ ഗ്രാമലക്ഷ്മിമാരാണ്.

പുഷ്പം ആത്മാവിന്റെ അല്ലെങ്കിൽ ജീവിതത്തിന്റെ പ്രതീകമെന്നത്രേ കവിസങ്കൽപ്പം. വിജ്ഞാനത്തിന്റെയും ഐശ്വര്യത്തിന്റെയും ഉപാസനാമൂർത്തികളായ സരസ്വതിയും ലക്ഷ്മിയും പത്മാസനത്തിൽ വിരാജിച്ചരുളുന്നു. ലൈംഗികവികാരത്തിന്റെ ദേവതാത്മാവായ കാമൻ പൂവമ്പനാണ്. കവികളാൽ വാഴ്ത്തപ്പെടുന്ന നായികാനായകന്മാരുടെ ഉപമാനങ്ങൾപോലും പൂക്കളാണ്. ഇവിടത്തെ കിടാങ്ങളുടെ പ്രാഥമികപാഠം

ആരംഭിക്കുന്നതിങ്ങനെയാണ്:

“കരാരവിന്ദേന പദാരവിന്ദം
മുഖാരവിന്ദേ വിനിവേശയന്തം.”

ക്ലേശഭൂയിഷ്ഠങ്ങളായ ജീവിതദുർഗങ്ങൾ തരണംചെയ്ത് ഭൗതികത്വത്തിൽനിന്നാത്മാവുയരേണ്ട വീഥിയിലേക്കു കാൽകുത്തുന്ന തത്വജ്ഞാനിയുടെ പ്രാർഥന ഇങ്ങനെയും:

“സമർപ്പ്യേകം ചേതസ്സരസിജമുമാനാഥ ഭവതേ-”

ഇങ്ങനെ ലൗകികത്തിലും വൈദികത്തിലും ആത്മാവിലും ജീവിതത്തിലും സൗരഭ്യം പുലർത്തുന്ന ഒരു ചര്യയാണ് കേരളീയർ കൈക്കൊണ്ടുപോന്നത്.

അനുക്രമമായ ഈ ജീവിതചര്യയ്ക്കിടയിൽ മനസിനെ അലട്ടിക്കൊണ്ടിരിക്കുന്ന താളപ്പിഴകൾക്കിടയിലും കർമോന്മുഖരാവാനും ചെയ്തുതീർത്ത കാര്യങ്ങളോർത്തു സന്തോഷിക്കാനും കിട്ടുന്ന സവിശേഷ സന്ദർഭങ്ങളാണ് ആണ്ടറുതികൾ. എല്ലാക്കാലത്തും ഏതു രാജ്യത്തും ആഘോഷിക്കപ്പെടുന്ന ആചാരങ്ങളാണ് വിശേഷദിവസങ്ങളും ആണ്ടറുതികളും. ജനഹൃദയത്തിന്റെ ആവേശം നിലനിർത്തത്തക്കവിധം ഓരോന്നിനുമുണ്ട് അതിന്റേതായ പശ്ചാത്തലവും സംവിധാനക്രമവും. ചിലതു രാഷ്ട്രീയമാണെങ്കിൽ മറ്റു ചിലത് മതസംബന്ധിയാണ്. വീരാരാധനാത്മകമായ ദേശീയതയുടെ അടിയൊഴുക്ക് എല്ലാറ്റിലും നിഴലിച്ചുകാണുകയും ചെയ്യും.

കേരളത്തിനുമുണ്ട് അതിന്റേതായ ആണ്ടറുതികൾ. ഓണം, വിഷു, തിരുവാതിര ഇങ്ങനെ വ്യത്യസ്ത ഋതുക്കളിൽ വ്യത്യസ്ത സംവിധാനത്തിൽ ആഘോഷിക്കപ്പെടുന്ന ഈ മൂന്നിന്റേയും പശ്ചാത്തലം വെവ്വേറെയാണ്. വിഷു അധ്വാനത്തിന്റെയും ഓണം സമൃദ്ധിയുടെയും തിരുവാതിര സൗന്ദര്യത്തിന്റെയും പ്രതീകങ്ങളാണെന്നു ഞാൻ വിചാരിക്കുന്നു. ഗ്രീഷ്മത്തിൽ വിഷു, ശരത്തിൽ ഓണം, ഹേമന്തത്തിൽ തിരുവാതിര– ഇങ്ങനെയാണ് ശാർങ്ഗധരസംഹിതയിലെ നിർവചനം.

മുണ്ടകൻകൊയ്തു നെല്ലും വൈക്കോലും സംഭരിച്ചുകഴിഞ്ഞാൽ കർഷകഹസ്തം സ്വതന്ത്രമായി. പുതുമഴ പെയ്തു മണ്ണ് കുളുർക്കുന്നതുവരെ അവരുടെ ഹൃദയം വിശ്രമത്തിനും വിനോദത്തിനും ദാഹിക്കുകയായി. ചാമുണ്ഡിക്കാവിന്റെ മുറ്റത്തു പൂത്തുനിൽക്കുന്ന കുങ്കുമം ഈ വിനോദവേളയ്ക്കുള്ള കളിവിളക്കു നാട്ടലാണ്. ഉത്സവം, വേല, പൂരം ഇങ്ങനെ കേരളം മുഖരിതമാവുകയായി. ഈ ഋതു വേനൽച്ചൂടിലൂടെ ഇഴഞ്ഞിഴഞ്ഞു മായുന്നു.

മേടംമുതൽ ശരത്താരംഭിക്കുകയാണ്. അതിന്റെ കൊടിനാട്ടലെന്നപോലെ ശബളാഭമായ കണിക്കൊന്ന അരങ്ങേറി വരുന്നു. ‘വിത്തുംകൈക്കോട്ടും’ എന്ന് വിഷുപ്പക്ഷി ഉറങ്ങുന്ന കർഷകരെ വിളിച്ചുണർത്തുന്നു. പുതുവർഷത്തിൽ ചാലുകീറി വിളവിറക്കാൻ കർഷകൻ മുന്നോട്ടുവരുന്നു. ഭൂതകാലത്തിന്റെ അന്ധതയിൽനിന്നു നവോത്ഥാനത്തിന്റെ ആദ്യകിര

ണങ്ങൾ കണികണ്ട് അവൻ ഉണരുന്നു.

ഉരുളിയിൽ കണിക്കൊന്ന, കണിവെള്ളരിക്ക, നാളികേരമുറി, ഉണ ങ്ങല്ലരി, വെറ്റില, അടയ്ക്ക, വാൽക്കണ്ണാടി, സ്വർണം, രാമായണഗ്രന്ഥം, അലക്കിയ വസ്ത്രം ഇങ്ങനെ പുതുവർഷത്തിൽ ആസ്വദിക്കേണ്ട ഭൗതി കവും വൈദികവുമായ സാധനസാമഗ്രികൾ കത്തുന്ന നിലവിളക്കിനു മുമ്പിൽ പ്രദർശിപ്പിക്കുന്നു. പുതുവത്സരപ്പിറവിയിൽ ഒരുക്കുന്ന ഈ കണി കണ്ട് കർഷകൻ നിർവൃതിയടയുന്നു. അവനോടൊപ്പം സസ്യശ്യാമളമായ പ്രകൃതിയും. ഇടവപ്പാതിക്കു കിഴക്കൻകാറുയരുന്നതും പുതുവർഷം പൊഴിയുന്നതും അവൻ കാത്തിരിക്കുകയായി.

അടുത്ത ആണ്ടറുതി ഓണമാണ്. കർക്കടസംക്രാന്തി മുതൽ അതിന്റെ ഒരുക്കം തുടങ്ങുന്നു. ദുർവിചാരങ്ങളുടേയും വൃത്തിഹീനതക ളുടേയും ശുദ്ധീകരണമാണിതിൽ പ്രധാനം. ചേട്ടയെക്കളയുക എന്ന ഈ ചടങ്ങിന് സാനിറ്ററിയുടേതായ ഒരു ഔപചാരികതയുണ്ട്. അന്നെങ്കിലും നാലുകെട്ടിന്റെ ഉള്ളിൽ കണ്ണും കൈയും ചെല്ലാത്ത സ്ഥലമുണ്ടാവില്ല. അശണ്ഠകളെല്ലാം ഒരു പൊട്ടക്കലത്തിൽ ശേഖരിച്ച് ഒരു സ്ത്രീ അതേറ്റി ചൂലും ചാണകവെള്ളവുമായി പടിപ്പുറത്തെറിയുമ്പോൾ 'ചേട്ടേ ചേട്ടേ പോ പോ' എന്നട്ടഹസിക്കും. അങ്ങനെ ചേട്ട പുറത്തും ശ്രീ അകത്തും എന്ന സങ്കൽപ്പത്തിൽ കർക്കടകത്തിലേക്ക് കടക്കുകയായി.

കേരളത്തിൽ ക്ഷാമകാലമാണ് കർക്കടമാസം. കൈയിരുപ്പും കരുതൽധനവും കൃഷിപ്പണിക്കായി ചെലവിട്ടുകഴിഞ്ഞു. പത്തായം കാലി യായി. പേടിസ്വപ്നംപോലെ തൂങ്ങിനിൽക്കുന്ന കാലവർഷവും. കരിയിട പേർന്ന കണ്ടങ്ങളിൽ വിരിപ്പുവിള കാറ്റാടി നിൽക്കുകയാണ്. പുതു നെല്ലിന്റെ മണവും പൊന്നിൻചിങ്ങത്തിന്റെ പിറവിയും സ്വപ്നംകണ്ട് ഈശ്വരവിചാരത്തിലും ഇലക്കറിഭക്ഷണത്തിലും മുഴുകി ദിനരാത്രങ്ങൾ നീക്കും. അങ്ങനെ നാളും തീയതിയും നീങ്ങവേ ഒരുനാൾ തൊഴുത്തിൻ പുറത്ത് മത്ത പൂവിരിഞ്ഞു കാണും. കുടുംബിനിമാരുടെ മൊട്ടിട്ട ഓമന സ്വപ്നങ്ങളും അതോടെ വികസിക്കുകയായി.

വട്ടന്റെ ചുണ്ടു ചുകന്നാൽ അത്തം മുറ്റത്തെത്തും. കിടാങ്ങൾ 'പൂവേ പൊലി, പൂവേ പൊലി' എന്നാർത്തു കൂവിക്കൊണ്ടു പൂവട്ടിയുമായി കാടും മേടും തേടി വീട്ടുമുറ്റത്തു പൂവിടുന്ന ചടങ്ങിന് സവിശേഷ പ്രാധാന്യമുണ്ട്. അങ്ങനെ പൂക്കളുടെ ഉത്സവമായിത്തീരുന്നു ഓണം.

തൃക്കാക്കരത്തേവർ സമ്പൽസമൃദ്ധിയുടെ ദേവതാത്മാവും കേരള ത്തിന്റെ പരദൈവവുമാണ്. കർക്കടകത്തിരുവോണം മുതൽ ചിങ്ങത്തിരു വോണം വരെ തൃക്കാക്കര ക്ഷേത്രത്തിൽ ഉത്സവമാണ്. ഐശ്വര്യമൂർത്തി യായ തൃക്കാക്കരയപ്പൻ വീടുതോറും സന്ദർശനം നടത്തുന്നുവെന്നാണ് സങ്കൽപ്പം. പച്ചമണ്ണുരുട്ടി ജനങ്ങൾ അദ്ദേഹത്തെ ആരാധിക്കുന്നു. ഈ ആഹ്ലാദവായ്പിനനുരൂപമായ പശ്ചാത്തലം ഇവിടത്തെ പ്രകൃതിയും ഒരുക്കിയിട്ടുണ്ടാവും. ഐശ്വര്യത്തിനുവേണ്ടി അധ്വാനിച്ചും ആരോഗ്യത്തി

നുവേണ്ടി ആഹ്ലാദിച്ചും ശീലിച്ചിട്ടുള്ള കർഷകർക്ക് ഓണം ഒരു ഉത്സവമാണ്. തടസങ്ങളും തകരാറുകളും തട്ടിത്തടഞ്ഞു കടന്നുപോകുന്ന അവരുടെ ജീവിതത്തിൽ ഓണം ഒരു വഴിത്താവളംതന്നെയാണ്.

തുലാവർഷം കഴിഞ്ഞു. വൃശ്ചികക്കാറ്റടങ്ങി. മഞ്ഞുവീണു. ഇലകൊഴിഞ്ഞ ആ ഹേമന്തഋതുവിലെ ഒരു ഉൽസവമാണ് തിരുവാതിര. സുമംഗലികൾക്കാണ് തിരുവാതിര പ്രധാനം. പതിപ്രീതി നേടുക എന്നതാണ് ആർദ്രാവ്രതാചരണത്തിന്റെ ലക്ഷ്യം. ശ്രീപാർവതിയാണ് അവരുടെ ആരാധ്യദേവത. ഭർതൃപ്രീതിക്ക് ചിരകാലതപസനുഷ്ഠിച്ച പാർവതിയിൽ ശിവന് അനുരാഗമങ്കുരിപ്പിച്ച രതികാമന്മാരെ പൂജിക്കുകയും അങ്ങനെ കുടുംബസൗഖ്യം കൈവരുത്തുകയുമാണ് ആചരണം.

അശ്വതിമുതൽക്ക് പുലരാൻകാലത്തു തെളിവെള്ളത്തിലിറങ്ങി സുമംഗലികൾ സഖികളോടൊപ്പം ആടുകയും പാടുകയും ഉല്ലസിക്കുകയും ചെയ്യുന്നു. പ്രഭാതത്തിൽ ശുഭ്രവസ്ത്രാലങ്കാരച്ചേലോടെ ഊഞ്ഞാലാടുകയും കൈകൊട്ടിക്കളിക്കുകയും വേണം. ഇളനീർ, കിഴങ്ങ്, പഴവർഗങ്ങൾ തുടങ്ങിയവ ഭക്ഷണവിഭവങ്ങളാണ്. രാത്രിയിൽ സുമംഗലസ്ത്രീകൾ നടുമുറ്റത്തൊരുമിച്ചു ചേർന്ന് ആതിരപ്പൂ ചൂടണം. ലൈംഗികവികാരോത്തേജകങ്ങളായ ഈ ചടങ്ങുകൾ ഭർത്താവോടൊത്തു സമൃദ്ധവും സംതൃപ്തവുമായ ഗാർഹികജീവിതം കൈവരുത്തുവാനുദ്ദേശിച്ചുള്ളവയാണ്.

അധ്വാനിക്കുക, അനുഭവിക്കുക, ആഹ്ലാദിക്കുക എന്നതാണ് കേരളീയജീവിതാദർശം. അതിനനുകൂലമായ സാഹചര്യം ഇവിടത്തെ പ്രകൃതിയും പൂക്കളും ആണ്ടറുതികളും ഒരുക്കിത്തരുന്നു—ഇന്ന് എല്ലാം നഷ്ടപ്പെട്ട സൗഭാഗ്യത്തിന്റെ സ്വപ്നങ്ങളാണെങ്കിൽക്കൂടി.

4

അസ്പൃശ്യത കേരളത്തിൽ

"മനസിലായില്ല."

"പാലക്കാട്ട് മൂത്താന്തറയിലാണു വീട്."

ആതിഥേയൻ തല ചൊറിഞ്ഞു. ജിജ്ഞാസ പിന്നെയും അവശേഷിക്കുന്നു.

"പേര്?"

"കുട്ടികൃഷ്ണൻ."

"അപ്പോൾ ഹിന്ദുവാണ്, അല്ലേ? നന്നായി." സ്വയം മന്ത്രിച്ചു. ഒരു പുഞ്ചിരി ചുണ്ടിൽ വിടർന്നു. തെല്ലിട സംശയിച്ചശേഷം വിരൽ ചൂണ്ടി ചോദിച്ചു:

"അച്ഛന്റെ പേര്?"

"രാമൻമേനോൻ."

"ബലെ!" സംതൃപ്തിയുടെ തെളിനാളം കണ്ണിൽ വെട്ടിത്തിളങ്ങി.

"അകത്തുകയറി ഇരിക്കാം." അതിഥിയെ അദ്ദേഹം സസ്പൃഹം സ്വാഗതംചെയ്തു. ഒരേ ജാതി, ഒരേ മതം! ഒരു സുദിനമാണ് ഇന്ന്. അദ്ദേഹം സമാശ്വസിച്ചു. അതിഥി സൽക്കാരത്തിന് ഇതിലുമധികം എന്തുവേണം?

ആതിഥേയനിലുണ്ടായ പ്രതികരണം വ്യക്തിപരമായി നോക്കുമ്പോൾ വിശിഷ്ടംതന്നെ. എന്നാൽ, ഒരിതരജാതിക്കാരനായിരുന്നു വിരുന്നുകാരനെങ്കിൽ ഇത്തരമൊരു സൗഹാർദം അവിടെ സ്വാഭാവികമായി പ്രകടമാവുകയില്ല. കാരണം, ജാതികൾ തമ്മിലുള്ള അസ്പൃശ്യത അവരെ രഞ്ജിപ്പിക്കുകയില്ല. അപ്പോൾ ഈ ആതിഥേയനിലുണ്ടായ പ്രതികരണം വാസ്തവത്തിൽ മാനുഷികമല്ല. പരമ്പരാസിദ്ധമായ വർഗാഭിമാനത്തിന്റെ അത്ഭുതാവഹമായ മാസ്മരിസം അയാളിലും പ്രവർത്തിച്ചു എന്നു മാത്രം.

കേരളത്തിലെ വ്യവസ്ഥാപിതമായ ജാത്യാചാരങ്ങളുടെ ശൂന്യതയിലേക്ക് ഈ പെരുമാറ്റം വിരൽ ചൂണ്ടുന്നു.

ഒരേ മണ്ണിനു മേലെ ഒരേ വിണ്ണിനു താഴെ പുലർന്നുപോരുന്ന അയൽക്കാർ തമ്മിൽ അടുക്കരുത്, തൊടരുത് എന്നമട്ടിൽ വിഭാഗീയ ചിന്താഗതി പുലർത്തിക്കൊണ്ടിരിക്കുക എന്ന ഗതികേട് മറ്റെവിടേയും കാണുകയില്ല. അത്രയ്ക്ക് ആപൽക്കരവും അശാസ്ത്രീയവുമായ ഈ ജീവിതരീതി ഇവിടെ എങ്ങനെ ഉണ്ടായി? എന്തിന് അതു നിലനിർത്തിപ്പോരുന്നു? എന്ന ചോദ്യം പലപ്പോഴും മനുഷ്യസമുദായത്തിന്റെ മുമ്പിൽ പൊന്തിവന്നിട്ടുണ്ട്. സമൂഹസ്നേഹികളായ ധിഷണാശാലികൾ ഇതിനെപ്പറ്റി ഒറ്റയ്ക്കും കൂട്ടായും സനിഷ്കർഷം ചിന്തിച്ചിട്ടുമുണ്ട്. അങ്ങനെ നടത്തിയ അന്വേഷണത്തിന്റെയും അനുഭവത്തിന്റെയും വെളിച്ചത്തിൽ ഉരുത്തിരിഞ്ഞു കിട്ടിയ ജീവിതദർശനങ്ങളിലൊന്നാണ് ചാതുർവർണ്യ പദ്ധതിയെന്ന് വിചാരിക്കേണ്ടിയിരിക്കുന്നു. കേരളത്തിലെ ജാത്യാചാരങ്ങളെപ്പറ്റി പരാമർശിക്കേണ്ടിവരുമ്പോൾ ചാതുർവർണ്യത്തിന്റെ ചട്ടക്കൂട് മനസിൽ പൊന്തിവരാതെ വയ്യ. നമ്മുടെ ജാതിവ്യവസ്ഥയുടെതന്നെ പ്രഭവസ്ഥാനം അതായിരുന്നു.

"ബ്രാഹ്മണോऽസ്യ മുഖമാസീൽ
ബാഹൂ രാജന്യഃ കൃതഃ
ഊരൂ തദസ്യ യദ്വൈശ്യഃ
പദ്ഭ്യാം ശൂദ്രോ അജായത."

എന്ന വേദമന്ത്രം ചാതുർവർണ്യത്തെ സാധൂകരിക്കുന്നതാണ്. ആലോചിക്കുവാൻ തല, കർമംചെയ്യുവാൻ കൈകൾ, നടന്നു വിതരണം ചെയ്യാൻ ഊരുക്കളും കാലടികളും—ജ്ഞാനശക്തി, ഭരണശക്തി, വ്യാവസായികശക്തി, ശുശ്രൂഷാശക്തി എന്ന ഈ ചതുഷ്ടയത്തിന്റെ പ്രതീകാത്മകമായ സമന്വയമാണ് സമൂഹം എന്നതായിരിക്കണം ഇതിന്റെ വ്യംഗ്യം. ആലോചിക്കുക, കർമം ചെയ്യുക, സംയോജിക്കുക, സേവനം ചെയ്യുക എന്നീ പ്രക്രിയകളുടെ ഏകീഭാവമാണ് സാമൂഹ്യജീവിതത്തിന്റെ ആകെത്തുക എന്ന് അവർ മനസിലാക്കി.

"ജന്മനാ ജായതേ ശൂദ്രഃ
കർമണാ ജായതേ ദ്വിജഃ"

എന്നു സ്മൃതിയിലുണ്ട്. അതായത്, ജനിക്കുമ്പോൾ എല്ലാവരും താണ നിലയിലാണ്. കർമംകൊണ്ട് ഷോഡശക്രിയകൾചെയ്ത് ശൂദ്രൻ ബ്രാഹ്മണനാവുന്നു എന്നാണ് ഇതിന്റെ അർഥം. ശൂദ്രനായി പിറന്നവനും കർമംകൊണ്ട് ബ്രാഹ്മണനാവാം എന്നുവരുന്നു. ബ്രാഹ്മണർക്കും ക്ഷത്രിയർക്കും വൈശ്യർക്കും ഷോഡശകർമം ചെയ്യാൻ അധികാരമുണ്ട്. അതിനാൽ ഇവരെ 'ത്രൈവർണികർ' എന്നു വ്യവഹരിക്കുന്നു.

ഇപ്പറഞ്ഞ നാലു ജാതിയും ഉൾപ്പെട്ടതാണ് സവർണർ. സവർണർ തമ്മിൽത്തമ്മിൽ പണ്ട് അശുദ്ധം കൽപ്പിച്ചിരുന്നില്ല. ശൂദ്രസഹായത്തോടെ ബ്രാഹ്മണന്നു കർമം ചെയ്യേണ്ട സന്ദർഭങ്ങൾ പലതുമുണ്ട്.

എന്നാൽ തീണ്ടിക്കുളിയുള്ളവരെയാണ് അവർണർ എന്നു പറയുന്നത്. ആശാരി, മൂശാരി, കരുവാൻ, തട്ടാൻ തുടങ്ങി കമ്മാളന്മാർ മുതൽക്ക് ചണ്ഡാലന്മാർവരെ താഴോട്ടു പോകുന്ന വിവിധ ജാതിക്കാരുൾപ്പെട്ടതാണ് അവർണവിഭാഗം.

ചാതുർവർണ്യം എന്ന വേലിക്കു പുറമെയുള്ള ജനവിഭാഗങ്ങൾക്ക് പ്രാചീനഭാരതീയർ ചില വിലക്കുകൾ കൽപ്പിച്ചിരുന്നു. ഈ വിലക്കിന്റെ ഓമനപ്പേരാണ് അയിത്തം എന്നു പറയുന്നത്. സംസ്കൃതത്തിലെ അശുദ്ധമെന്ന സംസ്കൃതപദത്തിന്റെ തത്ഭവമാണിത്. പരസ്പരം കാണുന്നതിലും സംസാരിക്കുന്നതിലും ചില കരുതൽവ്യവസ്ഥകൾ കൽപ്പിക്കപ്പെട്ടിരുന്നു. ഇതാണ് തൊട്ടുകൂടായ്മ, തീണ്ടിക്കൂടായ്മ തുടങ്ങിയ പേരുകളിൽ അറിയപ്പെടുന്ന അസ്പൃശ്യതകൾ. പൊതുനിരത്തിൽ നടക്കാനും വിദ്യാലയങ്ങളിൽ പ്രവേശിക്കാനും സർക്കാരുദ്യോഗം വഹിക്കാനും ഇവർക്കു സ്വാതന്ത്ര്യമുണ്ടായിരുന്നില്ല. സവർണർ സഞ്ചരിക്കുന്ന വഴികളിൽക്കൂടി നടന്നുപോകേണ്ടിവരുമ്പോൾ അവർണനും സവർണനും പരസ്പരം അടുത്തുമുട്ടാതിരിക്കാൻ ഒച്ചമുഴക്കുന്ന സമ്പ്രദായവും നിലനിന്നിരുന്നു. അവർണന്റെ അശുദ്ധി ബാധിച്ചാൽ സവർണൻ കുളിച്ചല്ലാതെ ക്ഷേത്രം, മന, ആരാധനാകേന്ദ്രങ്ങൾ എന്നിവിടങ്ങളിൽ പ്രവേശിച്ചുകൂട. അവർണൻ അബദ്ധത്തിന് അത്തരം സ്ഥലങ്ങളിൽ പെട്ടുപോയാൽ ആ വസ്തുവിൽപ്പെട്ട എല്ലാ സവർണരും മുങ്ങിക്കുളിക്കണം. അപ്പോൾ അയിത്തം കൊടിത്തൂവപോലെയാണ്. തൊട്ട ദിക്കിലൊക്കെ ചൊറിയും.

എല്ലാ ജാതികളിലുമുണ്ട് ധാരാളം ഉപജാതികൾ. ബ്രാഹ്മണരിൽ തന്നെ ഓത്തുള്ളവരും ഇല്ലാത്തവരുമുണ്ട്. ഓത്തില്ലാത്ത നമ്പൂതിരി ഓത്തുള്ള നമ്പൂതിരിയുടെ ഇല്ലത്തു ചെന്നു താമസിക്കേണ്ടിവരുമ്പോൾ അന്യോന്യം തൊട്ടുകൂട. തൊട്ടുപോയാൽ വസ്ത്രം മുക്കണം. ഉപയോഗിച്ച കിണ്ടി കമഴ്ത്തണം. ഓത്തുള്ള ഇല്ലങ്ങളിലെ ക്രിയാദികൾക്ക് അതില്ലാത്തവരെ എടുക്കുകയില്ല. അവരുമായി വിവാഹബന്ധങ്ങൾ പാടില്ല. നായരിലുമുണ്ട് അനേകം ഉൾപ്പിരിവുകൾ. അവർണരിലുമുണ്ട് സവർണരെപ്പോലെ അന്യോന്യം അസ്പൃശ്യത കൽപ്പിക്കുന്ന അനവധി വിഭാഗങ്ങൾ.

ഇതിന്റെയെല്ലാം മേധാവിത്വം വഹിച്ചിരുന്നത് ബ്രാഹ്മണരായിരുന്നു. എന്തെങ്കിലും വൈകല്യം സംഭവിച്ചാൽ പരിഹാരം കാണാനും പ്രായശ്ചിത്തം ചെയ്യിക്കാനുമുള്ള അധികാരം അവർ കൈയാളി. ഭരണകർത്താക്കളായ രാജാക്കന്മാർക്ക് അരിയിട്ടുവാഴ്ച നടത്താനും ഭരണകൂടത്തെത്തന്നെ നിയന്ത്രിക്കാനുമുള്ള അവകാശവും ബ്രാഹ്ണർക്കു സിദ്ധിച്ചു.

“രാജാ വൃക്ഷോ മന്ത്രിണസ്തസ്യ ശാഖാഃ
രാഷ്ട്രം പർണം, ബ്രാഹ്മണാസ്തസ്യ മൂലം
മൂലേ നഷ്ടേ തസ്യ വൃക്ഷസ്യ നാശഃ
തസ്മാദ്രാജൻ, ബ്രാഹ്മണാഃപാലനീയാഃ”

എന്ന ശാസനം രാജാക്കന്മാരെപ്പോലും കിടുകിടെ വിറപ്പിച്ചിരുന്നു.

ഇതുപോലെ മറ്റുള്ളവരിലും ആധിപത്യം ചെലുത്താൻചെയ്ത ആസൂത്രണത്തിന്റെ ഭാഗമാണ്.

"ദൈവാധീനം ജഗത്സർവം
മന്ത്രാധീനന്തു ദൈവതം
തന്മന്ത്രം ബ്രാഹ്മണാധീനം
ബ്രാഹ്മണോ മമ ദൈവതം"

എന്ന മുദ്രാവാക്യവും. ഇതിന്റെ ഫലം കീഴ്ജാതികൾക്ക് ഉച്ചനീചത്വം കൽപ്പിച്ച് അവരെ അടക്കി ഭരിക്കുകയായിരുന്നു.

എല്ലാ ജാതിയിലുള്ളവർക്കും തങ്ങളുടെ നില മേലെയാണ് എന്ന വ്യാമോഹം വരുത്തിത്തീർക്കാനുള്ള കലാവിരുതും പ്രയോഗിക്കാതിരുന്നില്ല. നായർ തൊട്ടാൽ നമ്പൂതിരിക്കു കുളിക്കണം, ഈഴവൻ തൊട്ടാൽ നായർക്കും—ഇങ്ങനെ ആഭിജാത്യത്തൊപ്പി എല്ലാ ജാതിക്കാരുടേയും നഗ്നശിരസുകളിൽ നിക്ഷേപിക്കപ്പെട്ടു.

വിശുദ്ധിയാണല്ലോ ജീവിതത്തിന്റെ സർവപ്രധാനമായ അഭികാമ്യത. ശാരീരികമായും മാനസികമായും. സാത്വികവൃത്തി അതിന്റെ പ്രഭവസ്ഥാനമാണ്. വ്യക്തിയിലും സമൂഹത്തിലും ആ സാഹചര്യത്തെ അനർഹങ്ങളായ പ്രലോഭനങ്ങൾ തീണ്ടി അശുദ്ധീകരിക്കാതിരിക്കാൻ ചില നിബന്ധനകൾ പാലിക്കേണ്ടിവരും. അസമത്വത്തിന്റെ ആരംഭദശ ഇവിടെയാണ്.

ദർശനങ്ങൾ സ്വാംശീകരിക്കാൻ മാർഗനിർദേശം നൽകിപ്പോന്നത് സ്മൃതികാരന്മാരാണ്. ഓരോ കാലത്ത് ഓരോ കാരണത്താൽ പൊട്ടിമുളയ്ക്കുന്ന പ്രതിപക്ഷവാദങ്ങളെ ധർമാർഥകാമമോക്ഷങ്ങളുടെ വഴിത്താരയിലൂടെ ജനനന്മയ്ക്കായി നയിക്കുക എന്നതാണ് ഇതിന്റെ ഉദ്ദേശ്യം. എന്നാൽ ഒരേകാര്യത്തിന്റെ അന്യായഭാഗത്തിന്റേതായാലും വേണ്ടില്ല, പ്രതിഭാഗത്തിന്റേതായാലും കൊള്ളാം, തന്റെ നിയമപാണ്ഡിത്യം പ്രകടിപ്പിക്കുവാൻ അവസരം കിട്ടുകയും ജനനേതൃത്വം നേടുകയും സ്വാഭാവികമായിത്തീർന്ന വക്കീലന്മാരെപ്പോലെ സ്മൃതികാരന്മാർ സ്വന്തം കക്ഷികളുടെ വിജയസാധ്യതയ്ക്ക് ദുർവ്യാഖ്യാനം ചെയ്തുപോന്നു. ഇതിന്റെ ഫലമായി ജനതയുടെ ധർമാധർമബോധത്തിനും സത്യനിഷ്ഠയ്ക്കും കാണക്കാണെ വ്യതിയാനം സംഭവിച്ചു. ചാതുർവർണ്യത്തിന്റെ പേരിലും പല വൈകൃതങ്ങളും സമുദായത്തിലേക്കു നുഴഞ്ഞുകയറാനിടയായി. ഈ വൈകല്യങ്ങൾ വരുത്തിയത് വ്യക്തിയോ സമൂഹമോ അല്ല, കാലംതന്നെയാണ്.

രാഷ്ട്രത്തിന്റെ മുമ്പിൽ മനുഷ്യർക്ക് ഉച്ചനീചത്വമില്ല. അവരുടെ വികാരങ്ങൾക്കും പ്രവർത്തനശുദ്ധിക്കുമാണ് പ്രാധാന്യം. അത്തരമൊരു പുതിയ സോഷ്യലിസ്റ്റ് സാമൂഹ്യക്രമം വാർത്തെടുക്കുക എന്നതാണ് നമ്മുടെ രാഷ്ട്രസങ്കൽപ്പംതന്നെ. ഈ പ്രക്രിയയിൽ അനർഹങ്ങളായ പലതും പിന്തള്ളപ്പെടും. മതേതരരാഷ്ട്രത്തിലെ പൊതുമുതൽ അമ്പല

ങ്ങൾക്കും പള്ളികൾക്കും സന്ന്യാസിമഠങ്ങൾക്കും മറ്റ് അനാചാരങ്ങൾക്കുമായി വിനിയോഗിക്കപ്പെടാനുള്ളതല്ല. തലമുറതലമുറയായി നാം ശീലിച്ചു പോന്ന ജാത്യാചാരങ്ങളും അസ്പൃശ്യതകളും നാം തുടച്ചുനീക്കേണ്ടതുണ്ട്.

സങ്കരത്വംകൊണ്ടാണ് പരീക്ഷണശാലയിൽ നല്ല വിത്ത് ഉൽപ്പാദിപ്പിക്കുന്നത്. വിയോജിക്കലിലല്ല, സംയോജിക്കലിലാണ് നാളത്തെ മാനവികത. പണവും പദവിയും പ്രലോഭനവസ്തുക്കളാണ്. അതിൽ അത്യാഗ്രഹം ജനിക്കുന്ന ആരും അപഥസഞ്ചാരം ചെയ്യും. ഇന്നത്തെ രാഷ്ട്രീയക്കാരന്റേയും പണ്ടത്തെ പുരോഹിതന്റേയും കിടപ്പുമുറി ഒന്നുതന്നെ.

5

പാക്കനാർ

തൃത്താലശിവക്ഷേത്രത്തിൽനിന്ന് സുമാർ ഒരു നാഴിക പടിഞ്ഞാറോട്ടു ചെന്നാൽ പുഴവക്കത്ത് വയലരികിലായി ഒരു പറയച്ചേരി കാണാം. ആ പറയച്ചേരിയുടെ തൊട്ടടുത്തുതന്നെ ശബ്ദവും ബഹളവുമില്ലാതെ പൂർവകാലസ്മൃതികളോർത്ത് ഉറക്കംതൂങ്ങുന്ന ഒരു മനവളപ്പും കാണാം. മന മേഴത്തോളഗ്നിഹോത്രിയുടേയും മറ്റേത് അദ്ദേഹത്തിന്റെ അവരജനായ സാക്ഷാൽ പാക്കനാരുടേയും പൂർവാശ്രമത്തിന്റെ അവശിഷ്ടങ്ങളായി ഇന്നും ആദരിക്കപ്പെട്ടുപോരുന്നു. വരരുചിക്ക് ഒരു പറച്ചിയിലുണ്ടായ പന്ത്രണ്ട് ഐതിഹാസികസഹോദരങ്ങളിൽ ആദ്യത്തെ ആൾ അഗ്നിഹോത്രിയും ഒടുക്കത്തെ ആൾ പാക്കനാരുമാണെന്നു പറയപ്പെടുന്നു. ചിരപുരാതനകാലത്ത് ജീവിച്ചുപോന്ന ഈ അതികായന്മാരുടെ മനശുദ്ധിയും കർമശുദ്ധിയും ധാർമികമൂല്യങ്ങൾക്കു പ്രാധാന്യം കുറഞ്ഞുവരുന്ന ഇന്നത്തെ കാലത്ത് ആർക്കും ആവേശജനകമാണ്. ഇരുവരുടേയും ജീവിതാപദാനങ്ങളെ സംബന്ധിച്ച് അയവിറക്കപ്പെടുന്ന പല കഥകളുമുണ്ട്.

തൃത്താലയിലെ യജ്ഞേശ്വരം എന്ന മഹാക്ഷേത്രത്തിനു സമീപത്തുള്ള വെള്ളിയാങ്കല്ലിൽ അഗ്നിഹോത്രി സ്വാദ്ധ്യായാദിബ്രാഹ്മണകൃത്യങ്ങൾ നിറവേറ്റിപ്പോന്നു. പാക്കനാരാകട്ടെ, പുഴവക്കത്തുള്ള മുളങ്കാടുകളിൽനിന്ന് മുളവെട്ടി മുറംകുത്തി തന്റെ കുലവൃത്തി രക്ഷിച്ചുപോന്നു.

പറച്ചി കുത്തിയ പത്തു മുറവുമായി പാക്കനാർ എല്ലാദിവസവും അയൽവീടുകളിൽ വിൽപ്പനയ്ക്കിറങ്ങും. മുറങ്ങൾ വാങ്ങിവച്ച് വീട്ടുകാർ വില പിശകും. ഒടുക്കം തെറ്റിപ്പിരിയുമ്പോൾ താൻ കൊണ്ടുവന്ന ഒമ്പതു മുറം വാങ്ങിപ്പോവും. 'പാക്കൻ പാവമാണ്. പത്തുമുറം തന്നിട്ട് അവസാനം

ഒമ്പതെണ്ണമേ മടക്കിവാങ്ങിയുള്ളൂ. ഒരു മുറം വെറുതെ കൈവന്നു' എന്ന് ലാഭേച്ഛുക്കളായ വീട്ടമ്മമാർ ആഹ്ലാദിക്കും. അങ്ങനെ ഓരോ മുറവും ദാനംചെയ്ത് ഒരു മുറം മാത്രം ബാക്കിയാവും. കിട്ടിയ വിലയ്ക്ക് അവസാനത്തെ മുറവും വിറ്റ് പാക്കനാരും കുടുംബവും അന്നത്തെ ആഹാരവൃത്തി നയിച്ചുപോരും. വ്യാപാരി കൊള്ളലാഭമടിക്കുകയും തൊഴിലാളി കൂടുതൽ കൂലി കിട്ടാനുള്ള വ്യഗ്രതയിൽ കർത്തവ്യം മറക്കുകയും ചെയ്യുന്ന ഇന്നത്തെ കാലത്ത് പാക്കനാർ കൈക്കൊണ്ടുപോന്ന ഈ നിഷ്കാമകർമവും ദാനശീലത്വവും ഒരു കടംകഥയായിരിക്കാം.

പാക്കനാർ ഒരിക്കൽ കാട്ടിൽ മുളവെട്ടുകയായിരുന്നു. നിറയെ പൊൻനാണ്യങ്ങളുള്ള ഒരു നിധികുംഭം യാദൃച്ഛികമായി ആ മുളങ്കൂട്ടത്തിൽ കണ്ടെത്തി. 'അയ്യോ, ആളെക്കൊല്ലി!' എന്നുപറഞ്ഞ് അദ്ദേഹം ഓടി. നായാട്ടിനായി ആ കാട്ടിലേക്കു വന്ന രണ്ട് സുഹൃത്തുക്കൾ 'ഉരു'വിനെ കിട്ടാനുള്ള ഉത്സാഹത്തോടെ കാടിളക്കവേ പ്രസ്തുത കുംഭം കണ്ണിൽപ്പെട്ടു. ഒരു കുടംനിറയെ സ്വർണനാണയമോ! പങ്കിട്ടെടുക്കേണ്ട ഈ കൂട്ടുസ്വത്ത് കൈക്കലാക്കാൻ ഇരുവരും ഗൂഢമായി മനസിൽ പ്ലാനിട്ടു. ഭക്ഷണത്തിൽ വിഷംകലർത്തി ചങ്ങാതിയെ കൊന്നു നിധി കൈക്കലാക്കണമെന്നായി അവരുടെ ഗൂഢോദ്ദേശ്യം.

'ഈ ചോലയ്ക്കടുത്ത് ഭക്ഷണം പാകംചെയ്തു വിശ്രമിച്ചുപോവാം' എന്ന് അവർ അന്യോന്യം തീർച്ചപ്പെടുത്തി. രണ്ടുപേരും ചേർന്ന് ഭക്ഷണമൊരുക്കി. ഒരാൾ കാവലിരുന്നു. മറ്റേ ആൾ കുളിക്കാൻ പോയി. ഈ തക്കം രണ്ടുപേരും പ്രയോജനപ്പെടുത്തി. മറ്റാളുടെ ഓഹരിയിൽ വിഷം കലർത്തി. ഓരോരുത്തരും ചെയ്ത ഈ ചതി അന്യോന്യം അറിഞ്ഞില്ല. അവർ ഭക്ഷണം കഴിച്ചു. വിഷം അകത്തുചെന്ന് രണ്ടുപേരും മരിച്ചു. പാക്കനാർ പണത്തെ ആളെക്കൊല്ലി എന്നു വിളിച്ചത് അന്വർഥമായി. വിലക്കയറ്റവും വർധിച്ച ജീവിതാഭിലാഷങ്ങളുംകൊണ്ട് അസംതൃപ്തമായ ഇന്നത്തെ മനുഷ്യസമുദായം പണത്തിനുവേണ്ടി എന്തു ക്രൂരകൃത്യവും ചെയ്യാനൊരുങ്ങുമ്പോൾ നൂറ്റാണ്ടുകൾക്കു മുമ്പ് ഇതു ദീർഘദർശനം ചെയ്ത പാക്കനാർ ഒരു അത്ഭുതപുരുഷൻ തന്നെയാണ്.

വൈശാഖദിവസം ഒരു വൃദ്ധബ്രാഹ്മണൻ ഭാരതപ്പുഴയിൽ മുങ്ങിക്കുളിച്ച് മന്ത്രം ജപിക്കുകയായിരുന്നു. "ഇവിടുന്ന് എന്തിനാണ് നദീസ്നാനം ചെയ്തത്" എന്ന പാക്കനാരുടെ ചോദ്യത്തിന് "മോക്ഷം കിട്ടാൻ" എന്നു ബ്രാഹ്മണൻ മറുപടി നൽകി. "ഭാരതപ്പുഴയിൽ കുളിച്ചാൽ മോക്ഷം കിട്ടുമെങ്കിൽ ബ്രാഹ്മണന്റെ കൈയിലുള്ള വടി മുക്കിയാൽ അതിനും മോക്ഷം കിട്ടുമോ?" എന്ന് പാക്കനാർ ചോദ്യം തുടർന്നു.

ജ്ഞാനമാണ് മോക്ഷകാരണം. മന്ത്രം ഉരുക്കഴിച്ചതുകൊണ്ടോ വൈദികകർമങ്ങൾ വെറും ചടങ്ങുകളായി നടത്തുന്നതുകൊണ്ടോ മാത്രം ബ്രാഹ്മണ്യമോ മോക്ഷമോ നേടാൻ പറ്റില്ലെന്ന് ആദ്യമായി പറയാൻ ധൈര്യപ്പെട്ടത് താഴ്ന്ന കുലത്തിൽ പിറന്ന പാക്കനാരാണ്.

പാക്കനാരുടെ വ്യക്തിപ്രഭാവത്തെച്ചൊല്ലിയുള്ള ദിവ്യസംഭവങ്ങൾക്ക്

സാക്ഷ്യം വഹിച്ചതെന്നു വിശ്വസിക്കപ്പെടുന്ന ഒരു കാഞ്ഞിരം നിളാതീരത്തു നിൽക്കുന്നുണ്ട്. അതിന്റെ ഇലയ്ക്കു കയ്പില്ലെന്നു ഭക്തന്മാർ വിശ്വസിക്കുന്നു. 36 വർഷം കൂടുമ്പോൾ ആ കാഞ്ഞിരമരച്ചുവട്ടിൽ പാക്കനാരുടെ പിൻഗാമികൾ ഒരു ഉത്സവം നടത്തിപ്പോരാറുണ്ട്. അഗ്നിഹോത്രിയുടെ പരമ്പരയിൽപ്പെട്ട ഒരു ബ്രാഹ്മണകുടുംബമാണ് അതിന് ചെലവുകൾ ചെയ്യാറുള്ളത്.

ഇന്നും ആ പറയച്ചേരിയിലുള്ളവർക്കു പാക്കൻ എന്ന പേരു പാരമ്പര്യമാണ്. അവർ മുറം കുത്തിത്തന്നെയാണ് കാലം കഴിക്കുന്നത്. ആ കുലാഭിമാനം ഇപ്പോഴും മുറുകെ പിടിച്ചുപോരുന്ന അവർ പണ്ട് പാക്കനാർ നേടിവച്ച വംശമഹത്വവും സാംസ്കാരികശുദ്ധിയും കളഞ്ഞുകുളിച്ചിരിക്കുന്നു.

6

മേഴത്തോൾ അഗ്നിഹോത്രി

ഐതിഹാസികപ്രസിദ്ധിയാർജിച്ച ഒരു നാടാണല്ലോ കേരളം. വെണ്മഴു വീശി പരശുരാമൻ ഈ നാടു കടലിൽനിന്ന് വീണ്ടെടുത്തു എന്നാരംഭിക്കുന്ന അതിന്റെ ഉൽപ്പത്തിക്കഥതന്നെ ഇതിനു തെളിവാണ്. ഈ നാടിന്റെ ചരിത്രത്തിലേക്ക് ഒരെത്തിനോട്ടത്തിനു തിടുക്കം കൊള്ളുമ്പോൾ നമ്മുടെ കൺമുമ്പിൽ തെളിഞ്ഞുവരുന്ന ഈ ശാദ്വലസ്ഥലി ഉപയോഗപ്രദമാണ്. അതിപ്രാചീനകാലത്തു ജീവിച്ചുപോന്ന പ്രപിതാമഹാന്മാരുടെ വീരശൂരപരാക്രമങ്ങൾ, അവരുടെ ഇഷ്ടാനിഷ്ടങ്ങൾ, ജയാപജയങ്ങൾ, സാംസ്കാരികവും സാമൂഹ്യവുമായ ജീവിതചര്യകൾ ഇങ്ങനെ മൃദുലഹൃദയത്തെ മുഗ്ധമാക്കുന്ന എന്തും ഇവിടെ വെട്ടിത്തിളങ്ങുന്നതായി കാണാം. ഈ മട്ടിൽ ബാല്യകാലത്തു പറഞ്ഞുകേട്ട പഴങ്കഥകളിലൂടെ സുപരിചിതന്മാരായിത്തീർന്ന അമാനുഷപ്രഭാവന്മാരുടെ പ്രതിഭാസങ്ങൾ മനുഷ്യഹൃദയത്തെ ഇന്നും മധുരിപ്പിക്കുന്നുണ്ടാവാം.

ഇവരിൽ ഒരാളായിരുന്നു മേഴത്തോൾ അഗ്നിഹോത്രിയും അദ്ദേഹത്തിന്റെ സന്തതസഹചാരിയായിരുന്ന സാക്ഷാൽ പാക്കനാരും. ഇവരുടെ പാദപാംസുക്കളാൽ പുളകിതയായ ഈ പുണ്യഭൂമിയിൽ പിറവിപൂണ്ട ഞങ്ങൾ അമ്മിഞ്ഞപ്പാലോടുകൂടി ആസ്വദിച്ചുപോന്ന അവരുടെ അപദാനങ്ങൾ ഇങ്ങനെയാണ്.

വിദ്വാനും വിശിഷ്ടനുമായ വരരുചി എന്ന ബ്രാഹ്മണൻ തന്റെ വിവാഹത്തിനു വിദുഷിയായ ഒരു കന്യകയെ അന്വേഷിച്ചു നടക്കുകയായിരുന്നു. ഈ സഞ്ചാരമധ്യേ ഭാരതപ്പുഴയുടെ വടക്കേ തീരത്തുള്ള നരിപ്പറ്റ എന്നൊരില്ലത്ത് അദ്ദേഹം ഒരിക്കൽ കയറിച്ചെല്ലാനിടയായി. അക്കാലത്ത് അവിടെ പുരുഷന്മാരാരും ഉണ്ടായിരുന്നില്ല. വൃദ്ധയും വിധവയുമായ ഒരന്തർജനവും അവരുടെ വളർത്തുപുത്രിയായ ഒരു കന്യകയും മാത്രമേ

ഉണ്ടായിരുന്നുള്ളൂ.

"കുളിയും തേവാരവും കഴിഞ്ഞാൽ ഉണ്ണാൻ വരാം." ദാസി മുഖേന അന്തർജനം അതിഥിയെ ആദരിച്ചു.

"ആയിരം കറിയുള്ളേടത്തേ ഞാനൂണുകഴിക്കൂ. ഉണ്ടെണ്ണീറ്റ ഉടനെ എനിക്കു മൂന്നാളെ തിന്നണം. അവസാനം നാലാൾ എന്നെ ചുമക്കാനും വേണം." അതിഥി തന്റെ ദിനചര്യ അറിയിച്ചു.

"ആയിരം കറിവച്ചു സദ്യയോ? മൂന്നാളെ തിന്നുകയോ? ആവാവൂ!" ദാസിയും വിധവയും പരിഭ്രാന്തകളായി മിഴിച്ചുനിന്നു.

"ആട്ടെ, അതെല്ലാം ഇവിടെ തയാറുണ്ട്. അദ്ദേഹം കുളിച്ചുവന്നോട്ടെ." ആ പ്രൗഢയായ കന്യക അദ്ദേഹത്തെ വെല്ലുവിളിച്ചു. അങ്ങനെ വരരുചി കുളിയും തേവാരവും കഴിഞ്ഞ് ഉണ്ണാനിരുന്നു. ആയിരംകറി എന്ന് അദ്ദേഹം സങ്കൽപ്പിച്ചത് ഇഞ്ചിക്കറിയായിരുന്നു. അതവിടെ ഒരുക്കി വച്ചിട്ടുണ്ട്. ആയിരം കറിയെ അധഃകരിക്കുവാൻ ഇഞ്ചിക്കറിക്ക് കെൽപ്പുണ്ടെന്നാണതിന്റെ അർഥം. മൂന്നാളെ തിന്നണമെന്നതിന്റെ വിവക്ഷ ഊണു കഴിഞ്ഞ ഉടനെ മുറുക്കണമെന്നും. ഊണു കഴിഞ്ഞെണീറ്റതോടെ ചെല്ലം മുമ്പിലെത്തി. ഉറക്കറയിൽ ഒരു ഒന്നാന്തരം കട്ടിൽ വിരിച്ചിട്ടുണ്ട്. നാൽ ചുമക്കണമെന്നതിന്റെ പൊരുൾ കിടക്കാൻ കട്ടിൽ വേണമെന്നാണല്ലോ.

ഇങ്ങനെ വരരുചിയുടെ വ്യംഗ്യാത്മകങ്ങളായ അഭിമതങ്ങളെല്ലാം കാലേകൂട്ടി കണ്ടറിഞ്ഞ കന്യകയുടെ ബുദ്ധിചാതുരിയിലും വിവേകപൂർവമായ ആതിഥ്യമര്യാദയിലും അകമലിഞ്ഞ അദ്ദേഹം അവളിൽ അനുരക്തനായി. അങ്ങനെ അവരിരുവരും വിധിപ്രകാരം വിവാഹിതരുമായി. കുളി, കുറി, കല്യാണം കഴിഞ്ഞ് വധൂവരന്മാർ മധുവിധു ആഘോഷിച്ചിരിക്കുന്നതിനിടയിൽ, തങ്ങളുടെ പൂർവകാലചരിതങ്ങൾ പരസ്പരം കൈമാറിക്കൊണ്ടിരിക്കെ, വിധിവശാൽ തന്റെ സഹധർമിണിയായിത്തീർന്ന സ്ത്രീ ഒരു ബ്രാഹ്മണകന്യകയല്ലെന്നും ഒരു പറയിപ്പെണ്ണ് പെറ്റ ഉടനെ പേടകത്തിലാക്കി പുഴയിലൊഴുക്കിക്കളഞ്ഞ പെൺകുട്ടിയായിരുന്നുവെന്നും അറിയാനിടയായി. അവിചാരിതമായി വന്നുചേർന്ന ഈ പതിത്വത്താൽ അദ്ദേഹത്തിന്റെ മനസ്സ് അസ്വസ്ഥമായിത്തീർന്നു. പുണ്യതീർഥങ്ങളിൽ സ്നാനം ചെയ്തു പാപശാന്തി വരുത്താം എന്നവർ തീരുമാനിച്ചു. ദമ്പതികൾ പദയാത്ര ആരംഭിച്ചു. യാത്രാമധ്യേ ഭാര്യ ഗർഭവതിയാവും, പ്രസവിക്കും. അങ്ങനെ കൈവന്ന സന്തതികൾ നീടുറ്റു പുലരണമെന്നവർ അഭിലഷിച്ചതുമില്ല. ഈശ്വരേച്ഛപോലെ വളരേണ്ടതു വളരട്ടെ, തളരേണ്ടതു തളരട്ടെ എന്നിങ്ങനെ ഓരോ പ്രസവത്തിലുമുണ്ടാകുന്ന കിടാങ്ങളെ, മേനക ശകുന്തളയെ എന്നപോലെ, പ്രസവസ്ഥലത്തുതന്നെ കൈവെടിഞ്ഞ് അവർ ഊരുചുറ്റി നടന്നു. അങ്ങനെ വരരുചി എന്ന വിശിഷ്ട ബ്രാഹ്മണന് ഒരു പറച്ചിപ്പെണ്ണിൽ പിറന്ന സന്തതികളാണ് 'പറയിപെറ്റ പന്തിരുകുലം' എന്നു പ്രഖ്യാതരായ ഐതിഹാസികകഥാപ്രതങ്ങൾ.

ഇവരെപ്പറ്റി അനേകം കഥകൾ കേരളത്തിൽ പ്രചരിച്ചുവരുന്നുണ്ട്.

വിജ്ഞാനത്തിനും വിനോദത്തിനും വകനൽകുന്ന ഈ കഥകളിലൂടെ പഴയ കാലത്തെ സാമൂഹ്യാചാരങ്ങളെപ്പറ്റിയും വിശ്വാസങ്ങളെപ്പറ്റിയും രസകരമായ പലതും ആസ്വദിക്കാം.

പൊന്നാനി താലൂക്കിൽ ഇന്നത്തെ തൃത്താല പഞ്ചായത്തിൽപ്പെട്ട മേഴത്തോൾ പ്രദേശത്താണ് അഗ്നിഹോത്രിയും പാക്കനാരും പുലർന്നു പോന്നതെന്നു പറയപ്പെടുന്നു. അഗ്നിഹോത്രിയുടേതെന്നു വിശ്വസിക്കപ്പെടുന്ന ഒരില്ലം ഇവിടെ നിലവിലുണ്ട്. അത് അദ്ദേഹത്തിന്റെ വംശപരമ്പരയിൽപ്പെട്ട കടമ്പൂരുമനക്കാരുടെ അധീനതിയിലാണിന്ന്. പാക്കനാരുടെ കുടുംബപാരമ്പര്യവും തൊട്ടടുത്ത ഈരാറ്റിങ്ങൽ എന്ന സ്ഥലത്ത് ഇന്നും നിലനിന്നുവരുന്നു. പരാശരമുനിക്ക് മുക്കുവത്തിയിൽ പിറന്ന വ്യാസനെപ്പോലെ പറയിയിൽ വരരുചിക്കുണ്ടായ സന്താനങ്ങളും പ്രസിദ്ധരായിത്തീർന്നു. അഗ്നിഹോത്രിയുടെ പേര് ഭാസ്കരൻ എന്നാണെങ്കിൽ അതേ നാമധേയം പാക്കൻ എന്ന പേരിൽ അന്ത്യജനും അറിയപ്പെട്ടു. ഇവരിൽ ആദ്യസന്താനമായതിനാൽ അഗ്നിഹോത്രി ഒരാഢ്യബ്രാഹ്മണനായി ആദരിക്കപ്പെടാനിടയായി. അന്ത്യജനായ പാക്കനാർ മുളവെട്ടിയും മുറമുണ്ടാക്കി വിറ്റും ജീവിതം പുലർത്തിപ്പോന്നു. ജ്ഞാനം, കർമകുശലത, അമാനുഷപ്രഭാവം ഇങ്ങനെ പല അത്ഭുതസംഭവങ്ങളും ഇവരെച്ചുറ്റി പ്രചരിക്കുന്നുണ്ട്.

അഗ്നിഹോത്രി നന്നേ കുട്ടിയായിരുന്ന കാലത്ത് അമ്മയോടൊപ്പം ഭാരതപ്പുഴയിൽ കുളിക്കാൻ പോയി. മോറിവച്ച താളിപ്പാത്രം ഉണ്ണി മണലിൽ മലർത്തിവച്ച് അതിൽ കുഴഞ്ഞ മണലുരുട്ടി പ്രതിഷ്ഠാകർമം ആചരിച്ചു. മുതിർന്ന ഭക്തന്മാരെപ്പോലെ ശിവപൂജയിൽ ആ കൊച്ചാത്മാവും വിലയംകൊണ്ടിരിക്കുകയാണ്. കുളികഴിഞ്ഞെത്തിയ അമ്മയുടെ സാന്നിധ്യം ആ ഉണ്ണിയെ ഉണർത്തി. "അമ്മേ, അതു താലത്തിലപ്പനാണ്." കുമാരൻ അമ്മയെ തടഞ്ഞു. ഈ ബാലക്രീഢ വകവയ്ക്കാതെ മാതാവ് താലത്തിൽ കൈവച്ചു. അത്ഭുതമെന്നേ പറയേണ്ടൂ ആ കിണ്ണം ഇളകിയില്ല! വിഖ്യാതമായ തൃത്താലശിവക്ഷേത്രത്തിന്റെ ഉൽപ്പത്തി ഇങ്ങനെയാണുപോലും

അഗ്നിഹോത്രി രണ്ടു വിവാഹം കഴിച്ചിട്ടുണ്ട്. കന്യക ഋതുമതിയാവും മുമ്പ് നടന്നതിനാൽ അവർ അമ്യാരെന്ന പേരിൽ പ്രസിദ്ധയായി. കോടനാട്ടുമനയ്ക്കലെ സന്തതിപരമ്പര ആ അമ്യാരിൽനിന്ന് ആരംഭിച്ചതാണെന്നു വിശ്വസിച്ചുപോരുന്നു. ആ മനക്കാർക്ക് മേഴത്തൂരിൽ മങ്കുളങ്ങര എന്നൊരു ദേശവഴിയുണ്ട്. ആ കളത്തിൽവച്ച് മകരസംക്രാന്തി ദിവസം നടത്തിപ്പോരുന്ന ഉച്ചാരലൂട്ട് എന്ന അടിയന്തരത്തിന് തൃത്താലക്കാരായ പരദേശബ്രാഹ്മണർക്കാണ് പ്രാമാണ്യം.

അഗ്നിഹോത്രിയുടെ കാലത്ത് ഒരു നമ്പൂതിരികന്യക വിവാഹത്തിനു മുമ്പായിത്തന്നെ അബദ്ധത്തിന് ഋതുവായി. അന്ന് നമ്പൂതിരിമാരുടെ ഇടയിൽ ഋതുമതീവിവാഹം നടപ്പായിക്കഴിഞ്ഞിരുന്നില്ല. അതിനാൽ അവിവാഹിതയായ ആ ഋതുമതി ദുഃഖത്തിലായി. അവളുടെ സങ്കടനിവൃ

ത്തിക്കായി അഗ്നിഹോത്രി അവളേയും വിവാഹം ചെയ്തു രക്ഷിച്ചു. അങ്ങനെ ഋതുമതീവിവാഹം എന്ന വിപ്ലവാത്മകപ്രസ്ഥാനം നമ്പൂതിരി സമുദായത്തിൽ പ്രചരിപ്പിച്ചത് മേഴത്തോൾ അഗ്നിഹോത്രിയായിരുന്നു. ഇതിലുണ്ടായ സന്താനപരമ്പരയിൽപ്പെട്ടവരാണ് എടമരത്ത്, കടമ്പൂർ എന്നീ കുലപരമ്പരകൾ. അങ്ങനെ അമ്യാരിലുണ്ടായ കോടനാട്ടുമന ക്കാരും ഋതുവായശേഷം നടന്ന വിവാഹത്തിലെ സന്തതിപരമ്പരയായ ഇല്ലക്കാർ ക്രിയാദികളിൽ അന്യോന്യം ഇന്നും പങ്കുകൊള്ളാറില്ല.

അഗ്നിഹോത്രി തൊണ്ണൂറ്റൊമ്പതു യാഗം നടത്തിയിട്ടുണ്ടെന്നാണ് ഐതിഹ്യം. ആ യാഗസദ്യയ്ക്ക് അരിച്ചിട്ട അരിക്കുന്നും ചോറുവാർത്ത കഞ്ഞിത്തോടും ഇന്നും മേഴത്തൂരിലുണ്ട്. നൂറാമത്തെ യാഗത്തിന്റെ ആരംഭമായപ്പോൾ സാക്ഷാൽ ഇന്ദ്രൻ ഉടലോടെ പ്രത്യക്ഷനായെന്നു നൂറു യാഗം കഴിഞ്ഞാൽ അവകാശപ്പെടാവുന്ന ശതമഖസ്ഥാനം നൽകി അനുഗ്രഹിച്ചുവെന്നു മാത്രമല്ല, ഈ ദേശക്കാർ മേലിൽ യാഗം നടത്തേ ണ്ടതില്ലെന്നും അതിനാലുണ്ടാവുന്ന പുണ്യം എന്നെന്നേക്കുമായി നൽകി എന്നും ഒരു കഥയുണ്ട്. ഏതായാലും മേഴത്തോൾ ദേശക്കാർ ഇന്നു യാഗം നടത്തുക പതിവല്ല. ഈ മേഴത്തൂർ ദേശത്തിന് 'മാറ്റിദേശം' എന്ന പേരുണ്ടായത് യാഗം മാറ്റിവച്ചതുകൊണ്ടാണെന്നും വിശ്വസിച്ചുപോരുന്നു.

അഗ്നിഹോത്രിയുടെ യാഗകുണ്ഡത്തിൽ പ്രതിഷ്ഠിച്ച ക്ഷേത്രത്തിന് 'യജ്ഞേശ്വരം' എന്ന പേർ സിദ്ധിച്ചു. അഗ്നിഹോത്രിയും പാക്കനാരും വിഹരിച്ചുപോന്ന മേഴത്തോൾ തട്ടകത്തിൽ അവരുടെ അപദാനങ്ങളെ അനുസ്മരിപ്പിക്കുന്ന അനേകം സ്മാരകസ്തംഭങ്ങളുണ്ട്. 'കയ്പില്ലാക്കാ ഞ്ഞിരം', ഉണ്ണിയുടെ രൂപത്തിൽ ഇന്ദ്രൻ പ്രത്യക്ഷപ്പെട്ട 'ഉണ്ണിയാൽ', സ്വാധ്യായത്തിനുള്ള വസ്ത്രം ഉണക്കിപ്പോന്ന 'വെള്ളിയാങ്കല്ല്' ഇങ്ങനെ പലതും.

മധ്യകേരളത്തിലെ ബിംബംമാറ്റിക്കലശങ്ങൾക്ക് ഇട്ടിക്കിലെ കരി മ്പാറയും യാഗത്തിന് യജ്ഞേശ്വരം ക്ഷേത്രത്തിലെ അരയാൽക്കൊമ്പും ഇന്നും മുഖ്യങ്ങളാണ്. അസമത്വസൂചകങ്ങളായ ഇന്നത്തെ ജാത്യാ ചാരങ്ങളെ അതിലംഘിക്കുന്ന ഒരാചാരം ഈ പറയിപെറ്റ പന്തിരുകുലം പുലർത്തിപ്പോന്നിരുന്നു എന്ന് പഴമക്കാർകൂടി സമ്മതിക്കുന്നുണ്ട്. വരരുചി എന്ന പിതാവിന്റെയും പറയിപ്പെണ്ണായിരുന്ന മാതാവിന്റെയും ശ്രാദ്ധ ദിവസം ഈ പന്ത്രണ്ടു വിഭിന്നജാതിക്കാരായ മക്കൾ ഒരേ സകൃദാച്ഛിന്ന ത്തിന്മേൽ പിണ്ഡംവച്ചുപോന്നിരുന്നു എന്നാണത്. പാക്കനാർ വംശ ത്തിലെ കാരണവൻ നിര്യാതനായെന്ന വിവരം അറിഞ്ഞാൽ കടമ്പൂർ മനയ്ക്കലെ മൂത്ത കാരണവർ ഇന്നും മുങ്ങിക്കുളിക്കാറുണ്ട്. ഈ ഐതി ഹ്യത്തിന്റെ ആവേശമുൾക്കൊള്ളുന്ന ഓരോ കേരളീയനും സമുദായിക ഐക്യം പുലർത്തിപ്പോരാൻ പ്രേരണ നൽകട്ടെ.

7

ഇന്നലെ ഇന്ന് നാളെ

"**ഞാ**ൻ ജനിച്ചത് ഈ വീട്ടിലാണ്. വളർന്നതും ഇവിടെത്തന്നെ. ഭാഗ്യമുണ്ടെങ്കിൽ അവസാനം ഈ മണ്ണിൽത്തന്നെ ലയിക്കണമെന്നാണ് ആഗ്രഹിക്കുന്നതും." ഭാഗാധാരത്തെപ്പറ്റിയ ആലോചനയ്ക്കിടയിൽ എന്റെ ഒരു മുത്തശ്ശി തന്റെ ജീവിതാഭിലാഷം വിശദീകരിച്ചത് ഇങ്ങനെയാണ്.

വേണ്ട സമയത്തു വേണ്ടത് വേണ്ടപോലെ ചെയ്യാനാണ് പാരമ്പര്യം വിധിച്ചതെന്നും ആ സമ്പ്രദായം നിലനിൽക്കണമെന്നും കരുതുന്ന മറ്റൊരു എഴുപത്തഞ്ചുകാരൻ കാരണവർ എന്റെ അയൽവീട്ടിലുണ്ട്. സൽക്കർമം ചെയ്തു സദ്ഗതി നേടുകയായിരിക്കണം ജീവിതത്തിന്റെ ഉദ്ദേശം. പൂർവികർ കാണിച്ച മാർഗത്തിലൂടെ സഞ്ചരിച്ചാൽ അനായാസേന സാഫല്യം നേടുകയും ചെയ്യാമെന്ന് അദ്ദേഹം വിശ്വസിക്കുന്നു. നാടുവാഴിത്തത്തിന്റെ തണലിൽ വളർന്നുവന്ന ഒരു പാരമ്പര്യമാണ് അദ്ദേഹത്തിനുള്ളത്. അതിനാൽ അൽപ്പം സംസ്കൃതവ്യുൽപ്പത്തിനേടാൻ കഴിഞ്ഞു. സ്വന്തം പരിശ്രമംകൊണ്ട് അൽപ്പം ജോത്സ്യം, ആയുർവേദം, കാവ്യനാടകപരിജ്ഞാനം ഇങ്ങനെ ആ കുഗ്രാമത്തിന് അത്ഭുതവും ആവശ്യവുമായി പരിഗണിക്കുമാറ് ചിലതു കൈക്കലാക്കി. കുട്ടിക്കുപേരിടാൻ, വാഴയ്ക്ക കൊടുക്കാൻ, കാതുകുത്താൻ ഇങ്ങനെ മുഹൂർത്തച്ചാർത്തിനും ചൊറി, അപസ്മാരം എന്നിവയ്ക്കു മരുന്നുകുറിക്കാനും ചരടുജപിക്കാനും അയൽപക്കത്ത് ഒരാളുണ്ടായതിൽ വീട്ടമ്മമാർ സന്തോഷിച്ചു. നാട്ടിൽ അപ്രധാനമല്ലാത്ത ഒരു വ്യക്തിത്വം കരസ്ഥമാക്കിയ അദ്ദേഹത്തെക്കുറിച്ച് ആർക്കും ഒരെതിരഭിപ്രായവും പറയുവാനില്ല. വലിഞ്ഞുകയറിച്ചെന്നു മറ്റുള്ളവരുടെ കാര്യങ്ങളിൽ ഇടപെടുന്ന തരക്കാരനുമല്ല. സ്വന്തം അനന്തരവന്മാരെ മാത്രമല്ല, ആശ്രിതജനങ്ങളേയും ആവുംമട്ടു സഹായിക്കുകയും

ചെയ്യും. എന്നാൽ, ഈ നല്ല മനുഷ്യന് പരമ്പരയാ കൈക്കൊണ്ടുപോന്ന കുലാചാരങ്ങൾ ലംഘിക്കുന്നത് ഇഷ്ടമല്ല. സ്വന്തം തട്ടകത്തിൽപ്പെട്ടവർ അങ്ങനെ ചെയ്യാൻ തുനിഞ്ഞാൽ അദ്ദേഹം അതിനനുവദിക്കുകയുമില്ല. അത്തരം എടുത്തുചാട്ടത്തിന് അനുമതി മൂളിയാൽ ഓരോന്നോരോന്നായി നശിച്ച് എല്ലാം അവസാനം അവതാളത്തിലാകുമെന്ന് അദ്ദേഹം ഭയപ്പെടുന്നു.

ഇന്നലെ എന്നതു കഴിഞ്ഞുപോയി. ആ ചത്ത ചിന്താഗതിയിന്മേൽ അമർന്നിരുന്നു വിലപിക്കുന്ന അനേകംപേരെ ഇന്നും നമ്മുടെ അയൽ പക്കങ്ങളിൽ കാണാം. വിവിധങ്ങളായ ചിന്തകളും സംസ്കാരങ്ങളും ഇവിടെ നിലനിൽക്കുന്നുണ്ട്. ഇതെല്ലാം നമ്മുടെ പൂർവസ്വത്താണെന്നു നാം അഹങ്കരിക്കുകയും ചെയ്യുന്നു. പക്ഷേ, ഈ പൂർവാചാരപ്രസക്തി കൊണ്ട് നമുക്കു മുമ്പോട്ടു പോകാനാവുമോ? ലോകത്തിന്റെ പൊതു വായ പുരോഗതിയുമായി പൊരുത്തപ്പെടാതിരിക്കുന്ന കാലത്തോളം അതിനു പ്രയോജനമുണ്ടോ?

വിചാരത്തിലും പ്രവർത്തനത്തിലും നാം ഇന്നോളം പുലർത്തി പ്പോന്നിരുന്ന എല്ലാ ധാരണകളും മാറ്റിവച്ചു പുതിയ ജീവിതചൈതന്യം ഉൾക്കൊള്ളാൻ തയാറെടുക്കാത്തവർ പിന്തള്ളപ്പെട്ടേക്കും. ഒരു ക്ഷേമ രാഷ്ട്രം കെട്ടിപ്പടുക്കുന്നതിൽ കാലവിളംബം വരുത്തുന്നതവരാണ്. ഒരു നവീനരാഷ്ട്ര സംവിധാനത്തിന്റെ ബദ്ധപ്പാടിലാണല്ലോ ഇന്ന് നമ്മുടെ ഇന്ത്യ. ഈ പ്രക്രിയയിൽ പങ്കാളിത്തം വഹിക്കണമെന്നു നമുക്കും ആഗ്ര ഹമില്ലായ്കയല്ല. പക്ഷേ, എങ്ങനെ എന്ന ചിന്താക്കുഴപ്പം നമ്മെ അല ട്ടുകയാണ്. കാരണം, നാം ചിന്താസ്വതന്ത്രരല്ല. തലമുറ തലമുറയായി നാം പുലർത്തിപ്പോരുന്ന വിഭാഗീയചിന്താസ്വാതന്ത്ര്യത്തിന്റെ അടിമക ളാണ് നാം. പൊതുവേദികളിൽ കയറിച്ചെന്ന് അഖിലലോകമഹത്വ ത്തേയും വിചാരവിപ്ലവത്തേയും കുറിച്ച് ആർക്കും ഉൽഘോഷിക്കാം. എന്നാൽ തിരിച്ചു വീട്ടുമുറ്റത്തെത്തുമ്പോൾ സ്വന്തം പൈതങ്ങളെപ്പോലെ ഈ വിഭാഗീയപ്രവണതകൾ അയാളെ കീഴടക്കിക്കളയുന്നു.

“Charity begins at home” - ഇംഗ്ലീഷ് ഭാഷയിൽ ഇങ്ങനെ ഒരു ചൊല്ലുണ്ട്. വ്യക്തിയിൽ മുളച്ചുപൊന്തുന്ന ആശയം മുറ്റിത്തഴച്ചു പട രാനുള്ള അമരപ്പന്തലാണ് കുടുംബം. മാതാപിതാക്കൾ, സഹോദരീ സഹോദരങ്ങൾ, കിടാങ്ങൾ ഇങ്ങനെ പ്രായഭേദത്താലും പരിചയഭിന്ന തകളാലും വ്യത്യസ്തതകളടങ്ങുന്ന കുടുംബത്തിൽ വിചാരവിപ്ലവം വളർത്തിയെടുക്കൽ പറയുന്നതുപോലെ എളുപ്പമല്ല. സഹകരണാത്മക മായ കൂട്ടുത്തരവാദിത്വത്തിന്റെ ശാലീനത ഉൾക്കൊള്ളാൻ വ്യക്തി കൾക്കു കഴിയണം.

എന്നാൽ, എല്ലാറ്റിനുംപുറമെ കുടുംബത്തിന്റെ തിരുമുറ്റത്ത് ഇല വിരിഞ്ഞുനിൽക്കുന്ന പുത്തൻ പ്രവണതകൾ പാരമ്പര്യത്തിന്റെ കൊറ്റ നാടുകൾ കാർന്നുതിന്നു നശിപ്പിക്കാതിരിക്കുവാൻ ആവശ്യമായ കരുതൽ കാലേക്കൂട്ടി ചെയ്യേണ്ടതായും വരും. അങ്ങനെ സാമൂഹ്യപ്രസ്ഥാന

ത്തിന്റെ മുഖച്ഛായ കുടുംബജീവിതത്തിന് ഉണ്ടാക്കലാണ് രാഷ്ട്രസംവിധാനപ്രക്രിയയിൽ നമ്മുടെ പങ്ക് എന്നു ഞാൻ വിചാരിക്കുന്നു.

പാരമ്പര്യം എന്നു പറയുമ്പോൾ നാം വിവക്ഷിക്കുന്നതെന്താണ്? ഇവിടെ ഒരു വിശദീകരണം ആവശ്യമാണെന്ന് എനിക്ക് തോന്നുന്നു. തലമുറകളായി കൈക്കൊണ്ടുപോരുന്ന ചിട്ടപ്പെടുത്തിയ ജീവിതരീതി എന്നാണ് അതിനർഥം. എന്തിന് എന്ന പൂർവപക്ഷം ഇവിടെ നിഷേധിക്കപ്പെട്ടിരിക്കുന്നു. അനുദിനജീവിതത്തിന്റെ നന്മതിന്മകളെയും രുചിഭേദങ്ങളെയും വൈഷമ്യങ്ങളെയും വിമർശിക്കാനും വിലമതിക്കാനും മാറ്റിമറിക്കാനും ഒരു വ്യക്തിക്കുണ്ടാവേണ്ട സ്വാതന്ത്ര്യം ഒരദൃശ്യബോധത്താൽ തടയപ്പെടുന്നു എന്നർഥം. ഈ അനുസരണസ്വഭാവത്തിന്റെ പേരാണ് അടിമത്തം. ഇത്തരം അടിമകൾ കേരളത്തിലും ഇന്ത്യയിലുമെന്നല്ല മനുഷ്യസമുദായം എവിടെ അധിവസിക്കുന്നുവോ അവിടെയെല്ലാം മതത്തിന്റേയും രാഷ്ട്രീയത്തിന്റേയും പല ഓമനപ്പേരുകളിൽ അറിയപ്പെടുന്നു. ഈ അടിമത്തം വാർത്തെടുത്ത ചട്ടക്കൂടാണ് പാരമ്പര്യം.

പാരമ്പര്യം ഒരു മൂടൽമഞ്ഞാണ്. സങ്കുചിതമായ ആ വലയത്തിൽ പെടുന്നവർ സ്വന്തം വ്യക്തിത്വത്തിനപ്പുറത്തുണ്ടാവുന്ന പ്രതിഭാസങ്ങളെ നോക്കിക്കാണുന്നില്ല. അതുകൊണ്ട്? നിങ്ങൾ എന്തു ഭക്ഷിക്കാൻ ആഗ്രഹിക്കുന്നുവോ അതു നിങ്ങൾക്കു നിഷേധിക്കപ്പെടുന്നു. ആരുമായി ഇണചേരുവാൻ ആശിക്കുന്നുവോ അയാൾ അല്ലെങ്കിൽ അവൾ നിങ്ങൾക്ക് വിലക്കപ്പെടുന്നു. എന്തിന്? നിങ്ങൾക്കും നിങ്ങളുടെ പരമ്പരകൾക്കും ശാശ്വതസുഖം കൈവരാൻ, എന്നുവെച്ചാൽ മോക്ഷം കിട്ടാൻ നൂറ്റാണ്ടുകളായി നിലനിന്നുപോരുന്ന ജാത്യാചാരങ്ങളും വിശ്വാസപ്രമാണങ്ങളും അതിലംഘിച്ചാൽ നിങ്ങളെ സമൂഹത്തിൽനിന്ന് അകറ്റിനിർത്തുകയും ചെയ്യും. അപ്പോൾ കിട്ടുന്ന തടവാണ് സാക്ഷാൽ നരകം! ഇങ്ങനെ ജീവിതത്തിന്റെ മേച്ചിൽപ്പറമ്പിൽ പുണ്യപാപങ്ങളുടെ പച്ചപ്പുല്ലിനായി അലഞ്ഞുനടക്കുന്ന പൂർവികരുടെ കാലടിപ്പാടുകൾ പിന്തുടർന്നുപോന്നവരാണ് പാരമ്പര്യത്തിന്റെ പ്രവാചകന്മാർ. ഈ സ്ഥിതിവിശേഷം വരുത്തിവച്ചത് മൺമറഞ്ഞ മഹത്തുക്കളുടെ അഹന്തകൊണ്ടല്ല. അവരും നമ്മെപ്പോലെ അനുകർത്താക്കളായിരുന്നു എന്നതാണ് സത്യം. ഈശ്വരൻ, മതം, പ്രകൃതി, ജീവജാലങ്ങൾ ഇങ്ങനെ അറിയുന്നതും അറിയപ്പെടാത്തതുമായ പ്രാപഞ്ചികരഹസ്യങ്ങളെപ്പറ്റി അവരും ആലോചിച്ചിട്ടുണ്ട്, ഭയപ്പെട്ടിട്ടുണ്ട്, പ്രാർഥിച്ചിട്ടുണ്ട്. ആ ഉറവിടം എങ്ങനെയോ വറ്റിപ്പോയി. ഇന്നലെയുടെ നന്മകൾ മുഴുവൻ പിഴുതുകളയണമെന്നല്ല ഉദ്ദേശിക്കുന്നത്. ഇന്നിന്റെ തിന്മയെല്ലാം ഇന്നലെയുടെ സംഭാവനയാണെന്നും അർഥമില്ല. ഇന്നലെയുടേയും ഇന്നിന്റേയും ഇടയ്ക്കുള്ള അതിർവരമ്പുകൾ രുചിഭേദങ്ങൾകൊണ്ട് അളക്കാൻ അസാധ്യമെന്നും വരാം. എന്നാൽ, ഒന്നു തീർച്ചയാണ്, ഭൂതകാലത്തിന്റെ പിൻനിലാവ് അസ്തമിക്കുകയായി. ഭൗതികതത്വശാസ്ത്രത്തിന്റെ വെളിച്ചം നമ്മുടെ തലമുറയുടെ മീതെ വാർന്നുവീഴുകയാണിന്ന്. ഭൂതകാലത്തിന്റെ നിദ്രാവസ്ഥയിൽപ്പെട്ട

ദേവതകളും പിശാചുക്കളും പ്രകൃതിയുടെ പ്രതിഭാസങ്ങളാണെന്ന് ശാസ്ത്രകാരൻ തെളിയിച്ചുകഴിഞ്ഞു. നാം വിശ്വസിച്ചാലും ഇല്ലെങ്കിലും ശരി ഈശ്വരന്റെ കളിപ്പന്തുകളായി പൂജിക്കപ്പെട്ടിരുന്ന ഗോളാന്തരങ്ങളിൽ മനുഷ്യൻ കയറിച്ചെന്ന് വരാൻപോകുന്ന തലമുറകളുടെ ജീവിതം സുഗമവും സുന്ദരവുമാക്കുവാനുള്ള സാഹചര്യം ഈ അണുയുഗത്തിൽ ഒരുക്കിത്തരുന്നു. ആ ശാസ്ത്രജ്ഞന്മാരും നമ്മെപ്പോലെ പ്രതീക്ഷകളും പ്രലോഭനങ്ങളും വലയംചെയ്ത മനുഷ്യരാണ്. അവർ ജനിച്ചു വളർന്ന പ്രദേശം പൗരസ്ത്യമല്ല, പാശ്ചാത്യമാണ്. അടഞ്ഞുകിടക്കുന്ന പ്രകൃതി വിഭവങ്ങൾ അന്വേഷിച്ചറിയുവാനും അപഗ്രഥിക്കുവാനും ആവശ്യമായ സങ്കേതങ്ങളിൽ പ്രതിഭാശാലികളെ ക്ഷണിച്ചിരുത്തി അത്ഭുതങ്ങൾ സൃഷ്ടിച്ചത് അന്യനാടുകളാണ്. സയൻസിന്റെ വികാസം തലയ്ക്കുമുകളിൽ വിടരുമ്പോൾ ആ മണ്ഡലത്തിലേക്കു നമ്മൾ കയറിച്ചെല്ലുകയല്ലാതെ പാരമ്പര്യത്തിന്റെ വഴിച്ചാലിലൂടെ മടങ്ങിപ്പോവുകയാണോ വേണ്ടത്?

മനുഷ്യജീവിതത്തിന്റെ നാനാതുറകളിലും പരിവർത്തനത്തിന്റെ ആവശ്യം നേരിട്ട ഒരു ഘട്ടത്തിൽക്കൂടിയാണ് നാമിന്നു കടന്നുപോകുന്നത്. എല്ലാറ്റിനേയും വിമർശവിധേയമാക്കുകയും വേണം. ഈ പ്രക്രിയ ഇന്നല്ല ചരിത്രത്തിന്റെ പല കാലങ്ങളിലും പലപ്പോഴും ആവർത്തിച്ചിട്ടുണ്ട്. അത്തരം പരിണാമഘട്ടത്തെ നവോത്ഥാനം എന്നു വിശേഷിപ്പിക്കുന്നു. യുദ്ധത്തിന് ആയുധമാണ് ആവശ്യം. നവോത്ഥാനത്തിന്റെ ആയുധങ്ങൾ ആശയങ്ങളാണ്. അടരാടേണ്ടത് മാമൂലിനോടാണ്. അങ്ങനെ സാമ്പത്തികമായി, ബുദ്ധിപരമായി, സാംസ്കാരികമായി ഉദിച്ചുയരുന്ന നവോത്ഥാനത്തെ നമുക്ക് ത്വരിതപ്പെടുത്താം.

8

മതേതരത്വം: സങ്കൽപ്പവും യാഥാർഥ്യവും

അതുമിതും പെറുക്കിക്കൂട്ടിയ പെരുംഭാണ്ഡം തലയിലേറ്റി അസ്തമിതപ്രായമായ പിൻനിലാവിന്റെ അരണ്ടവെളിച്ചത്തിലൂടെ വൈദേശികമേധാവിത്വം പടികടന്നു മറയുകയാണ്. ആ ബഹളംകേട്ട് ഭാരതം ഞെട്ടിയുണർന്നു. ആഗസ്ത് പതിനഞ്ചിന്റെ ഉദയനാളം ജനഹൃദയത്തിൽ ആവേശത്തിന്റെ ഊഷ്മളത പകർത്തി.

ചിരംജീവിയായ ചാച്ചാനെഹ്റു ചെങ്കോട്ടയിൽനിന്ന് ആ സേതുഹിമാലയം ഒന്നു കണ്ണോടിച്ചു. ദേവതാത്മാവായ നഗാധിരാജൻ ധ്യാനത്തിലാണ്. അവിടുത്തെ കൊട്ടാരമുറ്റത്ത് സൂര്യചന്ദ്രന്മാർ കിടാങ്ങളെപ്പോലെ ഓടിക്കളിക്കുന്നു. പ്രകൃത്യാരാധകനായ നെഹ്റുവിന്റെ കവിഹൃദയം ആർദ്രമായി.

അങ്ങനെ ജനാധിപത്യവ്യവസ്ഥിതിയിലൂടെ തിരഞ്ഞെടുക്കപ്പെട്ട ഒരു സ്വതന്ത്രഭരണകൂടം ലോകരാഷ്ട്രസമുച്ചയത്തിൽ പൊന്തിവന്നു. സ്വയംവരവേളകളിൽ സന്നിഹിതരായി കാമചാപല്യം കാട്ടി പൊതുജനപ്രീതി നഷ്ടപ്പെടുത്തിയ രാജകുമാരന്മാരുടെ കിരീടങ്ങൾ ഓരോന്നായി ഊരിവീണു.

വാങ്കും ശംഖൊലിയും മുഴങ്ങുന്ന വാനിടത്തിൽ ക്ഷേത്രഗോപുരങ്ങളും മസ്ജിദുകളും പള്ളികളും കിഴക്കോട്ടും പടിഞ്ഞാട്ടുമായി തലയുയർത്തി നിൽക്കുന്നത് അദ്ദേഹം നോക്കിക്കണ്ടു. ഓരോ ദേവാലയത്തിന്റെ തിരുമുറ്റത്തും ഉൽക്കടമായ ആഗ്രഹത്തോടെ എത്തുന്ന ജനതതി ഇങ്ങനെയുള്ള ഉദ്ബോധനങ്ങൾ മുഴങ്ങിക്കേട്ടു: 'കുഞ്ഞാടുകളേ, ഇതിലേ. നമ്മുടെ ആചാരങ്ങൾ മാത്രം അതിവിശിഷ്ടങ്ങൾ.'

പ്രബോധകന്മാർ ളോഹ, വട്ടത്താടി, ഗോപിക്കുറി തുടങ്ങിയ പലവേഷവും ധരിച്ചിരുന്നു. സ്വാതന്ത്ര്യബോധവും ചിന്താശക്തിയും തളർന്ന്

വ്യാമോഹങ്ങളുടെ പിന്നാലെ മൃഗപ്രായമായി അനുയായികളെ അലയാൻ വിടുന്നതുകണ്ട് നെഹ്റു ദുഃഖിച്ചു. ഈ മിഥ്യാഭ്രാന്തു നീക്കി ചിന്താപഥം തന്നെ പൊളിച്ചെഴുതണമെന്ന് അദ്ദേഹം നിശ്ചയിച്ചു. ഇരുപതാം നൂറ്റാണ്ടിന്റെ വാസ്തുവിധാനത്തിന് അനുയോജ്യമായ വിധം ഇന്ത്യയെ പുതുക്കിപ്പണിയാൻ വേണ്ട അരങ്ങൊരുക്കം അങ്ങനെ വിഭക്തഭാരതത്തിൽ ആരംഭിച്ചു.

പ്രായേണ മിക്ക മതങ്ങളിലും ഒരധിദേവതയായി പ്രവാചകൻ വിരാജിച്ചരുളുന്നുണ്ടാവും. ദൈവത്തിന്റെ ഈ പ്രതിപുരുഷന്റെ—ഏത് അരുളപ്പാടും ചോദ്യം കൂടാതെ കണ്ണടച്ചനുസരിക്കുക എന്നതാണ് അച്ചടക്കത്തിന്റെ അന്തസ്സത്ത. യുക്തിവാദത്തിനും സത്യാന്വേഷണത്തിനും അവിടെ പ്രസക്തിയില്ല. ഈ മിഥ്യാചാരത്തിന്റെ നേരെ വിരൽചൂണ്ടുന്ന വിപ്ലവകാരിയുടെ ഭാവി അപകടകരമാണ്. ശവസംസ്കാരത്തിന് ഒഴിച്ചുകൂടാത്ത ആറടി മണ്ണുപോലും പള്ളിപ്പറമ്പിൽ വീതിച്ചുകിട്ടുകയില്ല. നായക്കും നരിക്കും ഇരയായതിന്റെ അവശിഷ്ടം വീണേടത്തു കിടന്നു ചീയുകതന്നെ വേണം.

മതാരാധനയെ ആരും ഇവിടെ നിഷേധിക്കുന്നില്ല. അതു വ്യക്തിനിഷ്ഠമായിരിക്കണമെന്നു മാത്രം. പണ്ടും അതങ്ങനെതന്നെയായിരുന്നു. അതുകൊണ്ടാണ് വിവിധദൈവങ്ങളും വ്യത്യസ്തവൈദികവൃത്തികളും ഇവിടെ നിലനിന്നുവന്നത്. ആസ്തികനും നാസ്തികനും ഒരേ വേദിയിലിരുന്നു സത്യാന്വേഷണം നടത്തിപ്പോന്നതും ഇന്ത്യൻ ദേശീയത്വത്തെ അംഗീകരിക്കുന്ന ആരേയും ഇവിടെ കുടിപാർക്കാനനുവദിക്കുകയും രാഷ്ട്രത്തിന്റെ വൃദ്ധിക്ഷയങ്ങളുടെ പങ്കാളിത്തം വകവച്ചുകൊടുക്കുകയും ചെയ്തിരുന്നു. അങ്ങനെ ജൈന-ബുദ്ധ മഹാമ്മദ, പാഴ്സി, ക്രൈസ്തവ മതസിദ്ധാന്തങ്ങളെ ആദരിക്കുകയും സഹവർത്തിത്വേന ജീവിക്കാനനുവദിക്കുകയും ചെയ്തിരുന്നു. ഇങ്ങനെ ഇന്നോളം നിലനിന്നുപോന്ന ഭാരതീയസംസ്കാരത്തിന്മേൽ പടർന്നുകയറിയ പാഴ്പ്പുല്ലുകൾ പിഴുതെറിഞ്ഞ് മൂല്യബോധത്തോടെ ചെയ്യുന്ന ഒരു ശുദ്ധീകരണത്തിന്റെ ത്വര ഈ മതേതരസങ്കൽപ്പത്തിനിടയിൽ നിഴലിക്കുന്നതായി ഞാൻ വിചാരിക്കുന്നു.

“മതത്തിന്മേൽ തൊട്ടുകളിക്കേണ്ട, അത് അപകടകരമാണ്” വിരൽചൂണ്ടി ഇങ്ങനെ ആക്രോശിക്കുന്ന വിമൂഢന്മാർ ഒരു ഭാഗത്ത്, “മതം മനം മയക്കുന്ന മരുന്നാണ്”, എന്നാക്ഷേപിക്കുന്ന ചില ഭൗതികവാദികൾ മറുഭാഗത്ത്--ഈ ചേരിപ്പോരിനിടയിൽ “മതമേതായാലും മനുഷ്യൻ നന്നായാൽ മതി'' എന്നാശിക്കുന്ന വിവേകികൾക്ക് ഈ മതേതര സങ്കൽപ്പം സ്വീകരിക്കുവാൻ മനഃപ്രയാസം കാണുകയില്ല. എന്നാൽ, ഈ അനുശാസനം അംഗീകരിക്കുവാൻ വൈമനസ്യമുള്ള ആളുകളും സംഘടനകളും ഇവിടെയുണ്ട്. അവരുടെ സ്വാധീനശക്തി നന്നെ ചെറുതുമല്ല. പാർലമെന്റേറിയൻ സമ്പ്രദായമനുസരിച്ച് തങ്ങളിൽ അടിച്ചേൽപ്പിക്കുകയാണെന്നും ഒരു ഹിതപരിശോധനയ്ക്കു വിധേയമായിരുന്നുവെങ്കിൽ

നിയമസംഹിതയിൽ അതുൾപ്പെടുത്തുവാൻ കഴിയുമായിരുന്നില്ലെന്നും അവർ അവകാശപ്പെടുന്നു. മതാധിപത്യത്തിന്റേയും അതിന്റെ തലതൊട്ടപ്പനായ പൗരോഹിത്യ പ്രഭുത്വത്തിന്റേയും സമ്മർദത്തിനു വഴങ്ങാൻ വിധേയമല്ലാത്ത ഒരു ഭരണകൂടത്തെ വാഴിക്കുവാൻ ഇവിടത്തെ പൊതുജനം പ്രതിജ്ഞാബദ്ധമാണെന്നു മാത്രമാണ് ഈ മതേതരസങ്കൽപ്പത്തിന്റെ അടിത്തറ. മതത്തിന്റെ പേരിൽ ഇനിയും ഈ ഭൂഖണ്ഡം വിഭജിക്കപ്പെടാതിരിക്കാനുള്ള മുൻകരുതലായിരിക്കാം, ഇതിന്റെ പിന്നിലെന്നും വന്നുകാടായ്കയില്ല.

രാഷ്ട്രങ്ങളുടെ ഉദയാസ്തമനങ്ങളുടെ ആകത്തുകയാണ് ലോകചരിത്രം. ഇടയ്ക്കു നേരിടേണ്ടിവന്ന യുദ്ധക്കെടുതികാരണം അൽപ്പസ്വൽപ്പവ്യതിയാനങ്ങൾ ഉണ്ടായിട്ടുണ്ടെങ്കിലും ഭാരതം അതിന്റേതായ വ്യക്തിത്വം നിലനിർത്തിപ്പോന്നിട്ടുണ്ട്. ഈ സുസ്ഥിരതയുടെ മൂലഹേതു ഇവിടെ പുലർന്നുപോരുന്ന ജീവിതാവലോകനപ്രക്രിയയുടെ സവിശേഷതയാണെന്ന് വേണമെങ്കിൽ അവകാശപ്പെടാം. കാരണം, ഇന്ത്യയിൽ മതം വ്യക്തിനിഷ്ഠമല്ല, ആശയാവലംബിയാണ്. ഒന്നുകിൽ പ്രവാചകനില്ല. അല്ലെങ്കിൽ എല്ലാവരും പ്രവാചകന്മാരാണ്. അതിനാൽ വിവിധ സിദ്ധാന്തങ്ങളെ സഹിഷ്ണുതയോടെ സമീപിക്കുവാൻ ഭാരതസംസ്കാരത്തിനു സാധിച്ചു.

ഈ രാജ്യം മനുഷ്യരുടേതാണ്, ദേവന്മാരുടേതല്ല. അപ്പോൾ രാഷ്ട്രത്തിന്റെ പൊതുമുതൽ മനുഷ്യാഭിവൃദ്ധിക്കായി വിനിയോഗിക്കപ്പെടാനുള്ളതാണ്. അദൃശ്യലോകത്തിലെ സങ്കൽപ്പദേവതകളുടെ പ്രീതിക്കായി ദുർവ്യയം ചെയ്യാനുള്ളതല്ല. വിദ്യാഭ്യാസം, ആരോഗ്യം, ഐശ്വര്യം എന്നീ ഉപാധികളിലൂടെ ജനതയെ മഹത്വത്തിലേക്കുയർത്താൻ ഇവിടത്തെ ധനശക്തിയും പ്രവർത്തനശേഷിയും തിരിച്ചുവിടുക എന്നതാണ് രാഷ്ട്രീയ ലക്ഷ്യം.

ക്രാന്തദർശികളായ ഇന്ത്യയിലെ പൂർവാചാരന്മാർ ജീവിതത്തെ വസ്തുനിഷ്ഠമായും ആത്മനിഷ്ഠമായും നോക്കിപ്പഠിക്കുകയും വിലയിരുത്തുകയും ചെയ്തിട്ടുണ്ട്. ഒരു നാണയത്തിന്റെ ഇരുപുറങ്ങളെന്നപോലെ രണ്ടിനേയും തുല്യഗൗരവത്തോടെ ആദരിക്കാൻ അവർ മറന്നില്ല. ലൗകികം, വൈദികം എന്നു വിശേഷിപ്പിക്കുന്ന രണ്ടിന്റേയും പൂർണതയെ മുൻനിർത്തി ദർശനങ്ങൾ ആവിഷ്കരിക്കുകയും പ്രചരിപ്പിക്കുകയും ചെയ്തു. ചുരുക്കത്തിൽ പ്രകൃതി, ജീവൻ, ജ്ഞാനം, കർമം എന്നീ വിവിധ സരണികളിലൂടെ മഹത്വത്തിലേക്കു സ്വയം ഉയരാൻ വ്യക്തികൾക്കു മാർഗനിർദേശം നൽകുകയും ചെയ്തു. അതുപോലെ കൃഷി, വാണിജ്യം, വ്യവസായം തുടങ്ങിയ വിവിധ മേഖലകളിലൂടെ ഋദ്ധിമത്തായ ഒരു സുശക്തരാഷ്ട്രം കെട്ടിപ്പടുക്കുവാൻ അവർ പാടുപെടുകയും ചെയ്തു. എന്നാൽ, കൈയൂക്കുകൊണ്ടോ കൗശലംകൊണ്ടോ പൊതുമുതൽ ധൂർത്തടിക്കുവാൻ ആരെയും അനുവദിച്ചിരുന്നില്ല. ട്രസ്റ്റിഷിപ്പ് എന്ന വ്യവസ്ഥയിലൂടെ ധർമസ്ഥാപനങ്ങൾ, വിദ്യാകേന്ദ്രങ്ങൾ, ആരാധനാമന്ദിരങ്ങൾ എന്നിവ സംരക്ഷിക്കുന്നതിലും അവർ ഉദാസീനത കാണിച്ചില്ല.

സത്യം, ധർമം, സമഭാവന എന്നിവയ്ക്ക് സ്വർഗകാമമോക്ഷങ്ങളേക്കാൾ പ്രാധാന്യം കൽപ്പിക്കപ്പെടുകയും ചെയ്തുവന്നു. എന്നാൽ, പ്രകൃതിയുടെ പ്രതിഭാസങ്ങളെ കീഴടക്കുവാനല്ല, ദേവതാത്മാവായി കൽപ്പിച്ച് ആരാധിക്കുവാനാണ് അവർ അഭിലഷിച്ചത്. കാരണം, കീഴടക്കൽ അഹന്തയെ പ്രതിനിധീകരിക്കുന്നു. ആരാധിക്കൽ വിനയത്തേയും. രണ്ടാമത്തേതാണ് പൂർവികർ കൈക്കൊണ്ടത്. ജനനമരണങ്ങളാൽ അനിശ്ചിതമായ ജീവിതത്തിന് വിനയമാണു ഭൂഷണമെന്ന് അവർ മനസിലാക്കിയിരുന്നു. ഇന്ന് അനാഥമെങ്കിലും ഒരുകാലത്ത് ശബ്ദായമാനമായിരുന്ന നിരീക്ഷണപരീക്ഷണങ്ങളുടെ പണിപ്പുരകൾ അവിടവിടെ കുനിഞ്ഞിരുന്നു കരയുന്നതുകാണാം.

വായിച്ച് അറിവുനേടുക ആർക്കും അഭികാമ്യമാണ്. എന്നാൽ, അനുഭവിച്ചറിയുന്നത് കൂടുതൽ അഭികാമ്യമാണ്. ആദ്യം പറഞ്ഞവർ പ്രാഡ്വിവാകന്മാരാണ്—ഇന്നത്തെ രാഷ്ട്രീയക്കാരുടെ പ്രതിരൂപങ്ങൾ. ലാഭനഷ്ടങ്ങടെ നിലവാരത്തിൽ ജീവിതം അവർ കച്ചവടം ചെയ്യുന്നു. മതവും രാഷ്ട്രീയവും കൂട്ടിക്കുഴയ്ക്കുന്നു. രാഷ്ട്രീയക്കാർ മനുഷ്യഹൃദയത്തെ ഊതിവീർപ്പിച്ച് തൂക്കം കൂട്ടാൻ അഭിലഷിക്കുന്നു. ആദർശശാലികളാകട്ടെ ഹൃദയം ശുദ്ധീകരിക്കാനും. ഇവരിൽ ഏതിന്റെകൂടെ നിൽക്കുന്നു എന്നതാണ് സ്വതന്ത്രഭാരതത്തിലെ പുതിയ തലമുറയുടെ ഇന്നത്തെ ചിന്താവിഷയം.

9

ജാതികൾ എങ്ങനെ ഉണ്ടായി?

ഭ്രാന്തശാലയാണ് കേരളമെന്ന അപഖ്യാതിക്ക് ഇനിയും പരിഹാരമായിട്ടില്ല. സാമുദായികസംഘടനകളുടെ ഈറ്റില്ലമാണ് നമ്മുടെ പ്രദേശം. എസ് എൻ ഡി പി, എൻ എസ് എസ്, യോഗക്ഷേമസഭ, മുസ്ലീംലീഗ്, ക്രൈസ്തവ ഫെഡറേഷൻ തുടങ്ങി നൂറായിരം സംഘടനകൾ മുളച്ചുപൊന്തിയതും പടർന്നു പന്തലിച്ചുനിൽക്കുന്നതും ഈ മണ്ണിലാണ്. ഓരോ സംഘടനയും ജോസഫ്, കുഞ്ഞിരാമൻ തുടങ്ങിയ ചാഞ്ചാട്ടക്കാരായ നേതാക്കളുടെ പേരിൽ ചിനച്ചംപൊട്ടി വേരുകളും കായ്കളുമണിഞ്ഞ് നൂറായിരമായി നിഴൽവിരിക്കുന്നതും നമ്മുടെ തലയ്ക്കുമീതെതന്നെ. പാവപ്പെട്ട ജനവിഭാഗത്തിന് മനുഷ്യോചിതമായ സ്ഥാനമാനങ്ങളും ജീവിതസൗകര്യങ്ങളും നേടിയെടുക്കാനുള്ള വിപ്ലവാത്മകമായ വിമോചനപ്രസ്ഥാനം എന്ന ഉൽഘോഷത്തോടെയാണ് ഓരോ സംഘടനയും പിറവിയെടുക്കുന്നത്. സർവവിധചൂഷണത്തിനുമെതിരെയുള്ള ഒറ്റമൂലികൾ ഓരോ നേതാവിൽനിന്നും കൊഴിഞ്ഞുവീഴുന്നു. അനുയായികൾ ഏറ്റുപാടുന്നു. എന്നാൽ, സ്വന്തം താൽപ്പര്യങ്ങൾക്കുവേണ്ടി ഉപയോഗിക്കാവുന്ന ആയുധത്തിൽക്കവിഞ്ഞ മറ്റൊന്നുമല്ല അത്.

അകറ്റിനിർത്തപ്പെട്ട അവശജനവിഭാഗത്തിന്റെ വിമോചന പ്രസ്ഥാനമായാണ് ശ്രീനാരായണഗുരുവിന്റെ അനുഗ്രഹാശിസുകളോടെയും കുമാരനാശാൻ മുതൽപേരുടെ ശ്രമഫലമായും എസ് എൻ ഡി പി വികസിച്ചുവന്നത്. അടുത്തുകൂടായ്മ, തൊട്ടുകൂടായ്മ, നാട്ടുവഴികളിലൂടെ നടന്നുകൂടായ്മ തുടങ്ങിയ അടിമത്തം കാരണം വൈജ്ഞാനികമേഖലയിൽനിന്നും സാംസ്കാരികമണ്ഡലങ്ങളിൽനിന്നും അകന്ന പാവപ്പെട്ടവനുവേണ്ടി പടുത്തുയർത്തിയ ഈ പ്രസ്ഥാനത്തിന് ഇന്ന് യഥാർഥലക്ഷ്യവുമായി വല്ല അടുപ്പവുമുണ്ടോ? ഇതിന്റെ ആചാര്യന്മാർ പണ്ടു ബ്രാഹ്മ

ണർ ഉപയോഗിച്ചുപോന്ന തേഞ്ഞ ആചാരങ്ങളുടേയും കർക്കശത കളുടേയും വിഴുപ്പും ചുമന്നു നടക്കുന്ന ആഭാസമാണ് നാം കാണുന്നത്.

ബ്രാഹ്മണമേധാവിത്തത്തോടുള്ള വെല്ലുവിളിയോടെയാണ് നായർ സമുദായസംഘടന ഉടലെടുത്തത്. ചാതുർവർണ്യത്തിന്റെ നിർവചന ത്തിൽപ്പെട്ട ശൂദ്രനല്ല, പ്രാചീനകേരളത്തിലെ ഭരണാധികാരികളായ നായകന്മാരാണ് നായന്മാരെന്ന് അവർ അവകാശപ്പെട്ടിരുന്നു. ത്രൈ വർണികന്മാർ തങ്ങളിലടിച്ചേൽപ്പിച്ച ദാസ്യവൃത്തിയിൽനിന്ന് കുടഞ്ഞു മാറി വൈദികദൈവികസാമ്പത്തിക മേഖലകളിൽ സമത്വസ്വഭാവവും സംസ്കാരവും പുനഃസ്ഥാപിക്കലാണ് സംഘടനകൊണ്ട് നായർ സമു ദായത്തിന്റെ ആവശ്യം. അതുകൊണ്ട് തങ്ങളുടെ ജീവിതത്തിൽ വച്ചു കെട്ടിയ ശൂദ്രകർമങ്ങളിൽനിന്നു വിമോചനം നേടണമെന്നും ഈ മുന്നേ റ്റത്തിനെതിര് നിൽക്കുന്ന ജന്മിത്തത്തെയും നാടുവാഴിത്തത്തെയും ചെറു ക്കണമെന്നും അവർ സമൂഹത്തോട് ആവശ്യപ്പെട്ടിരുന്നു. അടിയായ്മയും കുടിയായ്മയും ആരിലും തങ്ങൾ വെച്ചുകെട്ടിയിട്ടില്ല. അധ്വാനശീലരായ പ്രപിതാമഹന്മാർ പണിപ്പെട്ടു നേടിയ സമ്പത്സമൃദ്ധിയിലും സാമ്പ ത്തികമേന്മയിലും കലാസാഹിത്യ സാംസ്കാരികമേന്മയിലും പങ്കുപറ്റാ നെത്തുന്ന ആരെയും അവഗണിച്ചിട്ടില്ലെന്നു മാത്രമല്ല, അനുയോജ്യരായ ആർക്കും വിഹിതാനുസരണം വകവച്ചു കൊടുത്തിട്ടുണ്ടെന്നു യോഗ ക്ഷേമസഭക്കാരും വാദിച്ചുപോന്നു. 'ലോകാ സമസ്താ സുഖിനോ ഭവന്തു' എന്നായിരുന്നു അവരുടെ മുദ്രാവാക്യം. ജനനം, വിദ്യാരംഭം, പഠിപ്പ്, വിവാഹം, ഗൃഹസ്ഥാശ്രമം, സന്യാസവൃത്തി, മരണാനന്തരക്രിയ ഇങ്ങനെ ജീവിതത്തിന്റെ വിവിധ മേഖലകളിൽ അനുവർത്തിക്കേണ്ട ചിട്ടയും ശുദ്ധിയും വരുത്തിവച്ചതു തങ്ങളാണെന്ന് അവർ ഊറ്റംകൊണ്ടു. ഉപദേശങ്ങൾക്കും നിർദേശങ്ങൾക്കും കാത്തുനിന്ന് അനുരഞ്ജനം കാട്ടിയവർ നന്നായി. ഉദാസീനർ ഉയർന്നില്ല. കർമശേഷിയും ബുദ്ധി വൈഭവവുമനുസരിച്ച് ജനവിഭാഗം വെവ്വേറെ ജാതികളായി ഇനം തിരിഞ്ഞു വന്നു. അതാരുംവച്ചു കെട്ടിയതല്ല. പ്രകൃത്യാ ഉരുത്തിരിഞ്ഞു വന്നതുമല്ല. ഉച്ചനീചത്വം അതാതി*ന്റെ സ്വഭാവമനുസരിച്ചു രൂപപ്പെട്ട് ഉണ്ടായതാണ് അത്. ചാതുർവർണ്യം എന്ന തലതൊട്ടപ്പൻ സൃഷ്ടി ക്കപ്പെട്ടതങ്ങനെയാണ്.

ബ്രാഹ്മണവൃത്തി കൈക്കൊണ്ടുപോന്ന തലമുറകളിൽ മൂസ്സ്, നമ്പീ ശൻ, നമ്പ്യാർ തുടങ്ങിയ പൂണുനൂൽക്കാർക്ക് ബ്രാഹ്മണസ്ഥാനം വക വച്ചുകിട്ടി. ക്ഷേത്രപരിചര്യയിലൂടെ അമ്പലവാസികൾ ഉണ്ടായി. ഇതി ലൊന്നുംപെടാതെ തോന്നിയതു ചെയ്തു പുലർന്നവർ അപ്രശസ്തരും അകറ്റപ്പെട്ടവരുമായി മാറി. ഈ വിഭജനമെല്ലാം വ്യക്തിയുടെയോ വൈദി കത്വത്തിന്റെയോ കുസൃതിയിൽ നിന്നുണ്ടായതല്ല, സമുദായം സൃഷ്ടി ച്ചതാണ്.

എന്നാൽ, ഈ മൂല്യത്തകർച്ചയ്ക്കുള്ള ഉത്തരവാദിത്വം മതത്തിൽ സ്വാധീനംചെലുത്തിയ പൗരോഹിത്യത്തിനുണ്ട്. ലോഭിയും സ്വാർഥിയു

മായ പുരോഹിതന്റെ ഭരണത്തിൽ മതം ഒരായുധമായി മാറി. തന്റെ സ്വാർഥലാഭങ്ങൾക്കുവേണ്ടി അയാൾ ഈ ആയുധം ജനങ്ങൾക്കെതിരെ ഉപയോഗിക്കുകയും ചെയ്തു. അനീതിയുടെയും സ്വാർഥതയുടെയും അട ക്കിവാഴ്ചയാണ് ഈ സ്ഥിതിവിശേഷത്തിനു കാരണം. തകർച്ചയിൽ നിന്നു തകർച്ചയിലേക്കു നീങ്ങിയ മനുഷ്യൻ കാടത്തത്തിലേക്കു തിരിച്ചു പോയിരിക്കുന്നു. രാവണന്റെ മാന്യതപോലും അന്യമായ ഒരു സമൂഹം ഇന്നും നിലനിൽക്കുന്നുണ്ട്.

സ്വാതന്ത്ര്യത്തിനുശേഷം പ്രഭാതം പൊട്ടിവിരിഞ്ഞപ്പോൾ എല്ലാം നഷ്ടപ്പെട്ടിരിക്കുന്നു. നാം ചാരിനിന്ന മതിൽ ഇടിഞ്ഞുവീണിരിക്കുന്നു. ഈ വീഴ്ചയിൽ പരിക്കുപറ്റിയ പാവങ്ങളെ സ്മരിക്കുവാൻപോലും ആരും ഉണ്ടായില്ല. അത്രയ്ക്കു മരവിച്ചിരിക്കുന്നു മനുഷ്യഹൃദയം. അധികാര ത്തിനും അന്തസ്സിനുമുള്ള ഓട്ടത്തിൽ എല്ലാം ചവിട്ടിമെതിക്കപ്പെടുന്നു.

ദേശീയസമരത്തിന്റെ നിർണായകഘട്ടത്തിൽ മഹാത്മജി ഉന്നയിച്ച മുദ്രാവാക്യമാണ് 'ഡു ഓർ ഡൈ' (Do or die). ഈ മുദ്രാവാക്യം പ്രണവ മന്ത്രംപോലെ എല്ലാ മനുഷ്യരും ഉരുക്കഴിക്കേണ്ട സന്ദർഭമാണിത്. ഉള്ളുരുകിച്ചെയ്യുന്ന അത്തരമൊരു ഉപാസനയിൽനിന്നുവേണം പുതിയ മനുഷ്യത്വത്തിനുവേണ്ടിയുള്ള നവോത്ഥാന പ്രസ്ഥാനം ഉയിർത്തെഴു ന്നേൽക്കാൻ.

10

പുരോഹിതനും രാഷ്ട്രീയക്കാരനും

ഇക്കഴിഞ്ഞ മുക്കാൽ നൂറ്റാണ്ടിനിടയ്ക്ക് ജനജീവിതത്തിലുണ്ടായ പരിവർത്തനം അത്ഭുതാവഹമാണ്. തലമുറതോറും കൈമാറി ശീലിച്ചു പോന്ന വിചാരാഭിരുചികളെക്കൂടി അതിന്റെ ഗതിവേഗം മാറ്റിമറിച്ചിരിക്കുന്നു. ഈ പരിവർത്തന പ്രക്രിയയുടെ പ്രേരകശക്തി എന്താണ്? മുതലാളിത്തത്തിന്റെ താൽപ്പര്യങ്ങൾക്കനുയോജ്യമായ സാമ്പത്തികാസൂത്രണത്തിന്റെ സമന്വയമാണെന്ന് സമത്വവാദികൾ വാദിക്കുന്നു. യാന്ത്രികയുഗം വരുത്തിവയ്ക്കുന്ന യന്ത്രവൽകൃതമനുഷ്യചേതനയുടെ വൈകൃതമാണെന്ന് മാനവവാദികൾ ചൂണ്ടിക്കാണിക്കുന്നു. നിരീശ്വരവാദത്തിന്റെ അതിപ്രസരത്താൽ ബോധമണ്ഡലത്തെ കാർന്നുതിന്നുന്ന മൂല്യത്തകർച്ചയുടെ പരിണതഫലമാണെന്ന് ആസ്തികരും സമർഥിക്കുന്നു. ഒരു പക്ഷേ, ഇതിലോരോന്നിന്റെയും ദൂഷ്യവശം മാത്രം ഉൾച്ചേരുമ്പോഴുണ്ടാകുന്ന സാംസ്കാരികശൂന്യതയുമാവാം കാരണം.

ഈ വ്യാകുലതയ്ക്കിടയിൽ പിന്നിട്ടുപോന്ന വഴിത്താരയിലേക്ക് ഇടയ്ക്കൊന്നു തിരിഞ്ഞുനോക്കുന്നത് മുന്നോട്ടുള്ള യാത്രയ്ക്ക് ആക്കം കൂട്ടാനാവശ്യമാണ്. നാം എന്തിനൊക്കെ ആശിച്ചു? എന്തെല്ലാം സാധിച്ചു? നിലാവും നിഴലും കൂടിപ്പിണഞ്ഞ ഭൂതകാലരഥ്യയിലേക്കുള്ള ഒരെത്തിനോട്ടം മറ്റൊന്നിനുമല്ലെങ്കിൽ ഒരാത്മപരിശോധനയ്ക്കെങ്കിലും ആവശ്യമാണെന്നു തോന്നുന്നു.

ഇന്ത്യൻ ദേശീയപ്രസ്ഥാനം ഈ നൂറ്റാണ്ടിലെ അതിശ്രദ്ധേയമായ സംഭവവികാസമാണ്, സംശയമില്ല. അനേകം അസ്വതന്ത്രരാഷ്ട്രങ്ങളെ അത് ആവേശംകൊള്ളിച്ചിട്ടുണ്ട്. ഇന്നും അതിന്റെ തീപ്പൊരികൾ അവിടവിടെ എരിഞ്ഞുകൊണ്ടിരിക്കുന്നുണ്ട്.

മഞ്ഞിൽ മറഞ്ഞ മലപോലെ മൗഢ്യത്താൽ ആവൃതമായ

മനുഷ്യഹൃദയത്തെ ഉദ്ദീപിക്കുന്ന ചൂടുറ്റ ഒരഭിനിവേശമാണ് സ്വാതന്ത്ര്യാവബോധം. അതിന്റെ സാക്ഷാൽക്കരണത്തിനാവശ്യമായ സംവിധാനമാണ് ദേശീയപ്രസ്ഥാനമെന്ന പേരിൽ നാം ആദരിച്ചുപോന്ന ജീവിതവീക്ഷണം. 'സംഭവാമി യുഗേ യുഗേ' എന്ന മട്ടിൽ ആ ആന്തരികവെളിച്ചം ഇവിടെ വ്യാപിച്ചത് ഇരുപതാംനൂറ്റാണ്ടിന്റെ ആദ്യദശയിലാണ്.

ഭൂഗോളം ഉരുണ്ടതാണ്. അതുകൊണ്ട് ഉപരിതലത്തായിരിക്കും എന്നും ഉദയനാളം ആദ്യമായി വാർന്നുവീഴുന്നത്. അസ്തമനപ്രഭ അപ്രത്യക്ഷമാകുന്നതും അങ്ങനെതന്നെ. സമ്പന്നവർഗത്തിന്റെ അനുഗ്രഹാശിസുകളോടെയാണ് ദേശീയപ്രസ്ഥാനം ഇവിടേക്ക് ഇറങ്ങിവന്നത്. സാമാന്യജനം കൗതുകത്തോടെ ആ ഘോഷയാത്ര നോക്കിക്കണ്ടു. അതിന്റെ ചൂടും മണവും അവരേയും ആകർഷിച്ചു. ഒരാത്മപരിശോധനയ്ക്ക് അവർ വിധേയരായി. അതിന്റെ വെളിച്ചത്തിൽ മനുഷ്യാവകാശത്തിന്റെ ന്യായീകരണം അവരെ കർമോന്മുഖരാക്കി. ഉയിർത്തെഴുന്നേറ്റ ഇന്ത്യയുടെ നവോത്ഥാനം ആരംഭിച്ചത് ഇങ്ങനെയാണ്.

ആറേഴു ദിവസമായി ആഘോഷപൂർവം നടന്നുവന്ന ഞങ്ങളുടെ ഗ്രാമക്ഷേത്രത്തിലെ ഉത്സവവും അവസാനിക്കുകയായിരുന്നു. ആറാട്ടും ഘോഷയാത്രയും കഴിഞ്ഞു. തലേക്കെട്ടഴിച്ച് ആന കൊടിമരം പറിക്കാൻ മതിലകത്തെത്തിക്കഴിഞ്ഞു.

"ഇവിടെ നിന്നു കണ്ടാൽ മതി. ആൾക്കൂട്ടത്തിലേക്കു പോകരുത്, കൂട്ടിത്തൊട്ടശുദ്ധമാകും." ഈ പരുഷശബ്ദം എന്നെ ഉണർത്തി. പുരോഹിതൻ എന്നെ കെട്ടിയിട്ട ചങ്ങല വലിഞ്ഞുമുറികയപ്പോൾ ഞാൻ ക്ഷുഭിതനായി.

'കുഞ്ഞാടുകളേ ഇതിലെ' എന്ന ആഹ്വാനം കേട്ടു പിന്തിരിഞ്ഞപ്പോൾ പുരോഹിതന്റെ പിന്നാലെ രാഷ്ട്രീയക്കാരൻ. അയാളുടെ കൈയിലും ചങ്ങലയുണ്ട്—മോചനത്തിനെന്നും കളവു പറഞ്ഞ് മനുഷ്യസമുദായത്തെ കെട്ടിയിടുകതന്നെ ലക്ഷ്യം.

ഇങ്ങനെ മേധാവിത്തത്തിന്റെ, അജ്ഞതയുടെ ഒരു ഈതിബാധ നമ്മെ വിടാതെ പുന്തുടരുന്നു. പിടികൊടുക്കുക വളരെ എളുപ്പമാണ്. ശരാശരി ഇന്ത്യക്കാരൻ ഇന്നു ചെയ്തുവരുന്നതും അതാണ്. എന്നാൽ പിടികൊടുക്കാതെ ഉച്ഛൃംഖലമായ സ്വാതന്ത്ര്യബോധത്തോടെ വെളിച്ചത്തെ വാരിപ്പിടിക്കാൻ തുനിയുന്നത് ക്ലേശകരമെങ്കിലും ആഹ്ലാദപൂർണമാണ്. അത്തരമൊരു ചലനം എവിടെനിന്നുണ്ടാകുന്നതും സ്വാഗതാർഹമാണ്.

11

യുഗപുരുഷനായ ഗുരുദേവൻ

ആരാണ് ശ്രീനാരായണഗുരു? കേരളീയ ജനതയ്ക്ക് അദ്ദേഹം നൽകിയ സംഭാവനകൾ എന്തായിരുന്നു? ഈവക കാര്യങ്ങളെപ്പറ്റി സമഗ്രമായി ചിന്തിക്കേണ്ട സന്ദർഭമാണ് ഇന്ന്. ആ മഹാന്റെ ചരമദിനത്തിലും ജന്മദിനത്തിലും മാത്രം ആ ചിതയ്ക്കു തീകൂട്ടിയാൽ പോരാ. 'ഒരു ജാതി, ഒരു മതം, ഒരു ദൈവം മനുഷ്യന്' എന്ന് ഒരിക്കലും മറക്കാവതല്ലാത്ത മുദ്രാവാക്യം മുഴക്കിയത് ശ്രീനാരായണനായിരുന്നു.

ബ്രാഹ്മണാധിപത്യത്തെ ചോദ്യം ചെയ്യുന്ന പല പ്രവണതകളും കേരളത്തിലുണ്ടായിട്ടുണ്ട്. ആലത്തൂരിലെ ബ്രഹ്മാനന്ദശിവയോഗി, ചട്ടമ്പിസ്വാമികൾ ഇവരൊക്കെ ബ്രാഹ്മണമേധാവിത്വത്തെ ചോദ്യം ചെയ്തവരിൽ പ്രാതഃസ്മരണീയരാണ്. വേദം, സ്മൃതി തുടങ്ങിയ വൈദിക സൂക്തങ്ങളൊന്നും അബ്രാഹ്മണർക്കു കേൾക്കാനുംകൂടി പാടില്ലെന്നുശഠിച്ചതിന്റെ ഫലമായി വിശ്വാസസ്വാതന്ത്ര്യത്തിനും പ്രവർത്തന സ്വാതന്ത്ര്യത്തിനുവേണ്ടി പലരും ഇവിടെ നേരത്തെ സമരം ചെയ്തിട്ടുണ്ട്.

ബ്രാഹ്മണരുടെ അനുഗ്രഹാശിസുകൾ കൂടാതെതന്നെ ബുദ്ധിജീവികൾക്കു വൈദികമന്ത്രതന്ത്രങ്ങൾ സ്വയം അഭ്യസിക്കുവാനുള്ള ഒരു സാഹചര്യം അങ്ങനെ കേരളത്തിൽ ഏതാണ്ട് ഒരു നൂറ്റാണ്ടിനുമുമ്പുതന്നെ ഉടലെടുത്തു. ഇവരുടെ ശിഷ്യപരമ്പര കേരളത്തിൽ ഇന്നുമുണ്ട്. പല സംഘടനകളും ആ ചിന്താസരണിയിൽ നിന്നും പ്രചോദനം ഉൾക്കൊണ്ട് കേരളത്തിൽ പ്രവർത്തിക്കുന്നുമുണ്ട്. ഇങ്ങനെ ചിതറിക്കിടക്കുന്ന ചിന്താഗതികളെ ഏകോപിപ്പിച്ച് സംഘടിതരൂപത്തിൽ ഒരു നവോത്ഥാനത്തിനു നേതൃത്വം കൊടുത്ത ആളാണ് സാക്ഷാൽ ശ്രീനാരായണഗുരു.

അബ്രാഹ്മണർക്കു നിഷേധിക്കപ്പെട്ട എല്ലാ വൈദികമന്ത്രതന്ത്ര

ങ്ങളും സ്വയം പഠിച്ച് തന്റെ സമുദായത്തെ സാംസ്കാരികമായി ഉയർത്തുവാനുള്ള പദ്ധതികൾ ആവിഷ്കരിച്ചു നടപ്പാക്കിയത് ശ്രീനാരായണനായിരുന്നു.

“എന്റെയാണീശ്വരനാദ്ധ്യാത്മികാഗമ-
മെന്തുമിപ്പൊൻചെപ്പിലിട്ടു പൂട്ടാം.”

എന്ന ചിന്താഗതിയോട് എതിരിട്ട വിപ്ലവാചാര്യനായിരുന്നു ശ്രീനാരായണഗുരു. അധ്യാത്മികരംഗത്ത് വിശേഷിച്ചും ബ്രാഹ്മണരുടെ പിടി അയപ്പിച്ചതും ഗുരുസ്വാമികൾതന്നെ. തൊട്ടുകൂടായ്മ, കണ്ടുകൂടായ്മ, അടുപ്പിച്ചുകൂടായ്മ എന്നീ അരുതായ്മകളുടെയും ഇല്ലായ്മകളുടെയും നേരെ പ്രതിഷേധിക്കാൻ ഒരു ജനതയെ അദ്ദേഹം വാർത്തെടുത്തു. ആരാധനാസ്വാതന്ത്ര്യം ജനങ്ങളുടെ ജന്മാവകാശമാണെന്ന് അരുവിപ്പുറത്തുള്ള ശിവക്ഷേത്രത്തിന്റെ സ്ഥാപനത്തോടെ ക്രിയാത്മകമായി അദ്ദേഹം പ്രഖ്യാപിച്ചു. അങ്ങനെ ക്ഷേത്രാരാധനയ്ക്ക് അബ്രാഹ്മണർക്കുള്ള അവകാശം ഉറപ്പിക്കുന്നതിനു തുടക്കം കുറിച്ചത് ശ്രീനാരായണനാണ്.

ബ്രാഹ്മണർ അവകാശംകൊള്ളുന്ന വൈദികവൃത്തി, സന്യാസവൃത്തി തുടങ്ങിയ വൈശിഷ്ട്യങ്ങളുടെ ഫലം മറ്റു സമുദായക്കാർക്ക് ആസ്വദിക്കാൻ അവസരം നൽകിയത് ആ വഴിക്കാണ്. അങ്ങനെ അകറ്റിനിറുത്തലിന്റെയും അവകാശലംഘനത്തിന്റെയും പേരിൽ ദുഷിച്ച ബ്രാഹ്മണാധിപത്യത്തിനു പ്രതിരോധശക്തി സംഘടിപ്പിച്ചത് ശ്രീനാരായണഗുരുവാണ്.

പിൽക്കാലത്ത് ബ്രാഹ്മണമേധാവിത്തത്തിനെതിരായി ഉൽപ്പതിഷ്ണുക്കളും വിപ്ലവകാരികളുമായ നമ്പൂതിരിയുവാക്കൾ പോരാട്ടം നടത്തിയപ്പോൾ അവർക്കും ആവേശമേകിയത് ശ്രീനാരായണഗുരുവിന്റെ തത്വശാസ്ത്രവും ജീവിതവുമായിരുന്നുവെന്നു തുറന്നുപറയട്ടെ.

എന്തുകൊണ്ട് ശ്രീനാരായണൻ ഇതു ചെയ്തു? നായന്മാർ ഉൾപ്പെടെയുള്ള മറ്റു സമുദായക്കാർക്ക് ഇതാവാമായിരുന്നില്ലേ? അന്നന്നു വാഴുന്നവരെ അനുകരിച്ചു കീഴ്പ്പെട്ടു ജീവിക്കുക എന്നത് നമ്മുടെ സ്വഭാവമാണ്. നമ്പൂതിരിയായിരുന്നു ഒരുകാലത്ത് സർവവും. നമ്പൂതിരിയെ വേഷത്തിലും നാട്യത്തിലും ഭാവത്തിലും ഭാഷയിലും അനുകരിക്കാൻ മറ്റു സമുദായക്കാർ ആത്മാഭിമാനലേശമില്ലാതെ തയാറായി. നമ്പീശനും ഇളയതും തട്ടാന്മാർപോലും നമ്പൂതിരിയെ അനുകരിക്കാൻ തുടങ്ങി. എന്നാൽ ഈഴവർ മാത്രമാണ് നമ്പൂതിരിക്കു വഴങ്ങാതെ മാറിനിന്നത്. ബ്രാഹ്മണാധിപത്യത്തോടു ചരിത്രപരമായ കാരണങ്ങളാൽത്തന്നെ അവർ പൊരുതാൻ ധൈര്യം പ്രകടിപ്പിച്ചു. നമ്പൂതിരിമാർ ഇവിടെ വരുമ്പോൾ സാമൂഹ്യരംഗത്തു മേൽക്കോയ്മ ഈഴവർക്കായിരുന്നു. ഈഴവരല്ലാത്ത മറ്റു സമുദായക്കാർ നമ്പൂതിരിക്ക് അടിയറവു പറഞ്ഞു. അങ്ങനെ ബ്രാഹ്മണാധീശത്വം സ്ഥാപിക്കാൻ തുടങ്ങിയതോടെ ഈഴവരുടെ മേധാവിത്വം നശിച്ചുതുടങ്ങി. നൂറ്റാണ്ടുകളോളം അവർ ഒറ്റയ്ക്കുനിന്നു വിദേശീയരായ ബ്രാഹ്മണരുടെ മേധാവിത്വത്തോടു പൊരുതി.

ഈഴവസമുദായത്തിന്റെ മഹത്തായ പാരമ്പര്യമാണത്.

ഭാഗ്യഹീനത എന്നു പറയട്ടെ, അന്നു വിപ്ലവകാരികൾക്ക് വിജയിക്കാൻ കഴിഞ്ഞില്ല. അങ്ങനെ നമ്പൂതിരിനേതൃത്വത്തിലുള്ള സവർണാധിപത്യം നിമിത്തം അവർക്കു ശ്രീലങ്കയിൽപ്പോയി അഭയം തേടേണ്ടിവന്നു. നീണ്ട കാലത്തിനുശേഷം ശ്രീലങ്കയിലുണ്ടായിരുന്ന ബുദ്ധമതാവേശം ഉൾക്കൊണ്ട് അവർ സ്വന്തം നാട്ടിലേക്കു തിരിച്ചുവന്നു. മാമാങ്കകാലത്തു നിളാനദിക്കരികെ പൊന്നാനിക്കടുത്ത് 'ഈഴവത്തുരുത്ത്' എന്ന പേരിൽ പിന്നീടറിയപ്പെടുന്ന സ്ഥലത്തു സംഘടിച്ച് അവർ വൈദികമേധാവിത്വത്തോടു സമരംചെയ്തു. എങ്കിലും പരാജയപ്പെട്ടു.

എല്ലാറ്റിനുമുണ്ട് ഒരവസാനം. അധോഗതിക്കുമുണ്ട് അവസാനം. ശ്രീനാരായണന്റെ അശ്രാന്തപരിശ്രമത്തിന്റെ ഫലമായി സമത്വത്തിനും സ്വാതന്ത്ര്യത്തിനുംവേണ്ടി ഒരു പ്രസ്ഥാനം കേരളത്തിൽ ഉടലെടുത്തു.

ജാതിക്കും മതത്തിനും എതിരായി പോരാടാനാഗ്രഹിക്കുന്ന ജനവിഭാഗത്തിന് ശ്രീനാരായണൻ മഹാബലിയാണ്. ഓണം കഴിഞ്ഞു മഹാബലി യാത്ര പറഞ്ഞു പിരിഞ്ഞെങ്കിലും മാനുഷരെല്ലാവരും ഒന്നുപോലെ എന്ന സങ്കൽപ്പം മാത്രമാണ് ഇന്ന് അവശേഷിച്ചിട്ടുള്ളത്. ആ സങ്കൽപ്പം യാഥാർഥ്യമാക്കാൻ ശ്രമിച്ചിട്ടുള്ളത് ശ്രീനാരായണഗുരുവാണ്. ഓണനാളുകളിൽ ഉൾപ്പെടുന്ന ചതയം ആ മഹാപുരുഷന്റെ ജന്മദിനമാണല്ലോ.

www.ingramcontent.com/pod-product-compliance
Lightning Source LLC
LaVergne TN
LVHW100818051026
849519LV00006B/2124
* 9 7 8 9 3 8 5 0 4 5 6 0 8 *